निक ट्रेन्टन हे अमेरिकेतील इलिनॉईसच्या ग्रामीण भागातील एका शेतकरी कुटुंबात जन्मले. तिथेच शेती, निसर्ग यांच्या सान्निध्यात त्यांचं बालपण गेलं. त्यांनी अर्थशास्त्रात बी.एस. ही पदवी मिळवली आणि त्यानंतर वर्तनात्मक मानसशास्त्रात एम.ए. केलं.

लोकांचं निरीक्षण करणं या त्यांच्या एका आवडत्या छंदातूनच ते व्यावसायिक तज्ज्ञ झाले, असं निक सांगतात. ते एक यशस्वी स्किअर असून विश्वपर्यटन करणं आणि अँथनी बोर्डेनप्रमाणे खाद्यपदार्थांच्या एखाद्या कार्यक्रमाचं सूत्रसंचालन करणं हे त्यांचं स्वप्न आहे. सध्या ते शिकागो, इलिनॉईस येथे राहतात.

स्टॉप निगेटिव्ह थिंकिंग

विचारांवर कसं नियंत्रण ठेवावं, अतिविचार करणं कसं थांबवावं आणि मानसिक सवयींमध्ये परिवर्तन कसं घडवावं यांविषयी.

निक ट्रेन्टन

अनुवाद : मीना शेटे – संभू

MANJUL

मंजुल पब्लिशिंग हाउस

First published in India by

MANJUL

Manjul Publishing House

Corporate and Editorial Office
•2nd Floor, Usha Preet Complex, 42 Malviya Nagar,
Bhopal 462 003 – India

Sales and Marketing Office
•C-16, Sector 3, Noida, Uttar Pradesh 201301 – India
Website: www.manjulindia.com

Distribution Centres
Ahmedabad, Bengaluru, Chennai, Kochi,
Kolkata, Hyderabad, Mumbai, New Delhi, Pune

Marathi translation of *Stop Negative Thinking* by Nick Trenton

English rights arranged with PKCS Mind, Inc. through TLL
Literary Agency

Marathi edition first published in 2026

ISBN 978-93-7317-468-6

Translated by: Meena Shete-Sambhu

Printed and bound in India by Repro India Limited

अनुक्रमणिका

१. आत्मसंवादाची पुनर्रचना करा आणि त्यावर नियंत्रण ठेवा ७

२. आत्मविश्लेषण करा : एबीसी पद्धत
आणि विचारांची रोजनिशी ४१

३. कठीण परिस्थितींना सहन करणं, संयम बाळगणं आणि...
स्वतःला शांतचित्त करणं या कलेवर प्रभुत्व मिळवा ८३

४. स्टॉइक अमोर फाती तत्त्वज्ञानाच्या साहाय्यानं
तुमच्या मानसशास्त्रीय साधनसंचाची गुणवत्ता वाढवा ११५

५. विषारी सकारात्मकतेचा सापळा टाळा
आणि तुमच्या भावनांची जाणीव करून घ्या १४५

६. तरीही नकारात्मक विचारसरणी मुळातच येते कुठून? १७७

सारांश मार्गदर्शिका १९९

अनुवादिका परिचय २०९

प्रकरण १

आत्मसंवादाची पुनर्रचना करा आणि त्यावर नियंत्रण ठेवा

तुम्ही हे पुस्तक घेतलं आहे, याचा अर्थ आपली आंतरिक विचारप्रक्रिया जशी असायला हवी किंवा जशी असू शकली असती तशी नाही, हे आधीच तुमच्या लक्षात आलं असण्याची दाट शक्यता आहे. व्यापक प्रमाणात नकारात्मक विचार करणं ही एक प्रकारची समस्या असून सुरुवातीला ती आपल्या लक्षात येत नसली तरी आपल्या नकळत सुरू असते. प्रत्येक गोष्टीचा नकारात्मक अन्वयार्थ लावण्याकडेच व्यक्तीचा कल असेल तर ती आपण स्वतः पूर्णपणे तटस्थ आणि वस्तुनिष्ठ निरीक्षक आहोत, पण आपण ज्या ज्या गोष्टींचं निरीक्षण करत आहोत त्या प्रत्येक गोष्टीतच नकारात्मकता आहे, असं दीर्घ काळापर्यंत स्वतःलाच पटवून देत राहते. 'बाह्य गोष्टींमध्येच' सगळी नकारात्मकता भरलेली असणं कसं काय शक्य आहे, असा पुसटसा संशयही तिच्या मनात येत नाही. तिला ते पूर्णपणे पटतं.

व्यापक प्रमाणात नकारात्मक विचार करणं ही गोष्ट तुमच्या स्वयंपाकघरात विषारी भांडं असण्यासारखी असते. त्या भांड्यात तुम्ही जे काही शिजवाल ते विषारीच होईल. अशा वेळी आपण खात असलेल्या प्रत्येक गोष्टीमुळे आपण आजारी पडत आहोत असं तुम्हाला वाटेल. परंतु प्रत्यक्षात तुमची समस्या वेगळीच असेल आणि कदाचित ती अधिक गंभीर असेल, कारण तुम्ही सातत्यानं विषारी भांडं वापरत असाल.

'सगळ्याच गोष्टी भयानक आहेत, सगळंच वाईट आहे,' असं तुम्ही सातत्यानं म्हणत असाल तर –

तुमच्या मानसिक स्वयंपाकघरात नक्कीच विषारी भांडं आहे असं समजा. तुमचं मन तुम्हाला जितक्या प्रमाणात समस्या असल्याचं सांगत असेल, तितक्याच प्रमाणात त्या दूर करण्यास तुम्हाला मदत करण्याकरिता वैयक्तिक विकास आणि स्वयंसाहाय्यता या विषयांतील साहित्य बाहेर उपलब्ध आहे, हे लक्षात ठेवा.

तुमचं मन बहुधा तुमच्यासमोर पुढीलप्रमाणे समस्या मांडतं :

माझ्या मनातील आळस झटकून टाकून मला निरुत्साहीपणा कसा घालवता येईल?
माझा लठ्ठपणा आणि बेडौलपणा मला कसा कमी करता येईल?
मला या पराभूत मानसिकतेतून कसं काय बाहेर पडता येईल?

तुम्हाला समस्या पाहता येतात. त्या तुम्हाला दिसतात, परंतु तुम्ही लठ्ठ, आळशी, पराभूत आहात असा विचार करायला लावणाऱ्या तुमच्या मनोरचनेचा तुम्ही जिज्ञासापूर्वक विचार करणं हीच मुळात यावरची खरी उपाययोजना असते.

तुम्ही ज्या प्रकारे विचार करता, त्याचाच तुमच्यावर आणि तुमच्या भोवतालच्या लोकांवर परिणाम होतो हे तुम्हाला आधीपासूनच माहीत आहे. परंतु ही गोष्ट एवढ्यापुरतीच मर्यादित नसते. तुमच्या विचारांचा फक्त तुमच्या जीवनावर परिणाम होत नाही, तर हे विचारच तुमचं जीवन होतात. जर मन हे स्वतःला कथा सांगण्याचं, त्यांचा अन्वयार्थ लावण्याचं आणि आपल्या अनुभवांना अर्थ देण्याचं साधन असेल तर, बहुतेक सगळ्या गोष्टींची सूत्रं कमी-जास्त प्रमाणात मनाकडेच असतात.

आकलनात्मक मानसशास्त्र विषयाच्या साहाय्यक प्राध्यापिका लेरा बोरोदित्स्की यांनी या संदर्भात स्टॅनफोर्ड युनिव्हर्सिटीतील कामाच्या अनुभवातून एक निष्कर्ष काढला आहे. हे विद्यापीठ जगभरची माहिती गोळा करून तिचं विश्लेषण करतं, म्हणूनच या अनुभवातून त्यांनी काढलेला निष्कर्ष आपल्या दृष्टीनं महत्त्वाचा आहे. तो म्हणजे : 'भाषा विचाराला आकार देते.'

मॅगी वॉरेल ही 'स्टॉप प्लेईंग सेफ' या पुस्तकाची लेखिका आहे. तिने असा दावा केला आहे की, 'आपल्यापैकी प्रत्येकाकडे सातत्यपूर्ण

सरावानं आपल्या मेंदूची नव्यानं जडणघडण करण्याची क्षमता असते, तसंच आपल्याकडे विचार, संभाषण व वर्तन यांच्याविषयीच्या अधिक सकारात्मक सवयींनी त्यांच्या संदर्भातील विघातकसवयी दूर करण्याची क्षमताही असते, असं मज्जाशास्त्र आपल्याला दाखवून देतं.' लेरा यांचा निष्कर्ष आणि वॉरेलचा दावा या दोहोंचं एकत्रीकरण केल्यानंतर आपल्याला असं दिसतं की, आपल्या जीवनामध्ये परिवर्तन घडवण्यासाठी आपण आपल्या मेंदूमध्ये परिवर्तन घडवलं पाहिजे. हे करण्यासाठी आपल्या मेंदूच्या भाषेचं म्हणजेच आपल्या विचारांचं आपण पुनर्लेखन केलं पाहिजे.

काय करणं किंवा घडवणं शक्य आहे, याविषयीचा आपला विश्वास हा आपण कशा प्रकारे विचार करतो, त्यावर अवलंबून असतो. त्याबरोबरच आपण समस्या कशा सोडवतो, भविष्याकडून कशाची अपेक्षा बाळगतो आणि त्याकरिता कसं नियोजन करतो व त्यानुसार कृती करतो अशा सगळ्या गोष्टी या आपल्या विचार करण्याच्या पद्धतीवरच अवलंबून असतात.

आपल्याला विशिष्ट अनुभव का आले आणि त्यांचा काय अर्थ आहे, त्या अनुभवातील आपलं मूल्य काय होतं म्हणजेच आपल्या मनातील आपलं स्व-मूल्य काय आहे हे आपली विचारपद्धतीच आपल्याला सांगते.

आपल्या विचारपद्धतीमुळे आपण विशिष्ट घटनांना अतिशय महत्त्वाच्या समजतो आणि इतर घटनांना विसरून जातो. त्यामुळे जे सत्य असतं त्याला नव्हे, तर आपल्या समजुतींमध्ये अधिक चपखल बसणाऱ्या गोष्टींना आपण अधिक महत्त्व देतो.

मुळातच आपल्या सजग जाणिवेत कोणत्या गोष्टींनी प्रवेश करावा हे आपली विचारपद्धतीच ठरवते. तसेच मोठ्या, व्यापक जगाचा कोणता भाग तिथे आहे याची साधी जाणीवसुद्धा आपल्याला कधीच होऊ नये हेही तीच ठरवते.

म्हणून जर तुमचे विचार मोठ्या प्रमाणात नकारात्मकतेकडे वळले असतील तर ती एक गंभीर समस्या आहे. एखादी व्यक्ती आपल्या मानसिक गाळणीला इतकी बेढब आणि विकृत करते की, त्यामुळे तिला वास्तव जगाचा स्पर्शसुद्धा होऊ शकत नाही, हे माणसानं कित्येक वर्षांपूर्वीपासूनच ओळखलं आहे. गंभीर नैराश्यग्रस्तता, विकृत मानसिकता (सायकॉसिस) किंवा प्रणालित संभ्रमविकृती (पॅरॉनॉईया) असे आजार असलेले लोक फक्त

वस्तुस्थितीचा विपर्यासच करतात असं नाही, तर त्यांना वस्तुस्थिती मुळीच पाहता येत नाही. तरीही वास्तवाशी बिलकूल संबंध नसलेल्या विचारांनी डोकं गच्च भरलेले कित्येक 'निरोगी सर्वसामान्य' लोक आपल्या भोवती वावरत असतात!

जर एखाद्या प्रणालित संभ्रमविकृतीच्या छिन्नमनस्क (स्किझोफ्रेनिक) व्यक्तीनं असं म्हटलं की, 'मी चंद्रावरची राणी आहे. त्यामुळे फितुरांनी मला पकडण्याच्या आधीच मला पुन्हा चंद्रावर जाण्याचा मार्ग शोधावा लागेल,' तर ती करत असलेला दावा मूर्खपणाचा आहे हे आपण सहजपणे ओळखू शकू. परंतु जर तुमच्या मित्रानं तुम्हाला सांगितलं, "आज रात्री मी तुझ्याबरोबर स्पीड डेटिंगच्या कार्यक्रमाला येऊ शकणार नाही. कारण अशा गोष्टी माझ्याकरिता योग्य ठरत नाहीत. शिवाय, आता असं काही करण्याचं माझं वय राहिलेलं नाही." तर अशा वेळी तुम्हाला कसलाच संशय येणार नाही. इतकंच नव्हे, तर त्याचं बोलणं शंभर टक्के खरं आहे असं तुम्ही गृहीत धराल. परंतु जर तुम्ही याचा बारकाईनं विचार केला तर, पहिल्या दाव्याच्या तुलनेत दुसऱ्या दाव्यात फारसं तथ्य नसल्याचं तुम्हाला दिसून येईल. इतकंच नव्हे तर, दुसऱ्या दाव्यामुळे पहिल्या दाव्याइतक्याच प्रमाणात गोंधळ उडण्याचीही शक्यता असेल. कदाचित, त्याच्यामुळे अधिक हानी होण्याचीही शक्यता असेल.

या पुस्तकाच्या उर्वरित भागातील दृष्टिकोनांचा आणि तंत्रांचा तुम्ही धांडोळा घेतला तर त्या वेळी तुम्ही याआधी कधीही न केलेली गोष्ट करण्याचा प्रयत्न कराल. तुम्ही कसा विचार करता त्याचा विचार कराल. यालाच विचाराविषयी चिंतन करणं (मेटॅकॉग्निशन) किंवा स्व-विचारप्रक्रियेची जाणीव करून घेणं असं म्हणतात. नकारात्मक विचारांमध्ये बदल घडवून आणण्याचा प्रयत्न करणं हे एक वैशिष्ट्यपूर्ण काम असतं, कारण आपल्या मनांचा वापर करूनच आपण आपल्या मनांमध्ये परिवर्तन घडवून आणण्याचा प्रयत्न करतो. आपण जर या प्रक्रियेत नकारात्मकता आणली तर मूळ कारणाचं निर्मूलन करण्याऐवजी आपण फक्त नकारात्मक आत्मसंभाषणाची व्याप्ती वाढवतो. म्हणून हे पुस्तक वाचत असताना पुढील काही गोष्टी गृहीत धरण्याचा प्रयत्न करा :

- तुम्ही आधी कधीही केला नसेल अशा प्रकारे आता विचार करण्याची गरज आहे : याचा अर्थ या अभ्यासासाठी देण्यात

आलेले स्वाध्याय हे तुम्हाला अगदीच अपरिचित, विचित्र आणि गैरसोईचे किंवा त्रासदायक आणि अगदी चुकीचेही वाटू शकतील. परंतु हे काही स्वाध्याय करणं थांबवलं पाहिजे असं दर्शवणारं लक्षण नव्हे किंवा स्वाध्याय करण्यात निर्माण झालेली समस्याही नाही. तुमच्या सवयीच्या निवांत, आरामशीर प्रदेशातून (कम्फर्ट झोनमधून) तुम्ही बाहेर पाऊल टाकत असल्याचा तो फक्त एक पुरावा असेल.

- नकारात्मक विचार करण्याकडे कल असणं याचा अर्थ तुम्ही मानसिकदृष्ट्या खचला आहात किंवा ही फक्त तुमचीच एकट्याची समस्या आहे असं नाही. - खरं तर उत्क्रांतीच्या हजारो वर्षांच्या प्रवासात तुमच्या मेंदूत नकारात्मकतेवर लक्ष केंद्रित करण्यास प्राधान्य देण्याची गोष्ट अगदी चपखल बसलेली असते. (या पुस्तकाच्या अंतिम प्रकरणात याविषयी आपण अधिक पाहणार आहोत.) म्हणून नकारात्मक विचार मनात येत असल्यामुळे तुम्हाला शरमिंदेपणा वाटण्याची बिलकूल गरज नाही. शिवाय, 'बाप रे! माझ्या मनात किती नकारात्मक विचार येत आहेत', असा नकारात्मक विचार करण्याचीही मुळीच गरज नाही.
- तुमच्या स्वतःच्या विचारांवर तुम्ही अगदी तातडीनं विश्वास ठेवणार नाही, हे बरोबर आहे. पण तुम्ही त्याबद्दल विचार करू लागाल. दुसऱ्या शब्दांत, तुम्ही स्वतःलाच समजवाल की, यापुढे तुम्ही विचारांना ते जसे आहेत तसेच - म्हणजे विचार म्हणूनच समजून घ्याल. विचार म्हणजे वास्तव नाही. विचार म्हणजे सत्य नाही. ते नियती किंवा नशीब नाहीत, हे तुम्ही समजून घ्याल. ते फक्त विचार आहेत. तुमच्या मेंदूतील फक्त विद्युतरासायनिक क्रिया आहे.
- अखेरीस यानंतरच्या प्रकरणांमध्ये तुम्ही अकारणच सातत्यानं आणि अगदी जबरदस्तीनं स्वतःला आशावादी ठेवण्याची मुळीच गरज नाही. तुमच्या विचारपद्धतीत बदल घडवणं याचा अर्थ स्वतःची फसवणूक करणं, स्वतःला नाकारणं किंवा खोट्या दिलासादायक गोष्टींवर विश्वास ठेवणं असा नाही. हेच दुसऱ्या शब्दांत सांगायचं झालं तर नकारात्मक विचार करणारी व्यक्ती

असणं म्हणजे अधिक बुद्धिमान, अधिक वास्तववादी किंवा अधिक व्यवहार्य पद्धतीनं वागणं नव्हे.

आपण जसजसे पुढे वाचत जाऊ, तसतसा यांपैकी प्रत्येक कल्पनेचा सविस्तर मागोवा घेऊ. परंतु सध्या फक्त एक गोष्ट लक्षात ठेवण्याची गरज आहे. ती म्हणजे आपल्या विचारांच्या संरचना प्रामाणिकपणे बदलण्याची क्षमता ही फक्त थोड्याच लोकांपुरती राखीव असलेली अतिश्रेष्ठ मानवी क्षमता नाही. ती असामान्य लोकांकडे असलेली अलौकिक गोष्ट नाही. ती सगळ्यांकडेच असते आणि दोन गोष्टींवर अवलंबून असते :

१. प्रामाणिक जाणीव आणि
२. जाणीवपूर्वक स्फूर्तिदायक कृती करण्याची इच्छा.

बस्स. इतक्याच गोष्टी पुरेशा असतात. याचा अर्थ, तुमच्या विचारांच्या संरचना कितीही आणि कशाही नकारात्मक असल्या तरी काहीच हरकत नाही. तुम्हाला सध्या आपण अतिशय कोंडीत सापडलो आहोत आणि निराश झालो आहोत असं वाटत असलं तरीही, त्यामुळे काहीच बिघडणार नाही. या गोष्टी बदलणं निश्चितपणे शक्य आहे. खरं तर हे पुस्तक वाचण्यास सुरुवात करून तुम्ही आधीच त्याकरिता उचित दिशेनं एक छोटंसं पाऊल टाकलं आहे. त्याकरिता तुम्हाला मनापासून शाबासकी!

समस्या क्र. १ : 'खाईन तर तुपाशी नाहीतर उपाशी' असा दोन टोकांचाच विचार करणं

तुमचा मेंदू जे काही करतो ते खूपच उत्तम प्रकारे करतो. या जगातून मार्ग काढत तुम्हाला सहजपणे पुढे जाता यावं अशा प्रकारे जगाला तयार करणं हे त्याचं काम असतं. तुमच्या सभोवताली उलगडत चाललेल्या घटना-घडामोडींचा तुम्हाला अर्थ लावता यावा यासाठी तो सोप्या पद्धती, आडमार्ग किंवा जवळचे मार्ग (शॉर्टकट) तयार करतो, नियम तयार करतो आणि अंदाजही बांधतो. हे करता आल्यामुळेच तुमचे पूर्वज अगदी नेमकेपणानं जगू शकले. अधिक स्पष्टपणे सांगायचं झालं, तर मोठ्या प्रमाणात सर्वसामान्यीकरणं करणं किंवा मर्यादित अनुभवांवरून संपूर्ण जगाविषयीचा

सर्वसामान्य निष्कर्ष तयार करणं आणि साचेबंद, चाकोरीबद्ध कल्पनांचा वापर करणं असं केल्यामुळेच ते जगू शकले. तुम्हीसुद्धा तेच करत आहात.

समजा, एखाद्या दिवशी तुम्ही एखादा नेपाळी खाद्यपदार्थ खाल्लात आणि तुम्हाला तो अतिशय खराब किंवा कंटाळवाणा वाटला, तर तुम्ही असा सर्वसामान्य निष्कर्ष काढून मोकळे होता की, मला नेपाळी पदार्थ आवडत नाहीत. या निष्कर्षामुळे आधी आलेला अप्रसन्न अनुभव पुन्हा घेण्यापासून तुम्ही स्वतःचं रक्षण करता. निदान मज्जाशास्त्रीय दृष्टिकोनातून तरी तुम्ही काहीतरी 'शिकला आहात' आणि जगाविषयीच्या तुमच्या अनुभवाची व्याप्ती वाढवली आहे असं म्हणता येतं. मात्र, यात एक गैरसोईची ठरणारी समस्या असते : तुमचा निष्कर्ष 'खरा' नसतो.

आपले मानसिक शॉर्टकट, समजुती, पूर्वग्रह आणि चाकोरीबद्ध, रूढिबद्ध कल्पना या वेळ आणि परिश्रम वाचवण्याच्या दृष्टीनं खूपच चांगल्या असतात; परंतु त्या नेहमीच शंभर टक्के बरोबर नसतात. ज्या वेळी आपण एकदाच अनुभव घेतो आणि त्यावरून काढलेला निष्कर्ष इतर अनुभवांना ते अनुभव घेण्याच्या आधीच लागू करतो त्या वेळी त्या परिस्थितीवर आपलं नियंत्रण आणि प्रभुत्व असल्यासारखं आपल्याला वाटतं. आपल्या मनात अशी भावना निर्माण होत असली तरी त्या वेळी अचूकता आणि अनुभवातील सूक्ष्म छटा गमावून बसण्याची जोखीम आपण पत्करलेली असते. आपलं जग अधिक व्यवस्थापन करण्यायोग्य होतं; परंतु ते अधिक लहान, संकुचित झाल्यामुळेच तसं झालेलं असतं. म्हणून याच्यातील सत्य असं असतं की, अधिक मोठ्या प्रमाणात तयार केले जाणारे साठ टक्के नेपाळी खाद्यपदार्थ तुम्हाला न आवडण्याची शक्यता असते. परंतु याचाच अर्थ उर्वरित चाळीस टक्के खाद्यपदार्थ तुम्हाला आवडण्याची शक्यताही असतेच. परंतु तुम्ही यात सगळ्याच नेपाळी खाद्यपदार्थांना गुंडाळून टाकता आणि आयुष्यभर ही समजूत मनात बाळगता. अशा प्रकारे, तुम्ही वास्तवाचं अति सुलभीकरण करता आणि ही गोष्ट सुज्ञपणाची नाही.

निक, डोझॉइक आणि मार्टिन यांनी या संदर्भात केलेले एक संशोधन सन २०१६च्या 'युरोपिअन जर्नल ऑफ सायकॉलॉजी'मध्ये प्रसिद्ध झालं आहे. या संशोधनानुसार, ज्या वेळी तुम्ही पुढील शब्द वापरता, त्या वेळी तुम्ही जे काही करत असता, त्यातील वास्तवाचं तुम्ही अति सुलभीकरण केलेलं असतं :

- *कधीही नाही*
- *नेहमीच*
- *सर्व*
- *एकही नाही*
- *कायमच किंवा सतत*

काही वेळा या अति सामान्य किंवा फक्त कृष्ण-धवल प्रकारच्या (प्रत्येक गोष्ट एक तर पूर्ण चांगली किंवा पूर्ण वाईट आहे, असा दोन टोकांचाच विचार करण्याची) विचारपद्धतीवर मात करण्यासाठी आपल्या शब्दकोशातून हे शब्द वगळण्यास आपल्याला सांगितलं जातं. सुरुवात करण्याची ही चांगली पद्धत आहे; परंतु तुम्ही फक्त या शब्दांविषयी सावधगिरी बाळगून चालत नाही, तर तुम्हाला त्यांच्या अर्थाविषयी सावधगिरी बाळगण्याची गरज असते. ज्या वेळी आपण कधीच न घेतलेल्या दुसऱ्या अनुभवांविषयी आधीच्या एखाद्या अनुभवाच्या आधारावर तर्क बांधतो, त्या वेळी आपण चूक करतो.

टोकाचा विचार करणं ही समस्या आहे, कारण असा विचार चुकीचा असतो. परंतु तोच विचार खरा आहे असं समजून तुम्ही जगत राहता ही यातली खरी व आणखी मोठी समस्या असते आणि ती तुम्ही कोणते शब्द वापरता किंवा वापरत नाही, याच्याही खूपच पलीकडे पोहोचलेली असते.

उदाहरणार्थ, जेनाला समाजात मिसळणं अवघड वाटतं आणि नवीन शहरात मित्र जोडताना त्रास होतो. ती काही आठवडे 'मीटअप' गटांमध्ये किंवा तिच्या व्यायामशाळेतील अगर चर्चमधील लोकांमध्ये मिसळण्याचा प्रयत्न करते, पण त्यात तिला अपयश येतं. त्यानंतर तिच्या मूळ गावातील तिच्या मैत्रिणीला ती सांगते की, 'ही परिस्थिती कशी असते ते तुला माहीत आहे. तिशीत असताना नवीन मित्र-मैत्रिणी जोडणं अधिकच कठीण असतं. विशेषतः तुम्हाला मूलबाळ नसेल तर ते फारच कठीण जातं. लोकांना एकमेकांशी मिळून मिसळून राहण्यासाठी, बोलण्यासाठी वेळच नसतो. प्रत्येक जण आपल्याच गटात गुरफटल्यासारखा राहतो. त्यांची ओळख करून घेणं, त्यांना समजून घेणं अशक्य असतं. तुलाही असंच वाटतं ना?' जेनाची मैत्रीण तिच्याशी लगेच सहमत होते. तुम्हालाही असंच वाटलं असतं का?

यातली समस्या ही आहे की, जेनानं यात 'कधीही नाही', 'सगळे किंवा सर्व', 'नेहमीच' यांपैकी कुठलाही शब्द वापरलेला नाही. परंतु तरीही ती खूपच मोठ्या प्रमाणात तर्क बांधून सर्वसामान्यीकरण करत आहे.

पहिली पायरी : अमुक तमुक हा माझा सध्याचा अनुभव आहे.

दुसरी पायरी : म्हणून सर्वांना याच पद्धतीचा अनुभव येतो. लोक 'सदासर्वकाळ' असेच असतात आणि 'कायमच' असेच असतील.

जेना याऐवजी असं म्हणू शकली असती की, 'या सुरुवातीच्या काही आठवड्यांमध्ये मला लोकांच्या भेटीगाठी घेण्यात काही अडचणी आल्या आहेत.' किंवा 'अद्याप व्यायामशाळेत कोणाशीच माझी मैत्री झालेली नाही.' त्याऐवजी तिने सगळीकडच्या सगळ्याच लोकांविषयीचा एक व्यापक सिद्धान्त मांडला आहे. खरं तर तिने इतकी मोठी आणि इतकी सर्वव्यापी घोषणा केली आहे की, एकूणच, ती सगळ्याच लोकांच्या परिस्थितीविषयी बोलत आहे किंवा सगळ्यांनाच अशा परिस्थितीत अशा समस्या येतातच असं तिने गृहीत धरलं आहे असं वाटतं. 'तिशीत असताना नवीन मित्र-मैत्रिणी जोडणं अधिकच कठीण असतं.' याचा अर्थ तिशीतील लोक मैत्री करत नाहीत, असा होतो. गुरुत्वाकर्षणाच्या नियमाइतकंच हे विधानही अगदी नैसर्गिकरीत्याच स्पष्ट आणि सत्य असल्याप्रमाणे ती बोलत आहे, ते तुमच्या लक्षात आलं का?

पण हा नैसर्गिक नियम नाही. तर ज्या जगात असा नियम असतो अशा जगाची निर्मिती जेनानं स्वतःच केली आहे. त्यानंतर ती त्या जगात राहत आहे. जणू काही तेच सत्य आहे अशा प्रकारे ती वागत आहे. साहजिकच, अशा प्रकारे स्वतःच्या मनाची समजूत करून घेतल्यामुळे त्यानंतर तिच्याही नकळत ती लोकांना भेटण्याचे, त्यांच्यात मिसळण्याचे प्रयत्न अधिकाधिक कमी प्रमाणात करू लागते. ती सगळ्या गोष्टी करत राहते, सगळ्या क्रिया करते; परंतु तिने मनातल्या मनात कुठेतरी मानवी स्वभावाविषयीचा एक छोटासा सिद्धान्त तयार केलेला असतो. तो तिला असं सांगत राहतो की, 'लोकांना तुला भेटण्यात, तुझ्याशी बोलण्यात फारशी रुची नाही. तू कितीही आटोकाट प्रयत्न केलेस तरी तू त्यांच्या छोट्याशा चिरेबंदी जगात प्रवेश करू शकत नाहीस. त्यांच्या त्या जगात सहभागी होऊ शकत नाहीस.' म्हणून वरवर पाहता

ती प्रयत्न करत असल्यासारखं वाटत असलं तरी, प्रत्यक्षात ती खरोखरचे प्रयत्न करत नाही. तिच्या वरवरच्या अर्धवट प्रयत्नांना लोक प्रतिसाद देत नाहीत. तिच्या स्वतःच्या परस्परविरुद्ध वर्तनातून याच गोष्टीचं प्रतिबिंब पडतं.

आता बघा बरं काय झालंय ते – जेनानं जे जग तिच्याकडे संशयानं बघत असल्यासारखं वाटत असल्याचं म्हटलं होतं त्या जगाची प्रत्यक्षात तिने स्वतःच तिच्याभोवती निर्मिती केली आहे. एकदम चांगल्या किंवा एकदम वाईट अशा दोन टोकांचीच भाषा वापरण्याचं आणि दोन टोकांचाच विचार करण्याचं है नैसर्गिक फलित आहे. फक्त एक किंवा दोन वैयक्तिक अनुभवांच्या आधारावर मोठा सिद्धान्त तयार करण्याचा हा परिणाम आहे. हे आपल्या मनातील कल्पनेनुसार आपण केलेलं भाकित प्रत्यक्षात उतरलेलं असतं. ज्या वेळी जग अत्यंत चांगलं आहे किंवा अत्यंत वाईट आहे असा फक्त कृष्ण-धवल रंगातच आपण जगाचा विचार करतो, म्हणजेच जग एक तर परिपूर्ण आहे किंवा अतिशय खराब आहे असा आपण विचार करतो त्या वेळी ते अगदी नेमकेपणानं तसंच होतं.

समस्या २ : ही गोष्ट माझ्या ताकदीच्या बाहेरची आहे, अशी असाहाय्यता दर्शवणारी भाषा वापरणं

इथेही आपण जेनाच्याच उदाहरणाचा विचार करू या. 'प्रत्येक जण आपापल्या गटातच राहतो आणि त्यांना समजून घेणं अशक्य आहे,' असा दावा तिने केला आहे. याआधीही लोक अशा प्रकारच्या गोष्टी बोलत असल्याचं तुम्ही ऐकलं असेल किंवा तुम्ही स्वतःच असं बोलला असाल. याची काही उदाहरणं पुढे दिली आहेत, त्यामुळे तुमच्या मनात याविषयीची अधिक स्पष्टता येईल :

- 'हे बघ, मी प्रयत्न करून पाहीन, पण अशा गोष्टी कशा होतात ते तुला माहीतच आहे.'
- 'या लोकांकडून सरळ उत्तर मिळवण्याचा प्रयत्न करताना नेहमीच असा तमाशा होतो....'
- 'असो, मला फ्ल्यू झाला आहे, त्यामुळे आता एक आठवडा वाया जाणारच आहे.'

आता प्रामाणिकपणे विचार करू या. अत्यंत अवघड आणि पदोपदी परीक्षा घेणाऱ्या जगात आपण राहत आहोत. तिथे बरंच काही सुरू असतं आणि चोवीस तास बातम्या देणाऱ्या वृत्तवाहिन्या तर आपल्या आजूबाजूला घडणाऱ्या आपत्तींची सतत माहिती देत राहतात. साहजिकच, प्रत्येक व्यक्तीच्या मनात आपोआपच सौम्य निराशा निर्माण झालेली असते. (खरं तर ही निराशा तितकीशी सौम्यही नसते.)

पण शब्दांत ताकद असते. तुम्ही बोलता त्या वेळी आपल्या आजूबाजूच्या लोकांना तुम्ही फक्त 'हे जग असंच आहे.' असं सांगत नाही, तर तुम्ही स्वतःलाही असं सांगता, 'मी असल्या प्रकारची व्यक्ती आहे.'

जेना ज्या वेळी म्हणते की, 'प्रत्येक जण त्याच्या स्वतःच्या लहानशा गटात राहतो आणि त्यामुळे त्यांना जाणून घेणं अशक्य असतं,' त्या वेळी प्रत्यक्षात ती आणखी बरंच काही बोलत असते. ती असं म्हणत असते की :

'ही परिस्थिती बदलणं शक्य नाही. ती निराशाजनक आहे.'

बाहेर पडलेल्या या शब्दांनी कसं काम करावं यावर तिचं खरोखरच कसलंच नियंत्रण नसतं किंवा त्यांच्या फलितात बदल घडवून आणण्याकरिता तिच्याकडे कोणीही मध्यस्थ किंवा कसलंही साधन अगर कसलाही मार्ग नसतो.

ही गोष्ट फक्त काही लोकांपुरतीच सत्य आहे असं तिला वाटत नसतं, तर ती सर्वच लोकांसाठी सत्य आहे असं तिचं मत असतं. तोपर्यंत तिला न भेटलेल्या आणि आगामी काळात भेटणार असलेल्या लोकांनाही ती लागू असते.

तिचं जीवन हे तिने केलेल्या निवडींनी नव्हे, तर मोठ्या प्रमाणात इतर लोकांच्या निवडींनी निर्धारित केलं जातं.

मित्र-मैत्रिणी करण्याच्या तिच्या सगळ्या प्रयत्नांच्या केंद्रस्थानी नकारात्मक अनुभव असतो.

ही गोष्ट खूपच जड आहे. जेना हे सगळं अवजड ओझं स्वतःसोबत घेऊन प्रत्येक भेटीगाठीच्या कार्यक्रमाला आणि स्नेहसंमेलनाला जाते. लोक तिच्याशी आपलेपणानं आणि मित्रत्वानं वागत आहेत की नाही, हे समजून

घेण्याच्या तिच्या क्षमतेवर या ओझ्याचा परिणाम होतो. त्याच्यामुळे तिची नकाराला किंवा तिला नकार असल्यासारख्या वाटत असलेल्या गोष्टीला प्रतिसाद देण्याची पद्धतही बदलते. इतर लोकांचा विचार करण्याच्या तिच्या पद्धतीतही बदल होतो. ती इतर लोकांना आत्मसंतुष्ट आणि काहीसे क्षुद्र विचार करणारे समजते आणि स्वतःला बाहेरची, (त्या गटाबाहेरची) तटस्थ व्यक्ती समजते. आता एके दिवशी व्यायामशाळेत भेटलेल्या एखाद्या नवीन व्यक्तीबरोबर काही प्रमाणात सूर जुळले तर त्या वेळीही जेना नेमकी हीच भावना व्यक्त करेल. ती म्हणेल, 'अखेरीस मला कोणीतरी 'कूल' व्यक्ती भेटली, त्याबद्दल परमेश्वराचे आभारच मानले पाहिजेत. या गावातले लोक काहीसे शिष्ट आहेत. तुम्हाला असं वाटत नाही का?'

या वाक्यातून तिचं जग कसं आहे ते अतिशय सूक्ष्मपणे ती त्या दुसऱ्या व्यक्तीला सांगून टाकते. या गोष्टीची ना तिला कल्पना असते, ना बहुधा त्या दुसऱ्या व्यक्तीला! नैराश्याची, नकारात्मकतेची आणि तटस्थतेची भावना तिच्या जगाला आकार देत असल्याचं ती त्या व्यक्तीला अजाणतेपणी दाखवून देते. 'मला या क्षणी लोकांशी संपर्क साधणं कठीण होत आहे', असं खरं तर जेनाला सांगायचं असतं. पण त्याऐवजी तिच्या बोलण्यातून असा अर्थ निघालेला असतो की, 'माझ्या दर्जाचे लोक मला सापडत नाहीत. ते मला आपल्यात मिसळून घेत नसल्यामुळे मी अगदी सूक्ष्म पातळीवर सतत त्यांचं मूल्यमापन करत आहे'. जर त्या व्यायामशाळेतील दुसऱ्या व्यक्तीच्या जागी तुम्ही असतात तर, तुम्हाला कोणता दृष्टिकोन अधिक आकर्षक आणि मनाला भिडणारा वाटला असता?

आपण असाहाय्य आहोत, परिस्थितीचा बळी ठरत आहोत, हतबल, संशयी, रागावलेले, आत्मविश्वास डळमळीत झालेले, भयग्रस्त आणि समर्थनं करत फिरणारे आहोत, असं दर्शवणारी भाषा आपण केव्हाही वापरली तरी आपण स्वतःला आणि इतरांनाही एक शक्तिशाली संदेश देत असतो. हे संदेश आपल्याकडे परत येतात. आपल्याला आपल्याविषयी जे काही वाटतं, त्याच प्रकारे आपले दृष्टिकोन आपल्या जीवनात साकार होत असल्याचं आपल्याला दिसतं. आपल्या विचारांसारखंच आपलं जीवन आपल्या समोर उलगडत जातं. आपल्याला जे वाटतं तसाच प्रतिसाद इतर लोक आपल्याला देऊ लागतात. जर आपल्याला सगळ्याच नकारात्मक

गोष्टी दिसत असतील आणि तसाच अनुभव येत असेल तर आपण – म्हणजे आपले विचार हीच त्या सगळ्या गोष्टींमधील सामाईक गोष्ट असण्याची दाट शक्यता असते. तुम्हाला विषारी भांड्याचं उदाहरण आठवतंय ना?

आपल्या संभाषणविषयक सवयींमधून आपल्या विचार संरचना प्रतिबिंबित होतात; परंतु कालौघात या सवयी आपल्या निवडी आणि कृती होतात. या गोष्टीच आपल्या जगात परिवर्तन घडवतात आणि त्याला आकार देतात. म्हणून आपल्या जगाविषयीचे आपले जे विचार असतात त्याच स्वरूपाचं जग आपल्यासमोर साकार होतं. विचार ही एक शक्तिशाली गोष्ट आहे. एखादा शिल्पकार जसा छिन्नीच्या प्रत्येक घावातून त्याच्या शिल्पाला आकार देत जातो आणि त्याला तयार करतो, त्याप्रमाणे तुम्हीही तुमच्या प्रत्येक शब्दातून, विचारातून आणि कृतीतून तुमचं स्वतःचं वास्तव तयार करता. मात्र, तरीही आपल्या सुदैवानं, विध्वंसक सवयी ओळखून त्यांना सोडून देणं शक्य असतं.

अगदी आतापासूनच प्रयत्न करा

आपल्या उदाहरणातील काल्पनिक जेनाच्या जीवनातून हे तत्त्व किंवा सिद्धान्त समजून घेणं सोपं आहे, परंतु तुमच्या जीवनात ते कसं दिसेल? असं काही तत्त्व तुमच्या जीवनात आहे, ही गोष्टच मुळात तुम्हाला बिलकूल माहीत नसण्याची मोठी शक्यता असते. आपल्याला जाणीवही नसलेल्या विचारसंरचनाच अतिशय हानिकारक आणि ठाम असतात. याचा अर्थ त्यांची जाणीव करून घेणं हे आपलं पहिलं काम असतं. तुम्हाला तुमच्या डोक्यात डोकावून पाहता येत नाही. परंतु तुमच्या भाषेवर तुम्ही लक्ष ठेवू शकता आणि तिच्यातून तुमच्या डोक्यातील घटकांविषयी निष्कर्ष काढू शकता.

तुमच्या संभाषणातील भाषा व शाब्दिक सवयी तुम्हाला जाणून घेण्याची गरज असलेल्या प्रत्येक गोष्टीविषयी तुम्हाला सांगतील. पुढचे २४ तास (तटस्थपणे) तुम्ही इतरांशी बोलताना आणि स्वतःबरोबर बोलत असताना वापरत असलेल्या भाषेचं आणि अर्थातच शब्दांचं निरीक्षण करा. एखाद्या शास्त्रज्ञाप्रमाणे या संदर्भातील चोवीस तासांतील सामग्री गोळा करा. तिचं विश्लेषण करण्याचा किंवा मूल्यमापन करण्याचा प्रयत्न करू नका. तसा विचार मनात आला तरी त्यापासून परावृत्त व्हा. तुम्ही वापरत असलेले शब्द पहा, तुम्ही ज्या प्रकारे त्या संदर्भातील कथन तयार करता आणि तुम्ही जे बोलत नाही त्याचाही विचार करा. तुम्ही वापरत असलेल्या

प्रतिमा, विषय आणि वस्तू यांचा विचार करा. होय, तुम्ही वापरलेल्या एकूणच सामग्रीचाही विचार करा. तुमच्या मनात काही समजुती किंवा कल्पना आणि तर्क असतील तर त्यांचीही नोंद करा. कोणत्या संरचना पुनः पुन्हा समोर येत राहिल्या आहेत?

याविषयी काय केलं पाहिजे?

सन २०२०मध्ये इराणमध्ये करण्यात आलेल्या एका अभ्यासातून असं दिसून आलं की, कोविड-१९ महासाथीच्या वेळी जाहीर करण्यात आलेल्या टाळेबंदीच्या दरम्यान, सकारात्मक आत्मसंवादाचा वापर करणाऱ्या लोकांच्या मनात मृत्यूची कमी भीती होती आणि त्यांच्यामध्ये ओसीडीची लक्षणंही कमी होती. मग नकारात्मक आत्मसंवादाला तुम्ही सकारात्मक आत्मसंवादात कसं काय परिवर्तित करू शकाल?

आपण आधी असं म्हटलं आहे की, नकारात्मक विचारसरणीशी किंवा वाईट सवयींशी लढा देण्याकरिता तुम्हाला प्रामाणिकपणे जागरूक असण्याची आणि कृती करण्याची इच्छा असली पाहिजे. या दोन्ही गोष्टी साध्य करण्याच्या विविध मार्गांचा आपण पुढच्या प्रकरणांमध्ये विचार करणार आहोत. परंतु सध्यातरी तुमच्या संभाषणविषयक विविध भाषिक सवयी तुम्हाला एखाद्या वहीत लिहून काढता येतात का, ते पहा. एकदा तुम्ही हे केलं की, तुम्ही विविध दिशांना हळुवारपणे कृती करू लागाल.

तुमच्या कार्यक्षमतेवर आणि तुम्ही जाणीवपूर्वक केलेल्या निवडीवर भर देण्यासाठी प्रत्येक निष्क्रिय गोष्टीची पुनर्रचना केली पाहिजे. नेमकी नसलेली किंवा चुकीची असलेली प्रत्येक गोष्ट नेमकी आणि वास्तववादी केली पाहिजे. निराशा प्रतीत होत असलेली प्रत्येक गोष्ट प्रभुत्व, आत्मनियंत्रण आणि हेतू यांविषयीच्या दृष्टिकोनांनी दूर सारली पाहिजे. हे कसं करायचं ते इथे दिलं आहे.

१. यापुढे विचारांची पुनर्रचना करा

आपलं लक्ष कशावर केंद्रित करावं त्याविषयीचा हा प्रश्न आहे. तुम्ही जे करू शकत नाही, करणार नाही किंवा करत नाही, त्याविषयी तुम्ही बोलू

शकता; परंतु त्याऐवजी तुम्ही काय करू शकता त्यावर तुम्ही लक्ष का केंद्रित करत नाही? जी गोष्ट काम करत नाही, जे तुम्हाला आवडत नाही त्याविषयी बोलण्याची निवड तुम्ही करू शकता, परंतु त्याऐवजी तुम्हाला जे आवडतं, ज्यामुळे तुम्ही रोमहर्षित आणि उल्लसित होता किंवा तुम्हाला ज्या कशाची निर्मिती किंवा उभारणी करण्याची इच्छा असते त्याविषयी तुम्ही का बोलत नाही?

'मी अंतर्मुख आहे. मला गर्दीचा तिरस्कार वाटतो,' याऐवजी 'मला वैयक्तिक संभाषण करायला आवडतं,' असं म्हणता येईल.

पहिलं विधान हे मर्यादित, संकुचित, निष्क्रिय आणि नकारात्मक आहे, तर दुसरं विधान हे खुलं, तजेलदार, चैतन्यमय आणि गतिशील आहे.

२. टोकाच्या परिस्थितींमधल्या सूक्ष्म छटांचा स्वीकार करा (करड्या रंगच्छटांना स्वीकारा)

अतितार्किक सर्वसामान्यीकरणाचा निष्कर्ष काढण्याशी आणि टोकाचा विचार करण्याच्या आजाराशी लढा देण्यासाठी प्रत्येक गोष्टीतील बारकावे किंवा तिच्यातील सूक्ष्म छटा समजून घेणं आणि काहीशा संदिग्धतेतही आरामशीरपणे राहणं या गोष्टींचा स्वीकार करा. जग हे फक्त काळ्या किंवा पांढऱ्या अशा दोनच रंगांचं नसतं. या दोन रंगांमध्ये अनेक करड्या रंगाच्या छटाही असतात. त्या समजून घ्या. वास्तवाच्या स्वरूपाविषयी उचित सर्वव्यापी विधानं करण्याच्या परिस्थितीत आपण क्वचितच असतो हे मान्य करा. त्याऐवजी जिज्ञासा बाळगा आणि विचार खुले ठेवा. त्यामुळे तुम्हाला 'दुसऱ्या बाजूला' डोकावून, तिकडे काय आहे ते पाहता येईल.

'सगळे चांगले पुरुष कोणाचे ना कोणाचे जोडीदार झाले आहेत. आता जोडीदार म्हणून निवडण्याजोगा कोणीही चांगला पुरुष उरलेला नाही,' या वाक्याऐवजी 'सगळी अविवाहित मुलं कुठे फिरत असतात, ती कुठे भेटतील तेच मला समजत नाही,' असं म्हणता येईल. 'एखाद्या स्त्रीचा तिच्या चाळिशीपर्यंत विवाह झाला नसेल तर तो धोक्याचा इशारा असतो. तिच्यापासून सावध राहा.' असं म्हणण्याऐवजी 'ती कुठल्या प्रकारची व्यक्ती आहे आणि तिला कशाची काळजी वाटते, काय आवडतं ते मला माहीत नाही,' असं तुम्ही म्हणू शकता.

३. आपल्या प्रिय व्यक्तीशी बोलल्याप्रमाणे स्वत:शी बोला

नकारात्मक आत्मसंवाद स्वाभाविकपणेच कमी आत्मविश्वासाकडे नेतो. तुमचा अंतर्गत टीकाकार हा तुमच्याकडे फक्त नकारात्मकता फेकणारा एक आवाज असतो. रॉबर्ट फायरस्टोन या मानसशास्त्रज्ञाच्या मते, हा एक प्रकारचा 'आत्म-विरोध' असतो. शारीरिकदृष्ट्या स्वत:ला इजा करून घेण्याहून तो फारसा भिन्न नसतो. आपल्यापैकी बहुतेकांना स्वप्नातसुद्धा आपल्या कुटुंबीयांचा, मित्र-मैत्रिणींचा किंवा सहकाऱ्यांचा अपमान करावा असं वाटत नाही. तरीही आपल्या बाबतीत मात्र आपण या तत्त्वाचं पालन करत नाही. उलटपक्षी आपण अगदी तत्परतेनं रोजच्या रोज आपला अवमान करत राहतो. आत्मटीका करताना थोडंसं थांबून आपल्या मनात नुकताच आलेला विचार अचूक, उपयुक्त किंवा खरा आहे का याची छाननी केली पाहिजे. परंतु काही वेळा विचारामुळे होणारी हानी ही त्या विचाराच्या स्वरावर अवलंबून असते.

तुमचं प्रेम असलेल्या किंवा अगदी तुम्हाला काळजी वाटत असलेल्या एखाद्या व्यक्तीला तुम्ही असं काही म्हणाल का, असा प्रश्न विचारून याविषयी स्वत:च खात्री करून घ्या. जर तुम्ही तिला तसं काही म्हणू शकणार नसाल तर स्वत:लाही असं काही म्हणू नका. तुम्ही काय बोलता ते महत्त्वाचं नसतं, तर तुम्ही कसं बोलता ते महत्त्वाचं असतं. जर एखाद्या व्यक्तीच्या भावना दुखावणं ही गोष्ट उद्धटपणाची असेल तर तुमच्या स्वत:च्या बाबतीतही तसं वागणं ही गोष्ट तितकीच वाईट असते, हे लक्षात घ्या.

'तू एक घाणेरडं, जाडजूड डुक्कर आहेस आणि तू जर त्यावर आधीच उपाययोजना केली नाहीस तर तुझ्यावर कोणीही प्रेम करणार नाही,' असं म्हणण्याऐवजी 'तुझं वजन वाढलंय. पण तरीही तुझ्यावर सगळेच प्रेम करतात. तू अधिक चांगला किंवा चांगली होण्याचा प्रयत्न करत असताना तुला आधार देण्याची आणि प्रेमळपणानं वागवण्याची गरज आहे. तू रोजच्या रोज खरोखरच प्रगती करत चालला किंवा चालली आहेस. छान! असंच करत राहा,' असं म्हणता येईल.

आपण हळुवार, प्रेमळ, दयाळू शब्द वापरून बोललो तर आपण खोटं बोलत नसतो किंवा सत्याकडे दुर्लक्ष करत नसतो, हे ध्यानात ठेवा. फक्त तुम्ही सत्याविषयी प्रेमानं बोलता, एवढंच ते असतं.

म्हणून एकदा तुम्ही २४ तासांच्या तुमच्या संभाषणाची सामग्री गोळा केली आणि तुमच्या आत्म-संभाषणाच्या किंवा आत्म-संवादाच्या विशिष्ट शैलीवर एक नजर टाकली की, त्या सामग्रीतून एक कल्पना किंवा मध्यवर्ती कल्पना निवडा आणि वर दिलेल्या तिन्ही दृष्टिकोनांना ती लागू करा. उदाहरणार्थ,

> **पुनःपुन्हा येणारा विचार :** *मला ही नोकरी आवडत नाही, मला तिचा अगदी तिरस्कार वाटतो. परंतु मला या नालायक कर्जाचे हप्ते फेडायचे असतील तर मला ती करावीच लागणार आहे.*
>
> **पर्यायी विचार :** *ही नोकरी करणं ही नेहमीच सुखद गोष्ट नाही, हे खरं आहे. परंतु तरीही मी ती करणार आहे, कारण तिच्यामुळे माझ्या आवडत्या घराच्या कर्जाचे हप्ते मला फेडता येतात. मी बुद्धिमान आणि कष्टाळू आहे. म्हणूनच मी केव्हाही इतर काही करण्याची निवडही करू शकतो.*

हा पर्याय म्हणजे आपल्या प्रिय व्यक्तीशी बोलल्याप्रमाणे आपण केलेला आत्मसंवाद असतो. जाणीवपूर्वक निवड करण्याशी आणि कार्यक्षमतेशी हे सगळं निगडित असतं. तुम्ही अडकलेले नसता, तर तुम्हाला तुमचं घर आवडतं, म्हणून तुम्ही कर्जफेड करता. कमी कठोर शब्दांत आणि अधिक प्रेमळपणानं वाक्यरचना केली की, तुम्ही ती नोकरी करणं काही वेळाच अवघड आहे असं म्हणता. त्यामुळे ती अवघड आहे यावर लक्ष न एकवटता त्याऐवजी तुमच्या ताकदींवर आणि शक्यतांवर लक्ष एकवटता. आता तुम्ही असं करून पहा.

विचारांमधील विकृती किंवा विपर्यास ओळखणं

आतापर्यंत आपण 'नकारात्मक विचार करण्याविषयी' बोललो आहोत. जणू काही हे विचार म्हणजे एखादं घन, एकसंध वस्तुमान असावं अशा प्रकारे आपण त्याविषयी विचार केला आहे. 'ॲना कॅरेनिना' या आपल्या कादंबरीत टॉलस्टॉय पुढील ओळीनं सुरुवात करतो : 'आनंदी कुटुंबं ही सगळी सारखीच असतात; परंतु प्रत्येक दुःखी कुटुंब हे त्याच्या

स्वतःच्या पद्धतीनं दुःखी असतं.' हीच गोष्ट विचारांच्या संरचनांना लागू पडते. सकारात्मकता समान पद्धतीनं साकार होते, तर विचारानं नकारात्मक रूप धारण करण्याचे लाखो मार्ग असल्यासारखं दिसतं.

आधी आपण म्हटलं आहे त्याप्रमाणे, आपण असं समजू या की, तुमच्या विचारप्रक्रियेवर तुम्ही फक्त एक दिवस देखरेख ठेवली होती आणि तुमच्यासमोर आलेल्या एकाच विचाराची किंवा कल्पनेची पुनर्रचना करण्यावर भर दिला होता. आता आपण त्या मार्गावरून वाटचाल सुरू करणार आहोत आणि ज्या वेळी आपल्या 'विचारांच्या वाहतुकीकडे किंवा वहनाकडे' आपण लक्ष देऊ, त्या वेळी आपल्याला तोंड द्यावं लागण्याची शक्यता असलेल्या नकारात्मकतेच्या काही प्रकारांवर आपण बारकाईनं नजर टाकणार आहोत. दुसऱ्या शब्दांत, नकारात्मकता हा सत्याचा विपर्यास किंवा विकृतीकरण असेल तर हा विपर्यास अनेक वेगवेगळ्या स्वरूपांमध्ये साकार होऊ शकतो. ही वेगवेगळी स्वरूपं ओळखण्यास शिका. त्यानंतर या विपर्यासांच्या आहारी जाण्याऐवजी तुम्ही त्यांना शोधण्यात अधिक निष्णात व्हाल.

आकलनात्मक विपर्यास किंवा विकृतीकरण या संज्ञेचा अर्थ चुकीचा विश्वास, आकलन किंवा विचार असा आहे.

एपीए (अमेरिकन सायकॉलॉजिकल असोसिएशऩ) असं सांगते की, 'विचार संरचनांचं, विश्वासांचं किंवा आकलनांचं विकृतीकरण हे नकारात्मक विचारसरणीमागचं एक कारण असतं.'

अर्थातच, कोणतीही व्यक्ती परिपूर्ण आणि कधीही न चुकणारी नसते. आपण सगळेच जण कधी ना कधी चुकतो. परंतु 'कायमच' विकृत अनुभूती येणं किंवा आकलनशक्ती विकृत अगर विपर्यस्त असणं ही एक समस्या आहे. या सगळ्या विकृती किंवा हे सगळे विपर्यास कुठून येतात? सध्यापुरतं आपण असं समजू या की, प्रत्येक मानसिक वळण आणि विकृती यांच्यामुळे कधीतरी एखादा उद्देश साध्य केला जातो. विशेषतः विकृतींमुळे आपल्याला भूतकाळातील दारुण दुःखावर किंवा हानीवर मात करण्यास मदत होते. परंतु जर ती जोखीम किंवा ते संकट दूर झाल्यानंतर दीर्घ काळापर्यंत त्या विकृती तशाच स्थिर राहिल्या तर त्यांचा कल आपलं संरक्षण करण्याऐवजी आपल्याला निर्बल करण्याकडे किंवा धोका निर्माण करण्याकडे असतो.

आपण आधीच दोन टोकांचा विचार करण्याच्या अत्यंत सामान्य विकृतीचा धांडोळा घेतला आहे. ज्या वेळी आपण अतिरेकी प्रमाणात तर्क करतो आणि गुंतागुंतीच्या जगाला दोनपैकी एका किंवा दोन्ही टोकांपर्यंत ताणतो आणि त्यांपैकी एका टोकाची निवड करण्यास आपल्याला भाग पाडतो, त्या वेळी ही दोन टोकांचाच विचार करण्याची विकृती निर्माण होते. आपण स्वतःच ज्या निर्णयाचा आग्रह धरला आहे, तोच हा निर्णय असल्याचं आपल्या लक्षात आलेलं नसतं. या प्रकारच्या विकृतीत नेहमीच, कधीही नाही, प्रत्येक जण, कोणीही नाही इत्यादी एकतर्फी विचारसरणी दर्शवणारी ठाम मतांची टोकाची विचारसरणी दिसून येते. (मात्र, हे 'नेहमीच' असतं असं नाही.)

'तुम्हाला माझं म्हणणं मान्य नसेल तर, तुम्ही त्या समस्येचा भाग आहात.'

तुम्हाला जाणीव झाली की, तुम्ही शोधू शकाल अशा आणखी काही विकृतींचा आता विचार करू या.

मानसिक गाळणी

मूलतः ही गोष्ट म्हणजे तुमच्या डोक्यात जणू काही एखादी गाळणी असावी अशी असते. ही गाळणी तुम्हाला विशिष्ट माहितीच घेण्याची आणि तिच्यातच गुंतण्याची किंवा तिचाच विचार करण्याची मुभा देते. जी गोष्ट त्या माहितीत चपखल बसत नाही, ती सरळ पुढे निघून जाते, तिचं आकलन करून घेतलं जात नाही. जणू काही ती अस्तित्वातच नसावी, अशा प्रकारे तिच्याशी त्या व्यक्तीचं काहीच देणं-घेणं नसतं. एकदा तुम्ही अशी गाळण्याची प्रक्रिया पूर्ण केली की, मग अगदी सुरुवातीलाच जगाविषयीचा जो दृष्टिकोन तुम्ही ग्राह्य धरला असेल, त्याच्याशी सुसंगत किंवा त्याच्याशी जुळणारी माहितीच गाळणीत शिल्लक राहते.

या संदर्भात आपण कॅरी नावाच्या मुलीचं उदाहरण पाहू या. ती कशी दिसते याविषयी तिच्या मनात गंभीर विकृत कल्पना आहे. यातली दुःखद बाब अशी आहे की, तिच्या असुरक्षिततेचा फायदा घेण्यासाठी टपून बसलेल्या या जगात ती अगदीच सर्वसाधारण रंगरूपाची आहे, याची तिला खात्री आहे. एके दिवशी कॅरी कपडे खरेदीसाठी बाहेर जाते. चार वेगवेगळ्या दुकानांच्या कपडे बदलण्याच्या खोल्यांमध्ये जाऊन ती वेगवेगळे कपडे

घालून पाहते. त्या खोलीतील चारपैकी तीन आरशांमध्ये तिचं प्रतिबिंब खूपच छान दिसतं. नंतर ती चौथ्या, अखेरच्या दुकानात जाते. तिथे खूपच खराब प्रकाशव्यवस्था असते. त्यामुळे कॅरी फारशी चांगली दिसत नाही.

त्यानंतर घरी परतल्यानंतर कॅरी म्हणते, 'मी उगीचच खरेदीसाठी बाहेर पडले. त्यात निव्वळ माझा वेळ वाया गेला. त्याशिवाय काहीच झालं नाही. मला थोडंफार तरी शोभणारं, बरं दिसेल असं काही मला मिळू शकेल असं मला का वाटलं तेच कळत नाही.' अशा वेळी पहिल्या तीन दुकानांमध्ये ती चांगली दिसत होती हे ती सोईस्करपणे विसरून जाते आणि चौथ्या दुकानात ती खराब दिसली हेच लक्षात ठेवते.

आपण अनाकर्षक आहोत या तिने स्वतःविषयी आधीच काढलेल्या निष्कर्षाशी जुळणारे सगळे अनुभव गोळा करून लक्षात ठेवल्यामुळेच तिच्या मानसिक गाळणीला आकार आला आहे. या निष्कर्षाला आव्हान देणाऱ्या इतर कोणत्याही गोष्टींचा ती विचार करत नाही.

कॅरीच्या जगात तिची प्रशंसा करणारी, तिला आकर्षक ठरवणारी ती प्रतिबिंबं कधी अस्तित्वातही नसतात. जर तिच्या मैत्रिणीनं याकडे तिचं लक्ष वेधलं तर ती बहुधा असं उत्तर देईल की, 'होय. नक्कीच तसं घडलं आहे. पण त्या आरशांमध्ये पाहिल्यानंतर लोकांना कृत्रिमपणे आकर्षक करून दाखवलं जातं. तुम्ही ते कपडे विकत घ्यावेत म्हणून अशी क्लृप्ती केली जाते.' दुसऱ्या शब्दांत, कॅरीच्या मनातील विकृती अशी आहे : फक्त नकारात्मक बाबच खरी आहे किंवा तिच्यावरच लक्ष केंद्रित केलं पाहिजे. सकारात्मक बाब ही क्षुल्लक किंवा आभासी, काल्पनिक आहे. ही गोष्ट आणखी एका दुसऱ्याच विकृतीकडे नेते. 'सकारात्मक किंवा धन गोष्टीला अपात्र ठरवणं' अशी ही विकृती आहे. इथे आपल्या पूर्वसमजुतीत न बसणाऱ्या माहितीची आपल्याला जाणीव असू शकते; परंतु तरीही संबंधित माहिती का महत्त्वाची नाही, याविषयीची एखादी कथा आपण तयार करतो.

'अरेच्चा, ही तर फक्त नशिबानं मिळालेली गोष्ट आहे,' असं आपण म्हणतो.

'आतापर्यंत दहा वेळा मी यशस्वी झालो तो फक्त एक योगायोग होता. पण अगदी अलीकडे मी अपयशी ठरलो, तीच गोष्ट खरी होती. मी हा असाच आहे. अपयशी ठरणारा!'

'लोकांनी ते खरोखरचं म्हटलेलं नाही. ते विनयशील किंवा दयाळू आहेत / त्यांच्या मताला फारशी किंमत नाही.'

जर कॅरीच्या मैत्रिणीनं असं म्हटलं की, 'आपण आधी घालून बघितलेल्या सगळ्या सुंदर ड्रेसबद्दल तू साफ विसरली आहेस. त्यांच्यात तू किती छान दिसत होतीस!' तर कॅरी कदाचित असं म्हणेल, 'असू देत. तू हे फक्त स्वतः गोड आहेस आणि माझी मैत्रीण आहेस म्हणून म्हणतेस.'

खरं तर जोपर्यंत एखाद्या सकारात्मक गोष्टीत एखादी नकारात्मक गोष्ट सापडत नाही तोपर्यंत कॅरी या सगळ्या गोष्टी ताणत राहील. मनातल्या मनात ती असा विचार करेल की, 'मला हे नक्कीच माहीत आहे की, तिला माझी कीव येतेय. मी जशी दिसतेय त्याहून मी अधिक चांगली आहे असं सांगितल्यामुळे मला बरं वाटेल असं तिला वाटतंय. बहुतेक मला वाटतं त्याहूनही मी जास्तच वाईट दिसतेय.'

कॅरीची प्रवृत्ती ही टोकाची वाटत असली तरी प्रत्यक्षात 'नकारात्मकतेचा पूर्वग्रह' असं म्हटलं जाणारी ती एक खूपच सर्वसामान्य प्रवृत्ती कशी आहे ते आपण या पुस्तकात नंतर पाहणार आहोत. उत्क्रांतीतच या नकारात्मकतेच्या पूर्वग्रहाचं मूळ आहे.

वैयक्तीकरण

एखादी गोष्ट का घडते याचं स्वतःलाच स्पष्टीकरण देण्याचा आणि घटनांचे अर्थ लावण्याचा प्रयत्न मेंदू करत असतो, म्हणून सुलभ मानसिक पर्याय आणि पूर्वग्रह अस्तित्वात असतात. याला अस्तित्वविषयक आत्मकेंद्रितपणा असं आपण म्हणू शकतो. परंतु काही स्वैर गोष्टींचा परस्परांशी जितका संबंध असतो त्याहूनही त्यांचा आपल्याशी खूपच अधिक संबंध आहे, अशी कल्पना माणूस करतो. नकारात्मक विचारसरणीचा विचार केला तर, याचा अर्थ कोणतीही नकारात्मक गोष्ट घडली तर कोणत्या ना कोणत्या प्रकारे ती तुमचीच चूक किंवा दोष आहे असं मानणं किंवा तिच्यातून तुमच्या व्यक्तिमत्त्वाचं वाईट प्रतिबिंब दिसेल असं समजणं असा होतो.

गाळणीच्या प्रक्रियेमुळे तुम्ही नकारात्मकतेवर अधिक लक्ष केंद्रित करता किंवा तिथे नकारात्मकता नसतानाही ती आहेच अशी कल्पना करता.

ज्या वेळी नकारात्मता खरोखरच असते, परंतु तुम्ही चुकीच्या पद्धतीनं स्वतः ला तिचं कारण किंवा स्रोत समजता, त्या वेळी तुम्ही वैयक्तीकरण करता.

म्हणजे जणू काही तुम्ही असं म्हणत असता की, 'तिथे वाईट गोष्ट आहे आणि इथे मी वाईट आहे. म्हणून कसं का असेना, आमचा एकमेकींशी संबंध असलाच पाहिजे.'

एके दिवशी कॅरी मैत्रिणीच्या लग्नाला जाते. मात्र, आपण घालणार असलेला ड्रेस आपल्याला शोभून दिसेल की नाही, यावर ती संपूर्ण सकाळभर विचार करत राहते, पण तिचं समाधान होत नाही. ज्या वेळी ती त्या समारंभात जाते, त्या वेळी तिची मैत्रीण घाईत असते आणि काही कामांत व्यग्र असते. ती सहज चेष्टेनं म्हणते, 'आतापर्यंत फारशी गडबड झाली नाही ही चांगली गोष्ट आहे. पण हल्ली सेमी-फॉर्मल ड्रेस याचा काय अर्थ आहे हे सगळ्यांनाच समजत नाही हेही खरं आहे. म्हणजे मी काय बोलतेय हे तुझ्या लक्षात आलं असेलच.' अर्थातच हे ती कॅरीला उद्देशून बोललेली नाही. पण कॅरीच्या मनात शंकेची पाल चुकचुकते. त्यापाठोपाठ क्षणार्धात तिची खात्री पटते की, तिची मैत्रीण तिलाच उद्देशून ते बोलली होती. याचा अर्थ आपण उचित पोशाख घातलेला नाही, असं तिला वाटू लागतं. दुसऱ्या शब्दांत, तिची मैत्रीण किती घाईत होती आणि किती व्यग्र होती हे तिला माहीत असतं. तिचं कॅरीकडे फारसं लक्षही नव्हतं हेही ती जाणून असते, पण तरीही ती हा निष्कर्ष काढते. कारण तिच्या बोलण्याचं कारण आपणच आहोत असं ती मानते. पुन्हा एकदा त्याकरिता तिने तिच्या मनातील त्याच गाळणीचा वापर केलेला असतो. ही गाळणी वापरून ती फक्त एकच निष्कर्ष काढू शकते की, ती अतिशय विचित्र, खराब दिसते. त्यानंतर त्या वर्षी तिचा प्रियकर तिला फसवतो आणि तिला सोडून निघून जातो, त्या वेळीही ती हाच निष्कर्ष काढते की, ती दुसरी मुलगी तिच्यापेक्षा दिसायला चांगली असल्यामुळेच तो तिला सोडून गेला.

घाईघाईनं निष्कर्ष काढणं आणि आभासी मनकवडेपणा

इतर लोकांच्या हेतूंविषयी आणि प्रेरणांविषयी अंदाज बांधण्याची प्रवृत्ती ही याच विकृतीशी अगदी जवळून संबंधित असते. कॅरी आपोआपच असं समजते की, तिची मैत्रीण संदर्भ देत असलेली त्या लग्नसमारंभातील ती

एकमेव व्यक्ती आहे. शिवाय, तिच्या प्रियकराच्या डोक्यातही आपल्याच डोक्यातील मानसिक गाळणीसारखी गाळणी आहे असंही ती अगदी खात्रीपूर्वक गृहीत धरते. त्यामुळे तो इतर कोणत्याही गोष्टीचा विचार न करता, फक्त 'कॅरी अनाकर्षक आहे,' इतकाच विचार करत असल्याचं ती निश्चितपणे समजते. मन वाचणं ही गोष्ट अंदाज बांधून नकळतपणे मोकळ्या जागा भरण्याची आणि इतरांच्या विचारप्रक्रिया या आपल्या स्वतःच्या विचारप्रक्रियांशी व्यापक प्रमाणात सुसंगत आहेतच असं समजून हवेत तीर मारत सुटण्यासारखी असते. ज्या वेळी आपण प्रत्यक्षात व्यक्तींशी संपर्क साधून त्या काय विचार करत आहेत हे समजून घेणं थांबवतो, त्या वेळी ही गोष्ट करणं सोपं असतं. अशा वेळी आपण स्वतःच आपल्या मनातील विचार त्या व्यक्तीवर लादून तिचं मन वाचत असल्याचा निर्वाळा देतो आणि आपल्या मनातील विचार तिचा असल्याचं सांगून तो व्यक्त करतो. प्रत्यक्षात तो आपला अंदाज असतो.

खरं तर एखाद्या परिस्थितीचा अनेक दृष्टिकोनांतून विचार करण्याऐवजी कॅरी तिच्या डोक्यात तिच्याशी झालेल्या विश्वासघाताच्या संदर्भात एक प्रकारची कथा गुंफते. आपण नेहमीच अनाकर्षक आहोत हा तिच्या मनातील ठाम निष्कर्ष आहे. म्हणूनच त्याला ती नेहमीच अनाकर्षक वाटत होती असं ठरवून ती मोकळी होते. म्हणूनच तिच्याहून अधिक चांगली दिसणारी कोणीतरी त्याच्यासमोर आल्यावर तो तिला सोडून गेला असं तिला वाटतं. त्याकरिता त्याला कोण दोष देणार आहे? इथे कॅरी फक्त वैयक्तीकरणच करत नाही तर, दुसऱ्याचं मनही वाचल्याचं समजत आहे. तिच्याकडे पुराव्याचा एखादा किरकोळ धागाही नसताना तो असाच विचार करत आहे हे तिला 'माहीत' आहे. तिच्या या विकृतपणामुळे ती आंधळेपणानं अशाच प्रकारचे आणखी बरेच संभाव्य अन्वयार्थ लावत राहते. तिच्या प्रियकरानं तिची फसवणूक केली, कारण ती अप्रामाणिक आणि लबाड व्यक्ती असू शकेल किंवा तो अपरिपक्व असून त्याने मूर्खपणानं चूक केली असेल किंवा कदाचित त्याने असं का केलं ते त्याचं त्यालाही समजलं नसेल. पण तरीही आपण मनकवडी असल्याप्रमाणे तिने ठाम निष्कर्ष काढलाच आहे.

राईचा पर्वत करणं किंवा सर्वांत वाईट कल्पना करणं

यालाच एक तर अतिशयोक्ती (विस्तृतीकरण) करणं किंवा याचीच दुसऱ्या टोकाची गोष्ट म्हणजे गोष्टी किमान पातळीपर्यंत कमी करणं असं म्हटलं जातं. तुमची विकृती कोणत्या दिशेला ताणली जाते, त्यानुसार याला नेमकं काय म्हणायचं ते अवलंबून असतं. मूलतः ही अतिशयोक्ती करण्याची प्रवृत्ती असते. कॅरी कधीही असं म्हणत नाही की, ती दिसायला सर्वसामान्य किंवा बरी आहे. आपण अतिशय कुरूप, हिडीस दिसतो असंच तिला वाटतं. ती स्वतःला फक्त अनाकर्षक व्यक्ती समजत नाही, तर जगातील आतापर्यंतच्या सगळ्या व्यक्तींमधली अत्यंत अनाकर्षक व्यक्ती समजते. ती कुरूप असल्याच्या वस्तुस्थितीतून सगळ्यात वाईट फलितही ध्वनित होतं. तिच्यावर कोणीही कधीच प्रेम करणार नाही, अगदी खराब एकाकी जीवन जगणंच तिच्या नशिबी आहे. रस्त्यात तिला पाहिल्यानंतर लहान मुलं रडू लागतात अशा सगळ्या कल्पना ती करते.

किमान पातळीपर्यंत वस्तुस्थिती किंवा गोष्टी नेणं ही गोष्टही अतिशयोक्ती किंवा विस्तृतीकरणाइतकीच घातक असते. एखाद्या सकाळी तयार होण्यात, केस विंचरण्यात, मेकअप करण्यात आणि सुंदर कपडे घालण्यात कॅरी एखादा तास घालवेल. मात्र, इतकं सगळं केल्यानंतर ती अखेरीस असं जाहीर करेल की, 'या सगळ्यामुळे काडीचाही फरक पडलेला नाही. मी पूर्वीसारखीच खराब दिसत आहे.'

नकारात्मक विचार करणारे लोक हे संकटाचा किंवा जोखमीचा आकार भलताच वाढवून त्याबद्दल अतिशयोक्ती करताना दिसतात. त्याच वेळी त्यांच्या स्वतःच्या लवचीकतेला, स्वतःकडच्या स्रोतांना, त्यांच्या ताकदीला आणि त्या खऱ्या किंवा काल्पनिक संकटाशी जुळवून घेण्याच्या त्यांच्या क्षमतेला ते खूपच कमी लेखतात. नकारात्मक गोष्टीचं विस्तारीकरण केलं जातं आणि ती टोकापर्यंत ताणली जाते, तर आशेच्या किरणाला पूर्णपणे नेस्तनाबूत होईपर्यंत कमी केलं जातं.

एके दिवशी संध्याकाळी कॅरी एकटीच बसते आणि आपलं जीवन संपल्याची कल्पना करते. तिच्या रूपाभोवतीची, दिसण्याभोवतीची नकारात्मकता तिला सर्व बाजूंनी इतकी वेढून टाकते की, त्यामुळे तिला आपण मोठ्या आपत्तीत सापडल्यासारखं वाटतं. तिच्याकडे आकर्षक

नोकरी, तिची काळजी असलेले कित्येक मित्र-मैत्रिणी, आनंदी कुटुंब आणि अनेक प्रकारच्या प्रतिभा व स्वारस्यं असली तरीही त्यामुळे तिला काहीच फरक पडत नाही. तिच्या दिसण्यातील तिला समजलेले तथाकथित दोष ती मनातल्या मनात इतके वाढवते की, या सगळ्या गोष्टींना त्यांचं ग्रहण लागतं. त्या सगळ्या चांगल्या गोष्टी इतक्या किमान पातळीपर्यंत नेल्या जातात की, त्या अगदीच क्षुल्लक वाटू लागतात. अशा परिस्थितीत दुर्बल झालेल्या कॅरीला आपल्या रंग-रूपातील हे दोष काढून टाकणं मुळीच शक्य नाही, असं वाटू लागतं.

अपेक्षा आणि त्यांची लेबल्स

कॅरीच्या दृष्टीनं इथूनच गोष्टी रोचक होऊ लागतात. आपल्या स्वतःच्या विचार संरचनांची आणि नेहमीच्या अंगवळणी पडलेल्या नकारात्मकतेची अधिक जाणीव करून घेण्यास ती सुरुवात करते, त्या वेळी तिच्या हे लक्षात येतं की, तिच्या मनातील बऱ्याचशा समजुती या तिने कसं दिसलं पाहिजे, याविषयीच्या तिच्या मनातील कल्पनांशी तुलना केल्यामुळे तयार झाल्या आहेत. तिचे केस नागमोडी लाटालाटांचे आणि फुगीर आहेत. त्याऐवजी ते सरळ आणि रेशमी असावयास हवे होते. ती उंच आहे, त्याऐवजी ती ठेंगणी-ठुसकी असायला पाहिजे होती. तिचे डोळे काळेभोर आहेत. त्याऐवजी ते निळे किंवा हिरवे किंवा निदान बदामी तरी असावयास हवे होते.

कॅरीच्या मनात या सगळ्या अपेक्षा कुठून आल्या, याचा शोध घेणं हा या पुस्तकाचा हेतू आणि कार्य नाही. (मात्र, तरीही आपल्यापैकी बरेच जण याविषयीचा अंदाज बांधू शकतात.) त्याऐवजी, एखाद्या वास्तव किंवा काल्पनिक मानांकनाशी तुलना करणं ही गोष्ट अनेक वेळा नकारात्मकतेचा स्रोत असते ही वस्तुस्थिती या पुस्तकातून आता आपल्या समोर आली आहे. जोपर्यंत आपण इतर प्रत्येकाशी आपली तुलना करत नाही, तोपर्यंत आपल्यापैकी अनेक जण आपल्या वाट्याला आलेल्या गोष्टींमध्ये आनंदी असतात. परंतु ज्या वेळी ते अशी तुलना करू लागतात, त्या वेळी त्यांना आपल्यात काहीतरी उणीव आहे असं वाटू लागतं.

लेबल लावण्याची कल्पना याच्याशी खूपच जवळची आहे. सगळ्या अपेक्षांचा संग्रह म्हणून आपण वेगवेगळ्या लेबल्सचा विचार करू शकतो.

ती सगळी एकरूप होऊन एक होतात. त्यानंतर 'सुंदर स्त्री' हे लेबल आपल्या अपेक्षांच्या यादीत असतं. सुंदर स्त्री ही अमुक असली पाहिजे, तमुक असली पाहिजे. ती अशी असली पाहिजे, तशी असली पाहिजे, वगैरे वगैरे. हे वास्तव नसतं; मात्र, आपण वास्तवाभोवती स्वच्छंदी स्वरूपाचा, मनमानी प्रकारचा नियम तयार करतो. त्यानंतर त्या नियमाशी आपण सुसंगत नसल्यामुळे आपल्याला दुःख होतं. आता याविषयी तुमच्या मनात शंका असेल तर सरळ केस असलेल्या सगळ्या महिलांना कुरळे केस असायला हवे होते, असं कसं वाटतं आणि कुरळ्या केसांच्या सगळ्या महिलांना आपले केस सरळ असायला हवे होते, असं कसं वाटतं त्याचा विचार करा.

कॅरीचं उदाहरण तुम्हाला वरवरचं वाटत असेल तर त्याहून अधिक गंभीर स्वरूपाच्या एखाद्या उदाहरणाचा विचार करा. अशी कल्पना करा की, कॅरीच्या सगळ्या मैत्रिणी हुशार, यशस्वी आणि स्वतंत्र विचाराच्या आहेत. सौंदर्याच्या मानांकनाच्या ओझ्याचा मानसिक आरोग्यावर कसा परिणाम होतो याची त्यांना जाणीव आहे. एके दिवशी ती त्यांच्यासमोर आपलं मन मोकळं करते आणि तिला तिच्या रंग-रूपाचा किती तिटकारा वाटतो ते त्यांना सांगते. इतर कुठल्याही गोष्टीपेक्षा समाजमाध्यमांवर (सोशल मीडियावर) आपल्याला दिसणाऱ्या सुंदर स्त्रियांसारख्याच आपणही सुंदर असतो तर किती बरं झालं असतं, असं तिला वाटत असल्याचं ती सांगून टाकते.

या मैत्रिणी तिला कसा प्रतिसाद देतील? त्या तिचं म्हणणं खोडून काढतील. त्या म्हणतील, 'तू स्वतःवर प्रेम केलं पाहिजेस. तू त्या कचऱ्याकडे लक्ष देऊ नकोस. शिवाय, काहीही असलं तरी तू कशी दिसतेस, तुझं शरीर कसं आहे ते तितकंसं महत्त्वाचं नसतं. तुमच्या अंतरंगात काय आहे, तुमचं मन, विचार कसे आहेत त्यावरून लोकांनी एकमेकांविषयी आदर बाळगला पाहिजे.' ही गोष्ट ऐकायला छान वाटते. परंतु हीसुद्धा एक प्रकारची आकलनात्मक विकृती आहे. आपण कसे दिसतो, ही गोष्टसुद्धा निश्चितपणे महत्त्वाची असतेच. कॅरीला अधिक चांगलं वाटावं म्हणून असं बोललं गेलं तर तिला चांगलं वाटण्याऐवजी अधिकच वाईट वाटेल. कारण यामुळे आपण कशा दिसतो याविषयी तिला वाईट वाटत राहीलच; पण त्याशिवाय आता आपण असमाधानी असल्यामुळे ती आणखी असंतुष्ट होईल. आता आपण आत्मविश्वासू आणि आपण जशा आहोत तसा आपला

स्वीकार करणाऱ्या असलो पाहिजे, अशी आणखी एक अपेक्षा तिच्या मनात तयार झालेली असेल.

सर्वसामान्य किंवा अचूक असल्याचं गृहीत धरलेल्या एखाद्या मानांकनाशी स्वतःची तुलना करणं ही गोष्ट वास्तवाशी वाद घालण्यासारखी असते. काही वेळा आपण स्वतःला विश्वाच्या सीईओच्या भूमिकेत ठेवतो आणि काय व कधी घडलं पाहिजे हे एकतर्फीपणे ठरवतो. आपल्या स्वतःच्या सदोष आकलनानुसार गोष्टींना लेबल लावून मोकळे होतो. म्हणून आपण असं म्हणतो की, 'एखादी सुंदर स्त्री ही नाजूक असावी आणि अति उंच असू नये.' किंवा 'आत्मविश्वासू स्त्रीच्या मनात अशा प्रकारच्या असुरक्षिततेच्या भावना असू नयेत.' हे कोण म्हणतं? ज्या वेळी तुम्ही 'अमुक असं असलं पाहिजे', असं म्हणता, त्या वेळी त्यानंतर तुम्ही जे बोलता तो फक्त तुम्ही केलेला निवाडा असतो आणि सहसा तो तुम्हाला अनुकूल नसतो.

या खरोखरच्या रोचक, सुरेख आकलनात्मक विकृतीला कसलीच मर्यादा नसते. तिच्यात वर दिलेल्या सगळ्या अपेक्षा असतातच; शिवाय त्याहूनही अधिक अपेक्षा असू शकतात आणि त्यांची भर पडत राहते. कॅरीच्या विकृती हे विविध प्रकारच्या वेगवेगळ्या पूर्वग्रहांचं आणि समजुतींचं गुंतागुंतीचं मिश्रण आहे. परंतु त्यांपैकी प्रत्येक पूर्वग्रह आणि समजूत एकाच प्रकारे काम करते. ती जगाविषयीच्या नकारात्मक दृष्टिकोनाला पाठबळ देते आणि त्याला पुढे रेटते. त्यामुळे अशा एखाद्या दृष्टिकोनापर्यंत वास्तव किंवा वेगळा संदेश पोहोचण्याच्या सगळ्या शक्यता नष्ट होतात.

परंतु आता पुढील गोष्टीचा विचार करा : जर प्रत्येक वळणावर स्वतःला कमी लेखण्यावर कॅरीचं मन काम करत नसतं तर, काय घडलं असतं? त्याऐवजी चिकित्सक विचारसरणी, सजग जाणीव आणि बुद्धिमानतेनं केलेली तर्कसुसंगत निवड या तिच्या मनाच्या शक्तींच्या साहाय्यानं ती पूर्णपणे वेगळ्या प्रकारचं जीवन जगली असती तर काय झालं असतं? एकदा तुमची आकलनात्मक विकृती तुम्ही ओळखली आणि तुमच्या आत्मचिंतनाच्या वाटचालीच्या प्रवाहात ती किती वेगवेगळ्या प्रकारे दिसून येत आहे, ते ओळखलं तर तुमच्या मनात स्वाभाविकपणेच असा विचार येऊ लागेल की : 'या सगळ्या विकृती किंवा विपर्यास नसते तर जीवन कसं असलं असतं?'

तुमच्या अंतर्गत समीक्षकाला कसं आव्हान द्यावं?

तुमच्या अंतर्यामीच्या समीक्षकाची औपचारिक ओळख करून घेण्याची तुम्हाला गरजच नसते. तुम्ही त्याच्याशी सुपरिचित असता आणि त्याच्याकडून रोजच अनेक वेळा तुम्ही बऱ्याच गोष्टी ऐकलेल्या असतात. हा अंतर्गत आवाज असतो आणि तो तुमच्यावर टीका करतो, तुमचं मूल्यमापन करतो, निवाडा करतो आणि तुमचा निषेधही करतो. तुम्हाला हतोत्साहित करणारा हा नेता तुम्हाला सतत सांगत राहतो की :

'तू चुकतोयस. तू चुकीची गोष्ट करतोयस.'

'तू करत असलेली गोष्ट 'चांगल्या' या शब्दाच्या जवळपास जाणारीही नाही.'

'प्रत्येक जणच तुझ्याविषयी बोलत आहे.'

'तूसुद्धा ही गोष्ट करणं सोडून देऊ शकतोस.'

'तू कोण आहेस असं तुला वाटतं?'

तुमच्या दृष्टिकोनाची पुनर्रचना करण्याच्या, करड्या रंगच्छटांचा स्वीकार करण्याच्या आणि तुमच्या प्रिय व्यक्तींशी तुम्ही बोलता, त्या प्रकारे स्वतःशी बोलून, आत्मसंभाषणात कशी तडजोड करावी, स्वतःशी कसं बोलावं हे ठरवण्याच्या काही पद्धती आपण पाहिल्या आहेत. परंतु एकदा तुमच्या अंतर्गत टीकाकाराकडे तुम्ही लक्ष देऊ लागलात की, एक गमतीशीर गोष्ट घडू लागते. तो टीकाकार सर्वत्र आहे असं वाटू लागतं. मग आता काय करायचं?

पायरी क्र. १ : विचारांकडे विचार म्हणूनच पाहा

ही अत्यंत महत्त्वाची पायरी आहे. ज्या वेळी तुमचा अंतर्गत टीकाकार तुम्हाला सांगतो की, 'ही गोष्ट नैराश्यपूर्ण आहे', त्या वेळी तुम्ही ते ऐकता, परंतु तुम्ही स्वतःशीच असं म्हणू शकता की, 'माझा अंतर्गत टीकाकार मला ही गोष्ट नैराश्यपूर्ण आहे, असं सांगत आहे.' यामुळे मोठा फरक घडून येतो. तुमचा नकारात्मक आत्मसंवाद हे वास्तव नसतं, फक्त याची स्वतःला

जाणीव करून द्या. तसं केल्यामुळे तुमच्यावरची त्याची सत्ता तुम्ही मोठ्या प्रमाणात कमी करून टाकाल. तुमचे विचार हे फक्त विचार असतात. ते मनात येतात आणि जातात. त्यांना फार महत्त्व देऊ नका.

पायरी क्र. २ : अंतर राखून राहा

तुमच्या मेंदूला हे खरोखरच दाखवून द्या की, हे फक्त विचार आहेत. ते वास्तवापासून आणि तुम्ही अंतःकरणात खरोखरचे जे कोणी आहात, त्या तुमच्या मूळ स्वरूपाहून भिन्न आहेत. तुमच्या अंतर्गत टीकाकाराला नाव द्या. अशी कल्पना करा की, अक्षरशः तो एक कोपऱ्यात थांबलेला त्रासदायक, संतापजनक छोटासा कीटक आहे. त्याला तुमच्यातून बाहेर उसळून येण्याची आणि तुम्हाला त्रास देण्याची इच्छा आहे. 'प्रत्येक गोष्ट नैराश्यपूर्ण आणि भयावह आहे,' या विचारापासून 'याकडे लक्ष दे. इथे नैराश्याची परी पुन्हा एकदा भेट देण्यास आली आहे,' इथपर्यंत या. या परीला पाहून 'हे मिल्ड्रेड! हाऊ आर यू?' या इंग्रजी गाण्यासारखं एखादं तुमचं आवडतं गाणं गुणगुणा.

पायरी क्र. ३ : दयाळूपणे वागा

तुम्हाला ज्या वेळी अंतर्गत टीकाकार समोर आल्याचं आढळतं, त्या वेळी त्याच्या विरोधात बोलण्याचा मोह होऊ शकतो. त्याच्या विरोधात अगदी दुष्टाव्यानं, शिरजोरपणे बोलावं असं तुम्हाला वाटण्याची शक्यता असते किंवा मुळातच असा टीकाकार आपल्या अंतर्यामी असल्यामुळे तुम्हाला लाजही वाटू शकते. या मोहाला किंवा शरमिंदेपणाला रोखा. त्याऐवजी अंतर्गत टीकाकाराला सुसंस्कृतपणे, त्याच्याकडे लक्ष देऊन आणि दयाळूपणे वागवा. तुमच्या अंतर्गत रक्षकाच्या बाबतीत तुम्ही कराल त्याप्रमाणे टेबलाजवळ खुर्ची ओढून घेऊन आपल्या अंतर्गत टीकाकाराला आपण जेवू घालत आहोत अशी कल्पना करा. ज्या वेळी आपण दयाळूपणे विचार करतो, त्या वेळी आपण नकारात्मकतेला सामान्य पातळीवर आणतो आणि तिच्यातील दंशासारखी वेदना काढून टाकतो. 'अगदी या क्षणी तुला वाईट वाटत आहे. पण ते ठीक आहे. तुला काही वेळा वाईट वाटेल; परंतु तुला कित्येक आनंदी अनुभवही आले आहेत', असा विचार करा.

पायरी क्र. ४ : काहीही करू नका

होय. हे खरंच आहे. ही गोष्ट सोपी आहे. तुमच्या अंतर्गत समीक्षकानं मार्गदर्शन केल्याप्रमाणे कृती करण्यास नकार द्या. हा टीकाकार म्हणजे जास्तीत जास्त तुमच्या कारमधील एखादा प्रवासी असू शकतो; परंतु तो तुमची कार चालवू शकत नाही. थोडक्यात, तो सूत्रधार असू शकत नाही. आपल्याला कसं वाटावं हे नेहमीच आपल्या हातात नसतं. परंतु आपण काय करावं आणि काय बोलावं याच्या जाणीवपूर्वक निवडी आपण करू शकतो. ती ताकद मिळवा. अंतर्गत टीकाकाराच्या म्हणण्यानुसार काम करण्यास नकार द्या. त्याऐवजी जागरूकपणे, निकोपपणे व वास्तववादीपणे कृती करा. 'होय मिल्ड्रेड, तुला अगदी या क्षणी माझ्याशी लढायचं आहे हे मला माहीत आहे. परंतु त्याऐवजी चल, आपण फिरायला जाऊ या.' अशा स्वरूपाचं काहीतरी त्याला म्हणा.

सकारात्मक आत्मसंवादाचं स्वरूप प्रत्यक्षात कसं असतं?

सकारात्मक आत्मसंवाद याचा अर्थ फक्त नकारात्मक विकृती नसणं असा होत नाही. सकारात्मक आत्मसंवादाकडे त्याची स्वतःची गुणवैशिष्ट्यं असतात. ते शांत, आशावादी, जिज्ञासू, कृतज्ञ, स्थिर आणि आत्मविश्वासू स्वरूपाचं असतं. ज्या वेळी तुमच्या आत्मसंवादात ही गुणवैशिष्ट्यं असतील, त्या वेळी तुम्हाला सकारात्मक आत्मसंवादाची अनुभूती येईल.

सकारात्मक आत्मसंवाद याचा अर्थ आपण सातत्यानं स्वतःला आपण किती छान, सुरेख आहोत, याचं वर्णन करणारं एक अतिशयोक्तिपूर्ण 'प्रेरणादायी भाषण' देत राहिलं पाहिजे असा नाही. कारण असं करणं ही काहीही झालं तरी, आणखी एक विकृती आहे. **त्याऐवजी स्वतंत्र इच्छेची मालकी पत्करल्यामुळे आणि आपल्या मूल्यांशी सुसंगत पद्धतींनी कृती केल्यामुळे लाभलेल्या आत्मविश्वासातून वास्तवाला ते जसं आहे तसं स्वीकारण्याची गौरवास्पद इच्छा असणं म्हणजे सकारात्मक आत्मसंवाद किंवा आत्मसंभाषण होय.**

म्हणून ज्या वेळी एखादी अनपेक्षित आणि अप्रसन्न गोष्ट समोर उभी ठाकते त्या वेळी तुम्ही विचार करता की, 'अरे बाप रे, ही तर आव्हानात्मक

गोष्ट आहे. परंतु ती माझ्या मार्गात कशी आली याचंच मला आश्चर्य वाटतंय. मला अजून खात्री वाटत नाही, पण मी यातून बाहेर पडण्याचा मार्ग शोधेन.' ज्या वेळी एखादी नवीन आणि खात्रीशीर गोष्ट समोर येते, त्या वेळी तुम्ही तिला थेट सामोरे जाता आणि म्हणता, 'अरे वा! याचा मी आधी कधीही विचार केला नव्हता. ठीक आहे. हिला अजमावून पुढे काय होतं ते पाहू या.'

सकारात्मक विचारसरणी म्हणजे फक्त समाधान किंवा संतोष प्राप्त करून घेणं नव्हे, ती एक भावना आहे. तुमच्या डोक्यात काय सुरू आहे त्याकडे लक्ष देण्याची सवय तुम्ही लावून घेता, त्या वेळी फक्त संकल्पनांकडे पाहू नका. तुमच्या दृष्टिकोनाकडे आणि भावनिक अवस्थेकडेही पाहा. यामुळे चिंता, आत्मतिरस्कार आणि टाळाटाळ करणं यांसारख्या 'विषारी सकारात्मकते'तून आत्मसंवाद करण्यापासून तुम्ही आपल्या सकारात्मक आत्मसंवादापर्यंत पोहोचता. अशा प्रकारेच तुम्ही स्वतःला 'विषारी सकारात्मकतेच्या' खड्ड्यात पडण्यापासून वाचवू शकता.

तुम्ही नेहमीच जो विचार करता तो तुमच्या निवांत, आरामदायक क्षेत्राच्या आत (कम्फर्ट झोनच्या आत) राहून करता. पण आपण कसा विचार करू शकतो, अधिक संभाव्य चांगल्या प्रकारे विचार करण्याची पद्धत काय असेल हे तुम्ही या क्षेत्राच्या बाहेर पडल्यावरच ठरवता. या दोहोंना एकमेकांपासून स्वतंत्र करणारी एक सीमारेषा आहे. तुम्हाला विकास करून घ्यायचा असेल, उत्क्रांत व्हायचं असेल तर, तुम्हाला कुठे ना कुठे, कधी ना कधी ही सीमारेषा ओलांडावीच लागते. तुम्ही दीर्घ काळापासून नकारात्मक विचार करणारी व्यक्ती असाल तर, आपण शोधलेल्या प्रत्येक गोष्टीला तुम्ही आपोआपच असा प्रतिसाद द्याल की, 'हे ऐकायला ठीक वाटतंय, पण माझ्याकरिता ते कधीच काम करणार नाही.' किंवा 'हे तर अगदीच साधं आहे. खरोखरचं जग हे खूपच अधिक प्रमाणात गुंतागुंतीचं असतं.'

आपण आणखी पुढे जाण्याच्या आधी या गोष्टीची जाणीव करून घेण्याची गरज आहे की, एखादी गोष्ट काम करेल याचा तोपर्यंत तुमच्याकडे कोणताही पुरावा नसला तरी, **तुम्हाला विश्वासानं झेप घेऊन ती सीमारेषा ओलांडावीच लागेल. जर तुम्ही ती रेषा पार करण्याचा निर्णय निष्क्रियपणे, पूर्णपणे जागरूकता न बाळगता घेत असाल तर, जगातील सगळी सकारात्मक पुष्टिदायक विधानं आणि जागरूकता बाळगून केलेले स्वाध्याय मुळीच**

उपयुक्त ठरणार नाहीत. याचा अर्थ तुम्ही ती रेषा ओलांडण्यासाठी झेप घेण्याचा निर्धार केलाच पाहिजे आणि मग त्याकरिता इतर उपाययोजना केल्या पाहिजेत. तरच त्या उपाययोजना उपयुक्त ठरतील.

पुढच्या प्रकरणाकडे वळण्यापूर्वी आणखी एका अंतिम स्वाध्यायाद्वारे स्वतःला आव्हान द्या.

तुम्ही नेहमी सकारात्मक विचार करणारी व्यक्तीच आहात, अशा प्रकारे पुढचे चोवीस तास कृती करा. तुमचा तोपर्यंत त्यावर विश्वास आहे किंवा नाही, याने काहीही फरक पडणार नाही. तुम्ही फक्त हे करून पहा आणि तेही फक्त चोवीस तासांसाठीच करा. तुमच्या मनातील सगळ्या शंका आणि संशय काढून टाका. त्याऐवजी त्यात विनोदगर्भ जाणिवेची किंवा हास्यभावनेची पेरणी करा. त्यानंतर चोवीस तासांच्या अखेरीस तुम्हाला कसं वाटत आहे त्याकडे लक्ष द्या.

एकदा तुम्हाला कसं वाटत आहे त्याची तुम्ही स्वानुभवातून प्रत्यक्ष अनुभूती घेतली की, मग पुन्हा कधीही तुम्ही या तंत्रांमध्ये आणि स्वाध्यायांमध्ये फक्त वरवरच्या पातळीवरून काम करत राहणार नाही. त्यानंतर नकारात्मक बाजूच्या निवांत, आरामदायक क्षेत्रात तसंच पडून राहण्यास तुम्ही तयार होणार नाही. तिथे राहून, कधीच थोडीशीही झेप न घेता पलीकडच्या बाजूला फक्त डोकावून पाहत बसणं तुम्हाला आवडणार नाही.

सारांश

- तुम्ही कसा विचार करता, त्यावरून तुमच्या आयुष्याची निर्मिती होते. नकारात्मकतेमुळे तुमच्या जगातील प्रत्येक गोष्ट विषारी होते.
- नकारात्मकता बदलण्यासाठी विचारांविषयी काही प्रमाणात तरी चिंतन करण्याची आणि आधी न केलेली कुठलीतरी गोष्ट करण्यासाठी विश्वासानं झेप घेण्याची गरज असते. कोणीही आपली विचारसंरचना किंवा विचार करण्याची पद्धत बदलू शकतो. त्यासाठी फक्त प्रामाणिक जागरूकता आणि सजगपणे व प्रेरणादायकपणे कृती करण्याची इच्छा असावी लागते.
- आपले मानसिक शॉर्टकट, समजुती, पूर्वग्रह आणि चाकोरीबद्ध गोष्टी या वेळ आणि परिश्रम वाचवण्याच्या दृष्टिकोनातून विचार करता खूपच चांगल्या असतात. परंतु त्या अगदी नेहमीच शंभर टक्के अचूक असतातच असं नाही. ज्या वेळी आपण एका अनुभवावरून अतिरेकी प्रमाणात तर्क करून, काहीतरी अंदाज बांधून निष्कर्ष काढतो आणि तोपर्यंत आपण न घेतलेल्या अनुभवांना ते लागू करतो, त्या वेळी आपण चूक करतो. 'खाईन तर तुपाशी नाही तर उपाशी' असे फक्त दोन टोकांचेच विचार करण्याचा हा आजार आहे.
- शब्दांमध्ये ताकद असते आणि आपल्या संभाषणातून आपल्या विचारसंरचना प्रतिबिंबित होतात. 'असाहाय्यतेची किंवा निर्बल असल्याचं दाखवून देणारी' भाषा ही निष्क्रिय, स्वतःला बळी ठरवणारी किंवा आत्मपीडन करणारी, संशयखोर किंवा निराशावादी असते. तिच्यातून व्यक्त झालेली अभिव्यक्ती साकार होऊ शकते आणि म्हणूनच ते भाकितही ठरू शकतं.
- तुमच्या अंतर्गत मौखिक सवयींची जाणीव करून घ्या. त्यानंतर काय करणं शक्य आहे त्यावर लक्ष एकाग्र करा. सूक्ष्म छटांची, दोन टोकांमधील मधल्या प्रकारच्या गोष्टींचा, (करड्या गोष्टींचा) स्वीकार करा. त्यानंतर तुम्ही एखाद्या प्रिय व्यक्तीशी बोलत आहात, अशा प्रकारे स्वतःशी बोला.

- आकलनात्मक विकृती हा कायमस्वरूपी चुकीचा विश्वास, आकलन किंवा विचार असतो. उदाहरणार्थ, मानसिक गाळणी, वैयक्तीकरण, निष्कर्षावर चटकन उडी मारणं, दुसऱ्याचं मन उचितपणे वाचल्याचा दावा करणं, वाईटच होणार किंवा संकट येणारच असं गृहीत धरणं, काय झालं पाहिजे किंवा कसं असलं पाहिजे, हे सांगणाऱ्या विधानांचा आणि लेबल्सचा वापर करणं.
- सकारात्मक विचार करणं म्हणजे विकृती नसणं इतकंच नसतं, तर तिच्यात तुम्हाला शांतता, आशावाद, जिज्ञासूपणा, कृतज्ञता, स्थैर्य आणि आत्मविश्वासूपणा या भावनांची अनुभूती घेण्यास मदत करणारी विचारसरणी अंतर्भूत असते.
- तुमच्या अंतर्गत टीकाकाराला आव्हान देण्यासाठी तुमच्या विचारांना तुमच्यावर वर्चस्व गाजवू देण्याची मुभा न देण्याचा दृढ संकल्प करा. विचारांवर फक्त विचार असंच लेबल लावून त्यांच्यापासून मानसिक अंतर राखा. विचार हे वास्तव नाहीत, हे लक्षात ठेवा आणि स्वानुकंपा बाळगा.
- तुमच्या निवांत, आरामदायक क्षेत्राच्या बाहेर बदल घडतात. म्हणून तुम्हाला कुठल्या ना कुठल्या ठिकाणी कधीतरी झेप घेऊन एखादी नवीन गोष्ट करून पाहावीच लागेल हे लक्षात घ्या.

प्रकरण २

आत्मविश्लेषण करा : एबीसी पद्धत आणि विचारांची रोजनिशी

विचारांची पुनर्रचना करण्याच्या विचाराचा आपण शोध घेतला आहे आणि आकलनात्मक विकृती ओळखण्यास आणि या विकृती जसजशा समोर येतील तसतशा त्यांना हळुवारपणे आव्हान देण्यासही आपण सुरुवात केली आहे. सगळ्यात पहिल्यांदा आपल्या मूलभूत आदर्शांमध्ये परिवर्तन होणं महत्त्वाचं असतं. जर तसं झालं नाही तर आपण फक्त आपल्या नकारात्मक मनोरचनेतच काम करत राहू. या संदर्भातील आइन्स्टाईनचं विधान प्रसिद्ध आहे. त्याने म्हटलं आहे की, 'समस्या निर्माण केलेल्या वेळची आपली विचारसरणी वापरून आपल्याला त्या समस्या सोडवता येत नाहीत.'

या प्रकरणात आपण **थोडंसं थांबून आपल्या नकारात्मक संरचना ज्या नेमक्या 'प्रोग्रॅमिंग'वर काम करत असतात त्यांची पुनर्रचना करण्याच्या भक्कम तंत्रावर जवळून एक नजर टाकणार आहोत.**

परंतु त्याआधी पहिल्यांदा आकलनविषयक वर्तनात्मक उपचारपद्धतीच्या (कॉग्निटिव्ह बिहेविअरल थेरपीच्या - सीबीटीच्या) जनकानं, म्हणजेच अल्बर्ट एलिसनं गोळा केलेल्या अंतर्दृष्टींवर एक नजर टाकू या. त्याच्या संशोधनादरम्यान, त्याला असं आढळलं की, वेगवेगळे लोक एकाच परिस्थितीला अत्यंत भिन्न प्रकारे प्रतिसाद देतात. असं का होतं? संबंधित प्रसंगांमधून किंवा परिस्थितींमधून या भिन्नत्वामागचं कारण अर्थातच स्पष्ट होणार नाही, कारण तो प्रसंग किंवा परिस्थिती एकच असते. तिच्यात व्यक्तिपरत्वे बदल होत नाही. याचा अर्थ त्या परिस्थितीचं किंवा

प्रसंगाचं विश्लेषण करत असलेल्या प्रत्येक व्यक्तीचे विचार, भावना आणि विश्वास यांच्यामध्येच हा फरक असतो. अनेक वर्षं काम केल्यानंतर एलिसनंही शेक्सपिअरनं 'हॅम्लेट'मध्ये काढलेल्या निष्कर्षासारखाच निष्कर्ष काढला. 'कोणतीही गोष्ट चांगली किंवा वाईट नसते, तर तिच्याविषयी केला जाणारा विचारच तिला चांगली किंवा वाईट ठरवतो.'

विचार, भावना आणि तुमच्या कृती किंवा तुमची कर्मं या सगळ्या गोष्टी परस्परांशी निगडित असतात आणि बाह्य घटनेला तुम्ही देत असलेल्या प्रतिसादाची निर्मिती करण्यासाठी एकत्रितपणे काम करतात. या आकलनातून प्रेरणा घेऊन तयार करण्यात आलेली 'एबीसी' पद्धत वेगवेगळे घटक समजून घेण्यास मदत करतात.

ए – घटनेला चालना देणं. (ॲक्टिव्हेटिंग इव्हेंट) 'ए' हा घटक तुमच्या प्रतिसादानुसार घटनेला अर्थ आणि मूल्य बहाल करतो, त्या अर्थानं तो स्वतः निष्क्रिय आहे; पण तो घटनेला सक्रिय करतो.

बी – हा विश्वास (बिलिफ्स) आहे. त्या घटनेला आपण आतूनच कसा प्रतिसाद देतो, ते या विश्वासावर ठरतं.

सी – हा परिणाम (कॉन्सिक्वेन्स) आहे.

यातली महत्त्वाची गोष्ट अशी आहे की, फलित (परिणाम) हा त्या घटनेचा थेट परिणाम नाही, तर आपण त्या घटनेचा काढलेला अन्वयार्थ आहे. घटना ही नेहमीच तटस्थ असते. हे सगळं कुठे चाललं आहे ते तुम्ही पाहू शकता. : आपल्याला आपलं जीवन बदलायचं असेल तर आपण 'ए'नं म्हणजे बाह्य घटनांनी सुरुवात करून चालणार नाही. आपल्याला 'बी'पासून म्हणजे आपण त्या घटनांचा कसा विचार करतो, त्या कुठून आल्या आहेत असा आपण विचार करतो, त्यापासून सुरुवात करावी लागेल.

समायोजन करता येण्याजोगे बदल किंवा परिवर्तनं करणं हे सीबीटीचं उद्दिष्ट असतं. म्हणून यात आणखी दोन नवीन अक्षरांची भर घालावी लागेल.

'डी' – याचा अर्थ वाद घालणं असा आहे. इथेच आपण 'बी'ला म्हणजेच आपल्या विश्वासांना आव्हान देतो.

'ई' – म्हणजे नवीन परिणाम. जुन्या सूत्रातील 'सी'ला दूर करणारी एखादी वेगळी गोष्ट.

हे एका उदाहरणाद्वारे समजून घेऊ या. डॅनला मोटरसायकली आवडतात आणि त्याच्याकडे अनेक मोटरसायकली आहेत. एका दुर्दैवी दिवशी तो रात्री मोटरसायकलवरून परतत असताना त्याचा अपघात होतो. तो एका कारवर आदळतो आणि त्या कारमध्ये बसलेल्या आईला आणि मुलीला गंभीर जखमी करतो. त्याची आवडती बाइक पूर्णपणे खराब होते आणि त्याच्याही पाठीच्या कण्याला मार बसतो. तो गंभीर जखमी होतो. त्यामुळे निदान पुढची अनेक वर्षं तरी त्याला मोटरसायकल चालवता येणार नसते. ही त्रासदायक गोष्टींना सक्रिय करणारी किंवा चालना देणारी एक मोठी घटना आहे.

तुम्ही विश्वास ठेवा किंवा ठेवू नका, पण एलिसनं या दुर्घटनेविषयी असं म्हटलं असतं की, ही घटना दुःखद दिसत असली तरी ती निष्क्रिय आहे आणि तिला स्वतःचा असा वेगळा अर्थ नाही. परंतु डॅन हा नेमका त्या घटनेतच अडकलेला आहे आणि तो तिच्यावर तत्काळ प्रतिक्रिया व्यक्त करतो. अपराधीपणा व पश्चात्ताप यांमध्ये होरपळत असल्यामुळे तो उद्‌ध्वस्त झाला आहे. तो या घटनेला दुर्घटना किंवा दुःखद घटनाच म्हणेल. या घटनेमुळे त्याचं जग इतकं हादरून गेलं आहे की, तो त्या क्षणाला निर्णायक क्षण म्हणेल. या अपघातापूर्वी तो आनंदी, निष्काळजी आणि निष्पाप व्यक्ती होता. मात्र, अपघातानंतर तो एक निषेध केला जाणारी, दूषणं दिली जाणारी व्यक्ती झाला आहे. तो दुःखी आहे. त्याने केलेल्या हानीमुळे तो पश्चात्तापदग्ध झाला आहे. शिवाय, त्याला झालेल्या मोठ्या जखमांचं शारीरिक दुःखही त्याला भोगावंच लागत आहे.

डॅन स्वतःला माफ करण्यास नकार देतो. कारमधल्या त्या आईनं आणि तिच्या मुलीनं त्याला क्षमा केली असली आणि त्याच्या भोवतालची प्रत्येक व्यक्ती 'तो फक्त एक अपघात होता, त्यात त्याची काहीच चूक नव्हती,' असं त्याला सांगत असली, तरी डॅन अतिशय लज्जित झाला आहे आणि ती वेळ पुन्हा आली तर किती बरं होईल, असं त्याला सारखं वाटत आहे. कालचक्र उलटं फिरवून तो अपघात टाळता आला असता तर चांगलं झालं असतं असा विचार तो पुनःपुन्हा करत आहे. तो बहुधा त्याच्याशी नकळत

नैराश्यग्रस्त होतो आणि स्वतःला शिक्षा करू लागतो. तो समाजात मिसळणं बंद करतो. स्वतःची काळजी घेणं थांबवतो. आत्म-पराभूततेची संरचना, नकारात्मक विचारसरणी या गोष्टींचा त्याच्या जगात शिरकाव होतो.

ही गोष्ट आश्चर्यजनक नाही. काही संशोधकांनी असा शोध लावला आहे की, डॅनच्या बाबतीतील दीर्घकालीन आकलनात्मक विकृती आणि सातत्यपूर्ण नकारात्मक विचारसरणी यांसारख्या गोष्टींमुळे कालौघात चिंता आणि नैराश्यग्रस्तता निर्माण होतात. (युक्सेल आणि बहादिर-इल्माज, २०१९).

एबीसी पद्धत डॅनला कशी लागू होते ते पुढे दिलं आहे :

ए - अपघात ही यातली सक्रिय किंवा चालना मिळालेली घटना आहे.

बी - इथे अनेक विश्वास आहेत. परंतु 'मी अपराधी आहे. मी वाईट आहे, मी वाईट व्यक्ती आहे,' हा विश्वास सगळ्यात मोठा आहे.

सी - याचे परिणाम स्पष्ट आहेत. डॅन नैराश्याच्या आणि आत्मतिरस्काराच्या गर्तेत कोसळतो. जीवनात पुढे जाण्यासाठी तो स्वतःला क्षमा करू शकत नाही.

मॉडेलचा एबीसी हा भाग म्हणजे विचार, भावना आणि वर्तन यांच्यातील संबंधाचं स्पष्टीकरण करण्यास मदत करण्याचा नकाशा आहे. परंतु ज्या वेळी डॅन सीबीटी मानसोपचारतज्ज्ञाकडे जातो आणि तो तज्ज्ञ डॅनला त्याच्या विचारांमध्ये आणखी दोन अक्षरांचा समावेश करण्यास आणि परिवर्तन घडवून आणण्यासाठी गतिमानतेनं काम करण्यास सांगतो, त्याच वेळी त्याला हे स्पष्टपणे समजू लागतं.

दुःख आणि निराशा यांनी ग्रासून गेलेला डॅन उपचार घेऊ लागतो. त्याला त्या भयंकर अपघाताविषयी बोलावंसं वाटू लागतं. उपचार करणारा तज्ज्ञ त्याचं बोलणं काळजीपूर्वक ऐकून घेतो; परंतु त्या कथेच्या तपशिलांमध्ये त्याला फारसं स्वारस्य नसतं. डॅन त्याच्या अनुभवाविषयी ज्या प्रकारे बोलतो, त्यावरून त्याच्या मनातील विश्वासांची माहिती त्याला समजते, त्याला या विश्वासांमध्येच खरी रुची असते. डॅन बोलताना अनेक प्रकारच्या आकलनात्मक

विकृतींचा वापर करतो. डॅनच्या कथनात 'सर्वांत अनिष्ट किंवा वाईट तेच घडणार', असं समजणं, 'कसं असलं पाहिजे' किंवा 'काय व कसं घडायला अगर करायला हवं होतं', ते सांगणारी विधानं करणं आणि वैयक्तीकरणाचा भरमसाट वापर या गोष्टी असतात. परंतु मानसोपचारतज्ज्ञाला त्यातही फारशी रुची नसते. त्याऐवजी या विकृतींच्या गाभ्यात किंवा उगमस्थानी असलेल्या मूलभूत विश्वासांमध्ये त्याला रुची असते.

हे विश्वास एकत्रितपणे काम करतात, त्या वेळी त्या प्रसंगाची कथा आपण स्वतःला सांगत असल्याची जाणीव डॅनला होते. कथा सांगत असताना मुळातच आपल्याला त्या घटनेपासून थोडंफार अंतर राखून आणि किंचितशा वेगळ्या दृष्टिकोनातून (याविषयी पुढच्या विभागात अधिक सविस्तरपणे पाहू या.) ती सांगता येत असल्याची जाणीव त्याला होते. आता मानसोपचारतज्ज्ञ हळूहळू डॅनला आव्हान देऊ लागतो. या सगळ्या गोष्टीकडे वेगळ्या दृष्टिकोनातून पाहणं शक्य आहे का? असा प्रश्न विचारण्यापर्यंत तो पोहोचतो. सध्याच्या कथेमुळे त्याच्या जीवनाचा कसा विध्वंस होत चालला आहे ते पाहिल्यानंतर असा वेगळा दृष्टिकोन असल्याचं डॅन मान्य करतो. आता त्याच्याकडे आणखी गमावण्यासारखं काहीच उरलेलं नसतं. त्यामुळे तो वेगळ्या दृष्टिकोनाचा स्वीकार करणं मान्य करतो.

'तो एक दुःखद आणि पश्चात्ताप वाटण्याजोगा अपघात होता, परंतु मी तो मुद्दाम केला नव्हता. त्यामुळे निर्माण झालेल्या दुःखाला आणि वेदनांना मी कारणीभूत होतो हे खरं आहे, पण कोणालाही साधी किरकोळ दुखापत करण्याचाही माझा कधीच हेतू नव्हता. याचा अर्थ, मी वाईट व्यक्ती नाही. फक्त मी एक चूक केलेली व्यक्ती आहे. शरमिंदेपणाचं आणि अपराधीपणाचं ओझं घेऊन जगण्यामुळे माझ्यासह कोणाचाही फायदा होणार नाही. मला या सगळ्यासह जगणं अवघड वाटलं हे ठीक आहे. परंतु मी यातून बाहेर पडून पुढे जाण्याची आणि पुन्हा एकदा जीवन जगण्याची मुभा स्वतःला देऊच शकतो.'

मग ही 'उचित किंवा योग्य' कथा आहे का? कदाचित डॅन आणखी एखादी कथाही सांगू शकेल. ती अशी असेल :

'अपघाताचा दिवस हा माझ्या जीवनातील सर्वांत वाईट दिवस होता. परंतु इतकं सगळं दुःख वाट्याला आलं असलं तरी, जे घडलं

त्याबद्दल माझ्या मनात कृतज्ञता आहे; कारण त्यामुळे मी एक मूल्यवान धडा शिकलो. तो म्हणजे कोणतीही गोष्ट कधीच गृहीत धरू नये. जोपर्यंत जीवन आहे तोपर्यंत जगलं पाहिजे आणि आपल्याला लाभलेल्या प्रत्येक क्षणाचं मोल ओळखलं पाहिजे. याचा अर्थ, आता मी या दुःखातून बाहेर पडून शक्य तितक्या उत्तम प्रकारे जगलं पाहिजे. त्यामुळे मृत्यू येईल तेव्हा मला निश्चितपणे हे माहीत असेल की, मी चांगलं जगलो आणि व्यवस्थित न जगल्याचा पश्चात्ताप मला होणार नाही.'

ही पूर्णपणे वेगळी कथा आहे. खरं तर अशा प्रकारे या घटनेविषयी अनंत प्रकारच्या कथा स्वतःला सांगता येतील. त्यांच्यापैकी कोणतीही कथा बरोबर किंवा चुकीची नसेल. मात्र, त्या सगळ्या विशिष्ट परिणामांकडे नेतील. हे सगळे परिणाम आपल्यासाठी आपण ज्या आनंदी, निरोगी जीवनाची निर्मिती करू इच्छितो, त्या परिणामाकडे नेणारे आहेत का? आपल्याला स्वीकारण्याची इच्छा असलेली कथा ही आपण अशाच पद्धतीनं सांगितली पाहिजे.

एकेका वाक्यामध्ये साधे आणि वरवरचे बदल किंवा सुधारणा करण्याची पद्धत म्हणून नेहमीच सीबीटीला सादर केलं जातं. उदाहरणार्थ, 'ही गोष्ट कठीण आहे, मी ती करू शकणार नाही.' असं म्हणण्याऐवजी 'ही गोष्ट आव्हानात्मक आहे. ती करण्याचा मी शक्य तितका प्रयत्न करेन,' असं म्हणता येतं. यात कसलीच चूक करू नका, कारण या प्रकारची पर्यायी वाक्यरचना नक्कीच अत्यंत उपयुक्त असते. हे असंच असतं. खरोखरच्या जीवनातही तुमच्या कदाचित लक्षात आलं असेल की, तुमच्या समस्या साध्या, सुटसुटीत विधानांऐवजी कथांची स्वरूपं धारण करतात.

तुमच्या स्वतःच्या जीवनात तुम्ही सीबीटीच्या तत्त्वांचा वापर करू शकता. 'विचारांच्या रोजनिशी'चा उपयोग करून घटना, विश्वास व परिणाम या तीन घटकांमधून तुम्ही काळजीपूर्वक काम करू शकता आणि अधिक चांगल्या विश्वासांच्या साहाय्यानं विघातक किंवा उपयुक्त नसलेले विश्वास दूर करू शकता. आपण त्याचा विचार करण्याच्या आधी विचारांच्या बाबतीत अधिक चांगले विचार कसे दिसतात, म्हणजेच ते कसे असतात याचा विचार केला पाहिजे.

नाही, ते नेहमीच पूर्णपणे सकारात्मकच असले पाहिजेत असं नाही; पण चांगल्या प्रकारे शब्दबदल केले पाहिजेत. या बदलांचे गुणधर्म पुढीलप्रमाणे असतात :

- अचूकता : या शब्दांतून बाह्य वास्तवाचं नेमकं प्रतिबिंब दिसलं पाहिजे.
- उपयुक्तता : तुमच्या जीवनात तुम्हाला जे हवं असतं ते प्राप्त करण्याकरिता त्यांची तुम्हाला प्रत्यक्षात मदत झाली पाहिजे.
- सुसंगतता : तुम्ही जे कोणी आहात आणि तुम्हाला जी मूल्यं व तत्त्वं प्रिय आहेत, त्यांच्याशी ते सुसंगत असले पाहिजेत. उपयुक्त नसलेले विचार दूर करण्यासाठी त्यांच्या जागी तुम्ही वापरणार असलेले विचार हे फक्त इतर कोणाच्या तरी आयुष्यातून जसेच्या तसे उचलून आणून वापरलेले असू नयेत, हे इथे सांगावंच लागेल. तुमच्या दृष्टीनं त्यांना निश्चित असा काहीतरी अर्थ असलाच पाहिजे.

तुमचे स्वतःचे सीबीटी उपचारकर्ते होणं ही गोष्ट मायक्रोसॉफ्ट वर्डमध्ये 'फाइंड अँड रिप्लेस' फंक्शन वापरण्यासारखं असतं. त्याचे दोन भाग असतात. पहिला म्हणजे तुमच्या विचारांचं निरीक्षण करून त्यांना ओळखा. दुसरा म्हणजे या विश्वासांचं पुनर्लेखन करा आणि तुमच्या आकलनात झालेलं परिवर्तन हे तुमच्या कृतींमधून आणि वर्तनांमधून बाह्य जगात झिरपू द्या. त्यानंतर परिणामांची नोंद घ्या. समायोजन करा आणि पुनरावृत्ती करा.

पायरी क्र. १ : विचारांची रोजनिशी कशी तयार करावी?

सहजपणे बसून मनात येईल त्या गोष्टींची नोंद करत जाणं, अशा प्रकारे ही रोजनिशी तयार करता येत नाही, कारण ही पारंपरिक रोजनिशी नाही. अर्थातच, अशा प्रकारे रोजनिशी लिहिण्यालाही एक प्रकारचं उपचारात्मक मूल्य आहेच. पण विचारांची रोजनिशी लिहिण्यासाठी तुम्हाला आणखी अधिक लक्ष एकाग्र करावं लागतं आणि अधिक चिंतनशीलपणे लिहावं लागतं. तुम्ही पुढील गोष्टी समजून घेण्याचा प्रयत्न करता :

माझ्या जीवनात घडलेल्या महत्त्वाच्या घटना कोणत्या आहेत?
या घटनांविषयी मी मनात ग्राह्य धरलेले विश्वास काय आहेत?
अशा प्रकारे विचार करण्यातून कोणत्या भावना निर्माण होतात?
मी हा विश्वास बाळगल्यामुळे कशी कृती आणि वर्तन करतो?

तुम्हाला फक्त स्वतःविषयीची थोडीशीच अधिक माहिती हवी असेल तर, तुम्ही अप्रत्यक्ष पद्धतीनं विचार रोजनिशीचा वापर करू शकता. परंतु तुम्ही एखाद्या विशिष्ट समस्येवर काम करत असाल तर तिचा उत्तम प्रकारे उपयोग करून घेता येतो. कुठल्याही प्रकारे अडथळा येणार नाही अशा ठिकाणी शांतपणे बसा. तुम्ही कसा विचार करता आणि तुम्हाला काय वाटतं हे शोधण्यासाठी स्वतःला पाच ते दहा मिनिटांचा वेळ द्या. ते सगळं कागदावर लिहून काढा. तुम्ही अगदी परिपूर्ण पद्धतीनं लिहिलं पाहिजे किंवा लेखन अतिशय अर्थपूर्ण असलं पाहिजे, असं मुळीच नाही. ते सगळं सहजपणे लिहून काढा आणि त्याचा लगेच अन्वयार्थ लावण्याचा प्रयत्न करू नका. वेळ संपल्यानंतर त्याच्यावर पुन्हा एकवार नजर टाकण्याच्या आधी तुम्ही थोडीशी उसंत घेऊ शकता.

त्यानंतर तुम्ही पुन्हा एकदा त्याच्यावर नजर टाकाल, त्या वेळी तुम्हाला त्या लेखनातून काही संरचना आणि मध्यवर्ती कल्पना समोर येत असल्याचं लक्षात येईल. कदाचित, तुम्ही पुन्हा एकदा मजकूर वाचाल आणि त्याच्यातून काही ठळक गोष्टी समोर आणाल. हवं तर हायलायटरचा वापर करून त्यांना ठळक करून ठेवा किंवा मुख्य कल्पना आणि विचार यांना काही वाक्यांमध्ये एकत्रित करा. त्या मिश्रणात तुम्हाला काही प्रमाणात आकलनात्मक विकृती किंवा विपर्यास असल्याचं आढळेल. लेखन किंवा पुनर्वाचन करत असताना दुःखद किंवा अस्वस्थ करणाऱ्या मध्यवर्ती कल्पना टाळण्याचा प्रयत्न करू नका. खरं तर त्यांच्याकडे मोठ्या प्रमाणात लक्ष द्या, कारण त्याच तुम्हाला अत्यंत विश्वासार्हपणे त्या घटनेविषयीच्या तुमच्या मनातील मूळ विश्वासांपर्यंत नेतील. अगदी लगेच कोणतीही घोषणा करणं टाळा, इतक्यातच कुठलाही निष्कर्ष काढू नका. तुमच्या अंतर्गत टीकाकाराला निवाडा करून तुम्हाला जोखण्याची आणि तुमच्या कुठल्याही गोष्टीचं निदान करण्याची संधीच देऊ नका. फक्त स्वतःला प्रत्येक गोष्ट प्रामाणिकपणे अभिव्यक्त करू द्या. अगदी तुम्ही ज्या गोष्टीचा विचार न करण्यासाठी निकराचा प्रयत्न करत आहात, तिलाही प्रामाणिकपणे व्यक्त करा.

पायरी क्र. २ : पुनर्विचार आणि पुनर्क्रिया करा

एकदा तुमच्या सध्याच्या परिस्थितीच्या अंतर्भागात लपून बसलेल्या प्रमुख विचारसंरचना आणि गाभ्याचे किंवा मूलभूत महत्त्वाचे विश्वास तुम्ही ओळखले की, गोष्टींकडे पाहण्याच्या पर्यायी पद्धती समजून घेण्याकरिता ही गोष्ट उपयुक्त ठरेल. तुम्ही ते केलं की, पुढची पायरी अगदीच स्पष्ट आहे. **आता या नवीन विचारांची कृतींच्या माध्यमातून अंमलबजावणी करण्याच्या पद्धतींचा विचार करा.**

दोन स्तंभांच्या तक्त्यातून सगळ्या गोष्टींचा सारांश नीट मांडणं उपयुक्त ठरू शकेल. तुमच्या मनात सध्या असलेल्या नकारात्मक विचारसंरचना एका स्तंभात असतील, तर दुसऱ्या स्तंभात तुम्ही विचारमंथन करून तयार केलेल्या नवीन कल्पना आणि अन्वयार्थ असतील. या स्वाध्यायाविषयीचा महत्त्वाचा मुद्दा असा आहे की, अधिक चांगला पर्याय काय असेल हे बौद्धिकदृष्ट्या समजून घेणं याचा अर्थ तुम्ही तत्काळ त्या पर्यायाच्या साहाय्यानं आधीचा विश्वास बदलून टाकाल असा होत नाही. तुमच्या नकारात्मक विचारांच्या संरचना काही काळ तशाच तुमच्या मनात राहण्याच्या शक्यता असतात. एखाद्या वेगळ्या प्रामाणिक आणि टिकाऊ स्थित्यंतराचा अनुभव घेण्याकरिता वेळ लागू शकतो. म्हणून धीर धरा. संयमानं आणि वास्तववादीपणानं वागा.

म्हणून दुसऱ्या स्तंभात एखादी नवीन गोष्ट लिहिणं ही तुम्ही किमान किंवा अत्यल्प प्रमाणात करू शकत असलेली गोष्ट असेल. म्हणजेच या स्तंभात तुम्ही अत्यल्प गोष्टीच लिहू शकाल. प्रत्यक्षात तुम्हाला इथे अशी कल्पना करावी लागेल की, तुमच्या मनात थोडीशी जागा खोदून घेऊन तिच्यात तुमच्या या नवीन गोष्टी किंवा पद्धती तुम्ही चपखल बसवत आहात. ती पद्धत तुमच्याकरिता खरी असली पाहिजे. हे करण्याच्या अनेक पद्धती आहेत. परंतु तुमचं मन आपोआपच ती पद्धत स्वीकारेल आणि वापरू लागेल असा विचार करून वाट पाहत बसणं ही गोष्ट काम करणार नाही. इथेच कृती करण्याची मदत होईल. दुसऱ्या स्तंभात तुम्ही जे काही लिहिणार असाल ते निव्वळ सैद्धान्तिक असेल अशी कल्पना करा. याचा अर्थ, तुम्ही तिला प्रत्यक्षात उतरवण्यासाठी जोपर्यंत कृती करत नाही, तोपर्यंत ती सैद्धान्तिकच असेल.

पुढे काही कल्पना दिल्या आहेत :

- **तुमच्या नवीन विश्वासाला पाठबळ देणारा पुरावा देणारी कृती करा :** तुमचा मेंदू बुद्धिमान असतो. त्याला पुराव्याशिवाय कोणत्याही गोष्टीवर विश्वास ठेवण्याची इच्छा नसते. उदाहरणार्थ, असं समजा की, 'मी कोणतीही निर्मिती केली तरी तिचा प्रत्येकाला तिरस्कार वाटेल,' असा उपयुक्त नसलेला विचार तुमच्या मनात आला आहे. मग आता त्याची चाचणी घ्या. ती घेण्याचा एक छोटासा मार्ग म्हणजे तुम्ही जे काय निर्माण केलं असेल त्याविषयी प्रत्येकाचं मत विचारा. लोकांनी तुमच्या निर्मितीचा तिरस्कार केला नाही तर त्याची मनातल्या मनात नोंद घ्या. त्यानंतर आणखी एक लहान पाऊल उचला. 'माझी कला आवडणारे लोकही आहेत,' या तुमच्या नवीन विचाराला पाठबळ मिळवण्याकरिता हळूहळू तुम्ही पुरावा गोळा करू लागा.
- **नवीन गाळणी तयार करा आणि तिला मजबूत करा :** तुमची जुनी मानसिक गाळणी ही फक्त आधीपासूनच तुमच्या मनात घट्ट रुजलेल्या विश्वासांना खतपाणी घालणाऱ्या गोष्टींचीच दखल घेते. तुमच्या नवीन विश्वासाशी सुसंगत पद्धतीनं गोष्टींकडे पाहण्यास स्वतःला सांगण्यासाठी रोज जाणीवपूर्वक थोडा वेळ काढा आणि गोष्टींकडे पहा. असं समजा की, हिवाळ्यात मी नेहमी निराश होतो, असा तुमच्या मनात एक जुना विचार आहे. त्याऐवजी 'हिवाळ्यातील अनेक गोष्टींचा आनंद मी लुटू शकेन,' असा नवीन विचार तुम्ही तयार करू शकाल. रोज सकाळी उठल्यानंतर हिवाळ्यातील प्रत्येक दिवसाविषयी तुम्हाला आवडणाऱ्या पाच गोष्टी शोधण्याचा प्रयत्न तुम्ही केला, तर तुम्हाला अशा अनेक गोष्टी असल्याचं आढळेल आणि तुमच्या या विचाराला रोजच्या रोज पुष्टी मिळत जाईल.
- **स्वानुकंपेचं आचरण करा :** आकलनात्मक विकृती या फक्त माहितीच्या किंवा साधनसामग्रीच्या संदर्भातीलच असतात असं नाही, तर त्या भावनांच्या संदर्भातही असतात. तुमच्या विचारप्रक्रिया बऱ्यापैकी तर्कसुसंगत आणि वास्तववादी

असल्याचं तुम्हाला कदाचित दिसून येईल; परंतु यातली समस्या अशी असते की, त्या खूपच कठोर असतात. 'माझं बहुतांश जीवन मागे पडलं आहे,' हा विचार कदाचित शब्दशः विचार करता खरा असू शकेल; परंतु हा एक अनाकर्षक प्रकार आहे. इथे कृती करणं याचा अर्थ अस्वस्थ करणाऱ्या गोष्टींचा सामना करण्यासाठी विनोद आणि दयाळूपणा यांचा वापर करणं असा आहे. वेळेचं बंधन घालून घेतल्याखेरीज तुम्ही महत्त्वाकांक्षी प्रवास पार पाडूच शकणार नाही. स्वतःशी विनम्रतेनं आणि आतिथ्यशील वृत्तीनं वागा. थोडंसं चातुर्यानं वागा, त्यामुळे तुम्हाला झटपट आत्मस्वीकार करण्याच्या वृत्तीची रुजवणूक करणं सोपं जाईल. ज्या कुठल्या गोष्टीला तुम्ही समस्येच्या चौकटीत बसवत असाल तिच्याविषयी सांगताना अखेरीस 'मला हे आवडतं, मला अमुक गोष्ट प्रिय आहे,' असे शब्द वापरण्याची सवय लावून घ्या. उदाहरणार्थ, 'चालक होण्याच्या चाचणीत मी नापास झालो आणि मला ते आवडलं किंवा ठीक वाटलं', असं म्हणा. (थोडक्यात, मी नापास झालो असलो तरी मी ते सहज स्वीकारलं आहे.) हे शब्द म्हणजे जादूची कांडी नाही. परंतु त्यामुळे तुमचा दृष्टिकोन बदलतो ही गोष्ट रोचक नाही का? तुम्ही करत असलेल्या संघर्षात तुम्ही हरलात तर यामुळे आकाश कोसळणार नाही, हे खरं आहे. पण तरीही निदान जिंकण्याच्या काही शक्यतांचा विचार तरी करून पहा.

- **विधानांना प्रश्नार्थक वाक्यांमध्ये बदला** : तुमचे मूलभूत विश्वास हे फक्त विश्वासच असतात. त्या वस्तुस्थिती नसतात. तुम्हाला पहिल्या स्तंभात असा विचार आढळला की, 'माझ्याकडे असलेल्या कौशल्यांसारखी कौशल्यं असलेल्या व्यक्तीला कोणीही नोकरीवर ठेवून घेत नाही.' तर आता हा विचार बदला आणि म्हणा, 'माझ्यासारखी कौशल्यं असलेल्या व्यक्तीला कोणी नोकरीवर ठेवून घेणारं आहे का?' मग खरोखरच या गोष्टीचा शोध घ्या आणि नोकरी मिळते का ते पहा. ही गोष्ट खूपच साधी असल्यासारखी वाटू शकेल; परंतु आपल्या समजुती या वास्तवच आहेत असं समजून आपण त्यांना आपल्या जीवनामध्ये

काम करू देतो. जिज्ञासा बाळगा. दरवाजा कसा बंद आहे ते सांगू नका, तुमच्या भोवतालचा आणखी एखादा दरवाजा उघडा आहे का ते तपासा. त्याविषयी प्रश्न विचारा. खरं तर तुम्ही ज्या जमिनीवर उभे आहात तिथेच खाली एखादा गुप्त भुयारी मार्ग आहे का, असंही विचारा.

- **शिकण्याच्या अवस्थेत शिरा :** 'मी हे करू शकत नाही,' असं म्हणण्याऐवजी स्वतःला 'कसं' (हे कसं करता येईल?) असा प्रश्न विचारणं ही यातली मोठीच युक्ती आहे. ' मी हे कसं करू शकेन?' हा खरोखरच यातला महत्त्वाचा प्रश्न असतो. जर एखादी गोष्ट काम करत नसेल तर, वस्तुस्थितीवर लक्ष केंद्रित करू नका. त्याऐवजी 'कोणती गोष्ट किंवा काय काम करू शकेल?' असा प्रश्न विचारा. तुमचा असा विश्वास असेल की, 'माझ्याकडे नेहमीच पैशाची टंचाई असेल' तर एक वास्तववादी प्रश्न विचारून त्याच्याशी लढा द्या. तो प्रश्न असा असेल : 'माझ्या आर्थिक साक्षरतेत सुधारणा करण्यास मी कशी काय सुरुवात करू शकेन?' अशा प्रकारे तुम्ही एखाद्या आव्हानात किंवा अडथळ्यात अडकून पडणार नाही. तुम्ही त्याच्यातून सुटका करून घ्याल आणि त्याचाच विचार करत बसण्यास नकार द्याल. त्याऐवजी 'पुढे काय घडेल?' असा प्रश्न विचाराल. 'या परिस्थितीशी व्यवस्थितपणे जुळवून घेण्यासाठी मी नेमक्या कोणत्या प्रकारची व्यक्ती असलं पाहिजे?' हा तुम्ही कशाशीही झगडत असलात तरी, अशा वेळी विचारावयाचा एक अत्यंत प्रभावी प्रश्न आहे.

विकेंद्रीकरण करा, दृष्टिकोनात परिवर्तन आणा आणि अंतर राखा

आता आपण क्रिसला भेटू या. सोमवारी सकाळी कारमध्ये बसून त्याच्या नेहमीच्या रस्त्यानं क्रिस कार्यालयात जाण्यासाठी निघाला आहे. त्याला डॅशबोर्डवर लाल प्रकाश चमकत असल्याचं दिसतं. तो मनातल्या मनात

चरफडतो आणि तिकडे दुर्लक्ष करून तसाच कामावर निघतो. कार चालवण्याच्या संदर्भात कुठेतरी धोका निर्माण झाल्याचं दिसलं तरीही त्या धोक्याच्या इशाऱ्याकडे चक्क दुर्लक्ष करून तो तसाच पुढे जातो. मात्र, तरीही मनातल्या मनात तो बेचैन झालेला असतो, कारण आपल्या या दुर्लक्षामुळे काहीतरी अघटित आणि अपरिहार्य गोष्ट घडण्याची शक्यता त्याला डाचत राहते. काही वेळ वाहतुकीच्या कोंडीत अडकल्यानंतर तो कार्यालयात पोहोचतो आणि त्याला एका ग्राहकानं त्याच्याविषयी तक्रार केल्याचा निरोप मिळतो. त्याच्या वरिष्ठाला त्याच्याशी बोलायचं असतं. अगदी त्याच क्षणी त्याच्या लक्षात येतं की, तो त्याचं वॉलेट घरीच विसरून आला आहे आणि त्याच्याबरोबर त्याचा जेवणाचा डबा घेऊन आलेला नाही.

ज्या वेळी त्याची सहकारी महिला त्याच्या केबिनच्या दरवाजातून डोकावून त्याला 'सारं काही ठीक आहे ना?' असं सहजपणे विचारते त्या वेळी तो अतिशय गंभीर स्वरात म्हणतो, 'खरं तर काही नाही. कृपा करून मला मारून टाक.' त्याचं काहीतरी बिनसल्याचं तिच्या लक्षात येतं. ती त्याला नेमकी काय अडचण आहे असं विचारते, त्यावर तो म्हणतो, 'माहीत नाही. बहुतेक माझं जीवन हीच माझी समस्या असावी.' ती सहकारी त्याला सांगते की, त्याने गेल्या आठवड्यात पैसे देण्याची विनंती करणारा अर्ज केला होता, त्या संदर्भात ती त्याला काही प्रश्न विचारू इच्छिते. त्यावर क्रिस तिला उपरोधानं विचारतो, 'मग त्यात काय चुकीचं आहे? थांब, थांब, मला थोडा विचार करू देत. अर्ज करून मी काही चूक केली आहे का आणि त्यामुळे अफरातफरीच्या गुन्ह्याकरिता मला १० वर्षांची तुरुंगवासाची शिक्षा भोगावी लागणार आहे की काय?' किंवा 'थांब, आता माझ्या लक्षात आलंय. त्यांनी काहीतरी हिशेब केलाय आणि त्यामुळे ते माझे काही पैसे देणं लागतायत. त्यांना ते पैसे मला परत द्यायचे आहेत ना?'

ती सहकारी काहीतरी पुटपुटते आणि तिथून सटकते. क्रिस त्याच्या केबिनमध्ये मनातल्या मनात धुमसत बसून राहतो. अचानकच त्याला रडावंसं वाटू लागतं. आपल्या मनात अशी भावना आल्यामुळे त्याला आपला तिटकारा वाटू लागतो; परंतु ज्या ज्या वेळी अनपेक्षित खर्च डोकं वर काढतो, त्या वेळी त्याला तो असाच कात्रीत सापडल्यासारखा विव्हळ होत असल्याचं लक्षात येतं. त्याच्या आई-वडिलांना आर्थिक अडचणींना किती वेळा तोंड द्यावं लागत होतं ते त्याला आठवतं. आपली खराब झालेली कार

तशीच चालवण्यासाठी त्यांना किती दिव्यं करावी लागत होती तेही त्याच्या लक्षात येतं. एकदा किंवा दोनदा तर त्यांना कारच्या अनपेक्षित दुरुस्तीकरिता विजेचं बिल किंवा किराणामालाचं बिल देता आलं नव्हतं.

इथेच अनेक लोक फारसा विचार करत नसलेली एक गोष्ट आहे. **निराशावाद, नकारात्मकता आणि** खिन्न निराशावाद या सगळ्याच परिस्थितीशी जुळवून घेण्याच्या काही यंत्रणा आहेत. ते तसं असेल असं कदाचित वाटणार नाही; परंतु कोणत्यातरी टप्प्यावर तुम्हाला असं वाटलेलं असतं की, आयुष्याकडून चांगल्या गोष्टींची अपेक्षा ठेवणं चुकीचं आहे. त्याऐवजी सगळ्यात वाईट गोष्टीच समोर येतील असं समजून त्यांना तोंड देण्यासाठी तयार राहिलं पाहिजे. तुम्ही देत असलेल्या अशा प्रतिसादांतून तुम्ही असा विचार केल्याचं सूचित होतं. नकारात्मक दृष्टिकोनाचा हा प्रकार हा परिस्थितीशी जुळवून घेण्याचा एक प्रयत्न असतो. तो निश्चितपणे चांगला नाही, कारण तो तुम्हाला दुर्बल करतो आणि दडपून टाकत असलेल्या गोष्टींमधून बाहेर पडायला मदत करण्याऐवजी तो तुम्हाला त्यांच्यामध्येच अधिक ठामपणे ढकलून देतो.

ज्या वेळी तुमच्या विचारांमध्ये तुम्ही अधिक सकारात्मक परिवर्तन घडवून आणण्यास सुरुवात करता, त्या वेळी दुःख, दुखावलेपण, निराशा, संताप आणि भीती या गोष्टींच्या संपूर्ण जगापासून तुमचं संरक्षण करत असलेल्या जुळवून घेण्याच्या यंत्रणेला तुम्ही फक्त दूर ढकलत असण्याची शक्यता असते. तरीही सुदैवानं, आपल्याला जुळवून घेण्याच्या यंत्रणांना पूर्णपणे दूर सारून, त्यांच्याशिवाय या जगात जगण्याची गरज नसते. आपण आधीच्या यंत्रणांच्या जागी, त्यांच्या तुलनेत अधिक चांगल्या, अधिक निकोप यंत्रणांची निवड करू शकतो.

तुम्ही सकारात्मक विचार केला तरीही... अप्रिय गोष्टी घडतातच

तुम्ही फक्त सकारात्मक विचार करण्याच्या ललित कलेवर प्रभुत्व मिळवण्यास शिकलात की, काहीही झालं तरी तुमचं जीवन खूपच सुलभ होऊन जातं, अशी तुमच्याही नकळत तुमची समजूत झाली असण्याची शक्यता आहे. ही

गोष्ट कदाचित खरीही असू शकेल; परंतु सकारात्मक विचार केल्यामुळे तुम्ही अधिक लवचीक होता आणि कोणत्याही परिस्थितीशी अधिक सहजपणे व अधिक चांगल्या प्रकारे जुळवून घेता, फक्त त्यामुळेच आणि तेवढ्यापुरतंच हे घडतं. घडणाऱ्या घटना घडणं थांबत नाहीत किंवा त्या वेगळ्या प्रकारे घडत नाहीत. त्या घडतातच. सकारात्मक विचार एखादी जादू केल्याप्रमाणे तुमच्या जीवनातून प्रतिकूलतांना, अडीअडचणींना दूर करू शकत नाहीत. ही विचारसरणी तुमच्या जीवनातील आव्हानात्मक घटनांना काढून टाकू शकत नाही; मात्र, तुम्हाला तिच्यामुळे या घटनांना प्रतिसाद देण्याची वेगळी पद्धत मिळते.

आपल्यापैकी अनेक जण काही वेळापुरते म्हणजे जोपर्यंत फारसं वाईट काही घडत नाही तोपर्यंत, प्रसन्नपणे राहू शकतात. त्यांच्याकडे ती क्षमता असते. परंतु ज्या वेळी जीवनातील अन्याय, दुःखद हानी किंवा एखाद्या वेळी आपण संभ्रमात पडलेले असतो किंवा आपला गोंधळ उडालेला असतो असे काही क्षण आपल्याला आठवतात, त्या वेळी आपण पुन्हा एकदा त्या जुन्या जखमांवरची खपली काढतो आणि तीव्र दुःखात किंवा वेदनांमध्ये गुरफटून जातो. खरं तर त्या क्षणीच आपण जास्तीतजास्त सकारात्मक विचार करण्याची गरज असते.

आधीच्या प्रकरणांमध्ये आपल्या मनाशी असलेले आपले संबंध व्यवस्थित करण्याचा विचार आपण केला आहे. विचारांच्या विनाशक किंवा विकृत संरचनांनी स्वतःला दुर्बल करू नये याकडे आपण जाणीवपूर्वक कसं लक्ष द्यावं हे आपण पाहिलं. परंतु कोणतीही चांगली नैराश्यवादी व्यक्ती शोधून काढते त्याप्रमाणे काही कारणामुळेच ते निराशावादी झालेले असतात. त्यांच्या मते, त्यांनी निराश होण्यामागे निश्चितपणे काही कारण असतं. तसं पाहता, अशी कारणं अपरिमित असतात. अनपेक्षितपणे कार दुरुस्ती करून घ्यावी लागणं, तक्रारी, संघर्ष, तंटे, वादविवाद, अकारण झालेले गैरसमज, अपघात... इत्यादी, इत्यादी.

जीवनातील संघर्षाचं प्रमाण किंवा त्याची तीव्रता आपण टाळू शकत नाही. तसंच भूतकाळात आधीच घडून गेलेल्या गोष्टींविषयीही आपण काहीच करू शकत नाही. परंतु या घटनांशी आपण अधिक शांतपणे आणि अधिक तोलून मापून पद्धतीनं कसं काय जुळवून घेऊ शकू? समस्यांशी

जुळवून घेण्याची, त्यांना शांतपणे तोंड देण्याची निकोप यंत्रणा कशी असते किंवा कशी दिसते? सकारात्मक विचारसरणी बाळगली तरीही संकटं येतातच, त्रास, मनस्ताप होतातच ही गोष्ट आपण लक्षात ठेवलीच पाहिजे. वस्तुस्थितीचा स्वीकार करणं आणि तिचं व्यवस्थापन करण्याची, तिला हाताळण्याची चांगली पद्धत शोधून काढणं ही यातली युक्ती आहे.

एक पाऊल मागे जाण्याची कला

सन २०१२मध्ये कॅनेडियन जर्नल ऑफ सायकिॲट्रीमध्ये प्रसिद्ध झालेल्या लेखात फार्ब, अँडर्सन आणि सेगल या मज्जाशास्त्रतज्ज्ञांनी असा निष्कर्ष काढला होता की : 'क्षणिक जागृतीच्या बाजूला आकलनात्मक विस्ताराला मर्यादित केलं तर आपोआप केलं जाणारं नकारात्मक आत्म–मूल्यमापन कमी होतं. नकारात्मक परिणाम आणि दुःख, कष्ट यांच्याविषयीची सहनशीलता वाढते आणि तीव्र मानसिक अस्वस्थतेचा त्रास असलेल्या लोकांमध्ये स्वतः विषयी कणव निर्माण करण्यास मदत होते.' या बोजड शास्त्रीय भाषेऐवजी सर्वसामान्य लोकांच्या भाषेत सांगायचं झालं तर, सावधगिरी बाळगून विचारपूर्वक वागल्यामुळे नकारात्मक मानसिक अवस्थांची तीव्रता कमी करण्यास आणि शांतता मिळवून देण्यास मदत होते. असं का होतं? कारण यातली उपहासगर्भ बाब अशी आहे की, सध्याच्या क्षणात तुमच्यासमोर उलगडत चाललेल्या वास्तवात तुम्ही जितक्या अधिक प्रमाणात गुंतत जाल, तितक्या अधिक प्रमाणात तुमच्या नकारात्मक विचारांपासून तुम्ही अंतर राखून राहाल.

ट्रोप आणि लिबरमन यांनी सन २०१०मध्ये असा दावा केला होता की, 'मानसिक अंतर हे अहंकारकेंद्रित असतं. अगदी आता इथे असलेलं स्वत्व हा त्याचा संदर्भबिंदू असतो. कालौघात, अवकाशात आणि सामाजिक अंतराच्या बाबतीत आणि सैद्धान्तिकदृष्ट्या या बिंदूपासून एखाद्या वस्तूला ज्या विविध मार्गांनी दूर करणं शक्य असेल त्या सगळ्यांमुळे अंतर राखण्याचे वेगवेगळे आयाम निर्माण होतात. हे आयाम आपल्याला मानसिकदृष्ट्या आपण एखाद्या वस्तूच्या किती जवळ असणं किंवा तिच्यापासून किती दूर असणं आवश्यक आहे या सत्याची जाणीव करून देतात. मग ती वस्तू म्हणजे एखादा विचार, भावना किंवा अनुभूती असली तरी त्यामुळे काहीही फरक पडत नाही.

उदाहरणार्थ, क्रिसच्या सहकारी महिलेचा विचार करू या. ती आत येते, थोडा वेळ त्याच्याशी बोलते आणि नंतर लगेच मागे वळून निघून जाण्याचा विचार करते. का बरं? कारण क्रिसची मनःस्थिती चांगली नाही हे बहुधा तिच्या लक्षात आलेलं असतं. त्या वेळी त्याच्याशी बोलण्यात काहीच अर्थ नाही, कारण त्या वेळी तो कमालीचा संतप्त झाला आहे, हे तिला समजतं. म्हणून ती त्याच्याशी आणखी काहीच बोलत नाही. ती शारीरिकदृष्ट्या त्याच्या खोलीतून स्वतःला दूर करते. आपण क्रिसच्या सहकारी महिलेचा विचार करत आहोत, कारण त्या क्षणी क्रिसला तिच्यापासून अंतर राखून राहणं जमणार नसतं, तिला मात्र ते जमणार असतं. तिच्यासमोर उलगडत चाललेल्या त्याच्या वर्तनाचं ती निरीक्षण करू शकते आणि ही गोष्ट तात्पुरती असल्याचं तिच्या लक्षात येतं. परंतु क्रिस त्या वेळी त्या भावनेत किंवा मनःस्थितीत पूर्णपणे गुंतलेला आणि अडकलेला असतो. तो पूर्णपणे त्या परिस्थितीच्या आहारी गेल्यामुळे परिस्थितीच्या दयेवर असतो.

ज्या वेळी तुम्ही मानसिक अंतर राखता, त्या वेळी तुम्ही एक दीर्घ श्वास घेता, त्या परिस्थितीतून मागे फिरता आणि त्या परिस्थितीत पूर्णपणे गुंतून जाऊन तिच्यात सहभागी होण्याऐवजी तिथून माघार घेता.

मानसिक अंतर राखल्यामुळे तुमच्या तत्कालीन अनुभवाच्या अरुंद भुयारातून बाहेर पडून मोठं चित्र पाहणं तुम्हाला शक्य होतं. क्रिसला ते करणं शक्य झालं असतं तर त्याने स्वतःला किंवा त्याच्या सहकारी महिलेला असं सांगितलं असतं की, 'हे बघ, माझी आजची सकाळ अगदीच वाईट गेली आहे. मला पैशांची अडचण आहे, त्यामुळे मी काहीसा तणावात आहे. पण ठीक आहे, ही अवस्थाही निघून जाईल. पण सध्या आणखी काही करण्याआधी मला थोडंसं शांत होण्याची गरज आहे. मला थोडीशी मनःशांती मिळवणं आवश्यकच आहे.'

क्रिसला इतरही काही तंत्रं वापरता आली असती. ती पुढे दिली आहेत :

भौगोलिक अंतर निर्माण करा

स्वतःला त्या समस्येपासून अगदी शब्दशः दूर ठेवा. तिच्यापासून स्वतःला स्वतंत्र करा. तुम्ही ज्या ठिकाणी असाल त्या जागी तुमच्यावर दबाव येत असेल तर तिथून उठा, बाहेर जा आणि थोडंफार फिरून या. किंवा एखाद्या

रोजनिशीत तुमच्या मनातील तणावग्रस्त विचार लिहून काढा. ही रोजनिशी दुसऱ्या खोलीतील कुलूपबंद कप्प्यात ठेवण्याची सवय लावून घ्या. त्यामुळे ती रोजनिशी प्रत्यक्षात काही अंतरावर असेल, म्हणजेच तुमच्यापासून दूरवर असेल. कदाचित, क्रिसला भौतिक अवकाशाची अपेक्षा असू शकेल. अशा वेळी तो काही क्षण ध्यान करू शकेल. त्या वेळी आपण एका दूरच्या शांत बगिच्यात असल्याची कल्पना तो करू शकेल. तिथे जाऊन तो आपले विचार व्यवस्थितपणे गोळा करू शकेल.

आपत्कालीन क्षणिक अंतर निर्माण करा

कठीण अनुभवांतून आपण एक पाऊल दूर जाऊ शकतो. याकरिता या अनुभवापासून आपण प्रत्यक्ष भौतिक अंतर नव्हे, तर वेळेचं अंतर राखू शकतो. हीच परिस्थिती आणखी एक, दोन किंवा दहा वर्षांनी तुम्हाला कशी वाटेल याचा विचार करा. भूतकाळातही अशाच प्रकारची एखादी आव्हानात्मक परिस्थिती आल्याचं तुम्हाला आठवतं का? आता ती वेळ निघून गेल्यानंतर तुम्हाला तिच्याविषयी काय वाटत आहे? त्या वेळी तुम्हाला वाटलेल्या भीतींपैकी एखादी भीती खरी ठरली आहे का? त्यानंतर तुमचा खरोखरच विकास झाला आहे का? अशा परिस्थितीशी कसं जुळवून घ्यावं याचे काही मार्ग तुम्ही त्या परिस्थितीमुळे शिकला आहात का?

आता अशी कल्पना करा की, क्रिस त्या वेळच्या परिस्थितीतून विचारानं आणखी दूर जातो. तो स्वतः मृत्युशय्येवर असल्याची कल्पना करतो. आता त्याला अधिक शांत वाटतं. त्याच्या लक्षात येतं की, जीवन हे अशा संतप्त किंवा मनस्तापजनक अनेक घटनांनी आणि संकटांनी भरलेलं असतं. अशा घटना, अशी संकटं, प्रसंग येतात आणि जातात. परंतु ज्या वेळी आपण एका व्यापक योजनेचा विचार करतो, त्या वेळी ते अगदीच नगण्य, क्षुल्लक असल्याचं आपल्या लक्षात येतं.

पुढच्या वेळी तुम्ही ज्या वेळी कशाशी संघर्ष करत असाल त्या वेळी तेव्हापासून दहा वर्षांनी तुम्ही कुठे व कसे असाल त्याचा विचार करा. त्या 'भविष्यकाळातील तुम्हाला' काय वाटत असेल याचा विचार करून पुढील प्रश्नांची उत्तरं द्या :

- सध्याच्या समस्येविषयी तुम्हाला काय वाटेल?
- तुमच्या सध्याच्या स्वत्वाला जाणवत असलेल्या तणावाच्या प्रमाणाच्या तुलनेत भविष्यातील तुमच्या स्वत्वाला किती तणाव जाणवत असेल?
- तुमच्या सध्याच्या स्वत्वाला जी माहीत नाही, अशी कोणती गोष्ट तुम्हाला माहीत असेल?

हाच स्वाध्याय आणखी एका पद्धतीनंही करता येतो. भूतकाळात तुमच्या बाबतीत घडलेल्या एखाद्या तणावपूर्ण घटनेचा विचार करा आणि स्वतःला पुढील प्रश्न विचारा :

- त्या वेळी तुमच्या मनावर कितपत तणाव होता? एक ते दहा आकडे असलेल्या मोजपट्टीचा विचार केला तर तुम्ही तो किती आकड्याइतका तणाव होता असं म्हणाल? तुमच्यावर सर्वाधिक तणाव होता, तो या मोजपट्टीवरच्या किती आकड्यापर्यंत पोहोचला होता असं तुम्हाला वाटतं?
- ती भावना किती काळ टिकून राहिली होती?
- ती तुमच्या मनातून कधी आणि कशी नाहीशी झाली किंवा तो विचार कधी थांबला?

भूमिकांची अदलाबदल करा

सन २०१९च्या 'सायकॉलॉजी टुडे'च्या अंकातील एका लेखात डॉ. जिम टेलरनं वास्तव आणि वास्तवाचं तुमचं आकलन यांमधील फरक स्पष्ट केला आहे. : 'ज्या वेळी तुम्ही सैद्धान्तिक अंतर राखता, त्या वेळी तुम्हाला जी गोष्ट वास्तव किंवा सत्य आहे असं वाटतं ती प्रत्यक्षात सत्य असलीच पाहिजे असं नसतं, हे समजण्याइतपत तुमची समज किंवा आकलनशक्ती खुली व व्यापक होते. ज्या वेळी आपण जाणीवपूर्वक विविध दृष्टिकोनांचा शोध घेतो किंवा वस्तू अगर गोष्टी जशा दिसत आहेत तशा त्या नाहीत अशी कल्पना करतो त्या वेळी आपण त्यांच्यापासून अशा प्रकारचं तात्त्विक अंतर राखतो.'

असं अंतर राखण्याचा एक सोपा उपाय आहे. तो म्हणजे फक्त पुढील प्रश्न विचारा : 'तुमच्या जागी इतर लोक असते तर त्यांनी काय केलं असतं? तुम्हाला आदर व कौतुक वाटत असलेल्या एखाद्या व्यक्तीचा विचार करा. त्यानंतर तुम्ही त्यांच्या नजरेतून या समस्येकडे पाहत असल्याची कल्पना करा. यामुळे तुम्हाला काहीच सुचेनासं झालेल्या ठिकाणांपासून आणि नाजूक बिंदूपासून दूर जाण्यास मदत होते. क्रिसच्या मनात बालपणापासूनच्या अनेक विव्हळ करणाऱ्या दुःखद स्मृती आहेत. परंतु तरीही त्याच्या मनात त्याच्या वडिलांविषयी नेहमीच आदराची आणि प्रेमाची भावना होती. त्याचे वडील किती खंबीरपणे वागत होते आणि व्यवहार्य समस्यांच्या बाबतीत ते कसा थेट दृष्टिकोन बाळगत होते ते त्याच्या लक्षात येतं. कुठलीही समस्या समोर ठाकली की ते सरळ तिला भिडत आणि म्हणत, 'खड्ड्यात गेली ती समस्या-बिमस्या. हे सगळं कसं व्यवस्थित करता येईल, ते मीच शिकून घेतो.' यापासून क्रिसला स्फूर्ती मिळते, कारण त्यामुळे त्याला आपण किती सक्षम आहोत, आपल्याकडे किती संसाधनं आहेत त्याची आठवण होते.

आणखी एक शक्यता म्हणजे तुमच्या सर्वोच्च स्वत्वाची कल्पना करा. ते कसंही दिसत असो, त्याने काहीच फरक पडणार नाही. तुमची त्याच्यावर श्रद्धा असली म्हणजे झालं! काही लोकांना एखाद्या देवाची किंवा देवतेची अगर एखाद्या रक्षक देवदूताची किंवा एखाद्या अलौकिक प्राण्याची कल्पना करणं उचित वाटतं. त्याच्याकडून किंवा तिच्याकडून आपल्याला सुज्ञपणानं उचित मार्गदर्शन मिळू शकेल याची त्यांना खात्री असते. जर एखादा सर्वज्ञ, प्रिय देव किंवा देवता किंवा तुमच्या कल्पनेतील कोणीही व्यक्ती यांनी तुमच्या सध्याच्या समस्येत रस घेतला असता आणि तिच्यावर नजर टाकली असती तर, त्यांनी तुम्हाला काय करण्याचा सल्ला दिला असता? जर ही गोष्ट तुम्हाला बरोबर वाटली नाही तर, तुमच्या वैयक्तिक हिरोची किंवा आदर्शाची कल्पना करा आणि अगदी ते काल्पनिक असले तरी त्यांनी या समस्येला कसा प्रतिसाद दिला असता त्याची कल्पना करा.

ठोस कृतीवर लक्ष केंद्रित करा

सोमवारी सकाळी क्रिसच्या मनात निराशेनं घर केलं आहे. तो वैतागलेला आहे. अशा परिस्थितीत तो अगदी स्पष्टपणे सांगायचं झालं तर स्पष्ट,

स्वच्छ विचार करू शकणार नाही. त्याच्या मनातील अस्वस्थता आणि चिंता या एखाद्या निराकार ढगासारख्या कशाही वेड्यावाकड्या प्रकारे अक्राळविक्राळ रूप धारण करून त्याला ग्रासून टाकत आहेत. त्याचं मन सारखं एका आपत्कालीन, नकारात्मक विचारावरून तशाच प्रकारच्या दुसऱ्या विचारावर, अशा प्रकारे उड्या मारत राहिलं आहे. काही मध्यवर्ती कल्पना झपाट्यानं मोठ्या होत आहेत. सर्व्हिस स्टेशनमध्ये कार कशी बुक करावी याचा विचार तो करत नाही, तर गरिबीच्या सखोल मानसिक भीतींवर, अपयशाच्या व अवमानांच्या कडवट भावनांवर, त्याच्या वडलांशी असलेल्या त्याच्या नात्यावर तो चिंतन करत आहे. मध्येच आपण एखाद्या मोडकळीला आलेल्या रॅट व्हीलमध्ये अडकलेल्या उंदरासारखा त्याच त्याच चक्रातून फिरत राहिलो आहोत, असा विचारही तो करत आहे.

त्याच्या मनात निर्माण झालेल्या वादळातून त्याचा मेंदू अति सक्रिय झाल्याचं दिसून येत आहे. संरचनांचा शोध घेणं, बारीकसारीक तपशील लक्षात घेऊन मध्यवर्ती कल्पनांचा विचार करणं, अंदाज बांधणं, निष्कर्ष काढणं किंवा 'का?' असा प्रश्न विचारणं या गोष्टी सर्वसामान्य आहेत. परंतु तणावग्रस्त झालेला मेंदू हे सगळं अनियंत्रित पद्धतीनं करू शकतो. तो वास्तवापासून पूर्णपणे फारकत घेऊन त्याचा मुळीच विचार न करताही हे करू शकतो. त्याला तुम्ही पुन्हा रुळावर कसा काय आणू शकाल? एका यथार्थ, वास्तव जगाचा शोध घेऊन आणि तिच्यात आपली मुळं घट्ट रुजवून तुम्ही हे करू शकाल.

स्वतःला विचारा : 'तू काय करू शकतोस किंवा शकतेस?' पुढच्या तीन आठवड्यांचा किंवा पुढच्या दहा टप्प्यांचा अगर पायऱ्यांचा विचार करू नका. तुम्ही करू शकत असलेल्या पुढच्या फक्त एकाच ठोस कृतीचा विचार करा. क्रिसही हेच करतो. तो एक दीर्घ श्वास घेतो आणि त्याला त्याची कार गॅरेजमधून तपासून घ्यावी लागणार आहे, हे तो मान्य करतो. तेव्हाच त्याला तिच्यात नेमका काय दोष निर्माण झाला आहे ते समजू शकेल. त्यानंतर त्याचा अंदाजे खर्च त्याला समजेल. मग त्यानंतर पुढचं पाऊल उचलावं लागेल; पण नेमकं काय करावं लागेल? त्याला काही कॉल करावे लागतील. बस्स, त्याला इतकंच करायचं आहे. फलिताविषयी विचार करणं हे त्याचं काम नाही. फलितं ही त्या प्रक्रियेतील फक्त एक पुढची पायरी आहे.

एक सविस्तर व निःपक्षपाती यादी तयार करा. आपल्या मनात येणाऱ्या भावनांची दखल घ्या. पण हे अतिशय विनयशीलपणे करा. तुमच्या हातातील समस्येची सोडवणूक करण्यात तुम्ही गुंतलेले असताना भावनेला हळुवारपणे थोडा वेळ बाजूला ठेवा. समस्येला शांतपणे, तटस्थ वस्तुनिष्ठतेनं सोडवा. आपलं मन भरकटत असल्याचं आढळेल, त्या वेळी विचारांवर नियंत्रण ठेवा आणि सरळ, थेटपणे विचारा : 'याविषयी मी काही करू शकतो का?' याचं उत्तर 'होय' असं असेल तर रवंथ केल्याप्रमाणे सावकाशपणे आणखी विचार करत बसू नका. जे काही तुम्ही करू शकता ते करून टाका. उत्तर 'नाही' असं असेल तरीही फक्त विचार करत बसू नका, कारण फक्त शांतपणे विचार करत बसून राहून काहीच मदत होणार नाही. काहीही झालं तरी तुम्हाला विचार करत बसून राहणं परवडणार नाहीच.

ज्या वेळी क्रिस हा विचार करतो, त्या वेळी तो मनातल्या मनात म्हणतो, 'आजची ही सकाळ ही फक्त एक आपत्तिजनक परिस्थिती होती.' तो थांबतो आणि स्वतःला विचारतो, 'या विचारावर मी काही कृती करू शकतो का?' नाही. त्या विचाराला काहीच आकार-उकार नाही. तो फक्त असाच संदिग्धपणे भीती घालणारा, धोकादायक ढगासारखा विचार होता. 'तुला या जीवनात पुढे जाण्याची संधी कधीच मिळाली नाही,' असा विचार मनात आल्यावर तो लगेच त्याच्याकडे दुर्लक्ष करतो. त्याचा मागोवा घेतल्यामुळे त्याचा काहीच फायदा होणार नसतो किंवा त्याला पुढचा मार्गही दिसणार नसतो.

त्यानंतर तो विचार करतो, 'खराब कार दुरुस्त करण्यासाठी माझा भरमसाठ पैसा खर्च होणार आहे, हे मी अगदी पैजेवर सांगतो.' हा विचार मनात आल्याबरोबर तो स्तब्ध होतो. त्यानंतर तो त्या विचाराला प्रश्नात रूपांतरित करण्याचं ठरवतो. 'यामुळे त्याला भरमसाठ खर्च करावा लागेल का?' त्या वेळी त्याच्या लक्षात येतं की, याचं निश्चित उत्तर त्याला मुळातच बिलकूल माहीत नसतं. तो फोन करून कोटेशन घेण्यासाठी तीन सर्व्हिस गॅरेजची यादी तयार करतो. जर त्याला दुरुस्तीसाठी खरोखरच भरपूर खर्च येणार असेल तर निदान तो खर्च नेमका किती आहे ते तरी त्याला निश्चितपणे समजणं आवश्यक असतं. त्यानंतर तो पुढे काय करायचं ते ठरवू शकणार असतो. प्रत्यक्षात तो खर्च खूपच कमी असल्याचं त्याला आढळतं आणि मग सकाळी अति विचार आणि निरुपयोगी चिंता करून सगळी सकाळ वाया घालवल्याचं त्याच्या लक्षात येतं.

खरं तर, ज्या वेळी अखेरीस फक्त चिडत, कुढत, चरफडत राहण्याऐवजी क्रिस प्रत्यक्ष समस्येला भिडतो, त्या वेळी त्याच्या लक्षात येतं की, त्याच्या वडलांच्या नेमक्या याच गुणाचं त्याला विलक्षण कौतुक वाटत होतं. काहीही झालं, कोणतीही समस्या आली तरी ते गांगरून, बावरून न जाता किंवा न संतापता समस्येला तोंड देत आणि उपाययोजना शोधू लागत. हा नवीन दृष्टिकोन प्रत्यक्षात कसा वाटतो याची अनुभूती घेण्यासाठी त्याला क्षणभराचा वेळ घ्यावा लागतो. खरं तर आताही ती समस्या तिथंच असते; परंतु आता त्या समस्येच्या तुलनेत तो स्वतः मात्र वेगळा झालेला असतो. क्रिस तीन गॅरेजमध्ये फोन करतो आणि ते त्याला तासाच्या आत कोटेशन पाठवून देण्याचं मान्य करतात. त्यामुळे त्याच्या परिस्थितीत फारसा फरक पडलेला नसला तरीही फक्त त्याने सकारात्मक, सक्रिय पाऊल उचलल्यामुळे त्याला खूपच बरं वाटत असल्याचं त्याला जाणवतं.

जर तुमचे नकारात्मक विचार तुमच्या नियंत्रणाच्या बाहेर जात असतील तर तत्काळ तिथल्या एका वर्तमान 'लहान, ठोस तपशिला'वर त्यांना केंद्रित करा. अति सामान्यीकरणाच्या विकृतीकडे नेणाऱ्या मोठमोठ्या कथनांना चक्क विसरून जा. स्वतःच्या डोक्यातून बाहेर पडून कृतीच्या ठोस, भौतिक जगात पाऊल टाकणं हाच नकारात्मक विचारांपासून अंतर राखण्याचा आणि दृष्टिकोनात बदल घडवून आणण्याचा एक विलक्षण मार्ग आहे. संथपणे विचार करत राहणं, नकारात्मक विचार करणं आणि नैराश्यवाद या गोष्टी काही वेळा या मार्गामुळे जितक्या झटपट बदलतात, तितक्या इतर कोणत्याही गोष्टीनं बदलू शकत नाहीत.

जगातील सर्वाधिक निरुपयोगी सवयीविषयी...

ज्या वेळी पाळलेला पोपट हा अत्यंत तणावग्रस्त आणि असंतुष्ट असतो, त्या वेळी काही वेळा तो आपलीच पिसं उपटू लागतो. त्याच्या मनात मालकाविषयी धुमसत असलेल्या असंतोषामुळे तो एकामागून एक अशा प्रकारे आपलीच पिसं उपटतो आणि फेकून देतो. त्यामुळे त्याच्या मानेवर, गळ्यावर आणि छातीवर मोकळे चट्टे-पट्टे दिसू लागतात आणि त्याचा घाणेरडा पिंजरा पूर्णपणे त्याच्या पिसांनी भरून जातो आणि पिसं खाली पडू लागतात. विविध प्रकारच्या गुंतागुंतीच्या कारणांमुळे पोपट असं करतात;

परंतु माणसाची प्रवृत्तीही असंच काहीसं करण्याची असते. तोही त्याची मानसिक पिसं उपटत बसतो.

आपलीच पिसं उपटण्याची सवय म्हणजे फक्त तक्रार करण्याची एक पद्धत असते. दर वेळी तुम्ही तक्रार करता, त्या वेळी ती गोष्टही- आपली स्वतःची सुंदर, निरोगी पिसं उपटून ती जमिनीवर फेकून देण्याच्या पोपटाच्या स्वतःच्या दृष्टीनं निरुपयोगी, पण विघातक असलेल्या त्याच्या सवयीसारखीच असते. तिचा काहीही उपयोग होत नाही. तिच्यामुळे समस्या सोडवली जात नाहीच, पण फक्त पोपट विद्रूप दिसू लागतो. तक्रार करणं ही गोष्ट निरुपद्रवी आहे, असं आपल्यापैकी बहुतेकांना वाटतं; परंतु आपण ज्या सहजपणानं छोट्या छोट्या तक्रारी करत राहतो, त्यामुळे ती समस्या अतिशय हानिकारक होते.

आता क्रिस्तिना या क्रिसच्या आणखी एका सैद्धान्तिक महिला सहकाऱ्याचा विचार करू या. त्या दिवशीच्या सोमवारच्या सकाळी तिच्या बाबतीत नेमकेपणानं काहीच घडलेलं नसतं. परंतु तरीही दिवसभर सातत्यानं ती कोणत्या ना कोणत्या तक्रारी करत राहते.

'ईऽऽ! पुन्हा एकदा कॅफिन नसलेली (डीकॅफिनेटेड) कॉफी संपली. ही ज़ागा म्हणजे एक विनोदच आहे!'

'मला वाटतंय की, आता पुन्हा एकदा माझं डोकं दुखणार आहे.'

'तुम्ही अलीकडे गॅसच्या किमती किती भडकल्या आहेत ते पाहिलंय का?'

'आज शुक्रवार असता तर बरं झालं असतं!'

'म्हणजे अखेरीस आपण सजावट करण्यासाठी लोकांना बोलावलंय. पण अर्थातच त्यांनी सगळा विचका करून ठेवलाय. त्यामुळे आता तो सगळा पसारा आणि त्यांनी घातलेला गोंधळ निस्तरण्यासाठी आपल्याला दुसऱ्या कोणालातरी बोलवावं लागणार आहे.'

'मी अगदी थकून गेलेय.'

'अरे बाप रे! हे पुन्हा फुटलं. कसं काय वापरायचं असलं तकलादू खेळणं! मला हे वापरणंच कठीण झालंय.'

'कॅफेतली ती बाई इतकी उद्धट आहे म्हणून सांगू, अगदी खरं! चेहऱ्यावर थोडं हसू ठेवलं तर काय मरायला होतंय?'

अशा कित्येक तक्रारी. तक्रारीमागून तक्रारींचा पाढा ती वाचतच राहते.

आता यांपैकी प्रत्येक विधानाचा स्वतंत्रपणे विचार केला तर, त्याला फारसा अर्थ आहे असं वाटणार नाही. परंतु ज्या वेळी प्रत्येक भावना ही एक सौम्य तक्रार असल्यासारखं वाटेल त्या वेळी तिचा परिणाम हा पोपटाच्या मानेवरचा पिसं नसलेल्या मोठ्या ठिपक्यासारखा उठून दिसेल. क्रिस्तिनासमोर क्रिससारखं इतर कुठलंही संकट किंवा त्रासदायक घटना नाही. परंतु आपल्या विचारसंरचनांच्या साहाय्यानं ती स्वतःसाठी अतिशय खात्रीपूर्वक नकारात्मक जगाची निर्मिती करत आहे.

तक्रार करणं ही गोष्ट प्रभावी असते. ती कृतज्ञतेच्या विरुद्ध असते. ती सजगतेनं केलेल्या स्फूर्तिदायक कृतीशी विसंगत असते.

उपाय न शोधताच फक्त समस्या ओळखणं किंवा आपल्या समोरची समस्या इतरांनी आपल्यासाठी सोडवावी याकरिता सतत निष्क्रियपणे कुरबुर करत राहणं, मुसमुसत राहणं म्हणजे तक्रार करणं असतं. त्या समस्येविषयीची आपली जबाबदारी नाकारण्याचा किंवा शांतपणे दोषारोप करण्याचा तो एक सूक्ष्म मार्ग असतो. ही अगदी शंभर टक्के 'आपण अगदीच असाहाय्य आहोत', असं सांगणारीच भाषा असते. तिच्यातून आपल्यावर अन्याय होत असल्याच्या, आपण पीडित असल्याच्या मानसिकतेकडे आपण हळूहळू निघाल्याचं सूचित होतं.

आपण तक्रार करतो, त्या वेळी समस्या दूर करण्यासाठी प्रत्यक्षात काहीही न करता आपण फक्त नकारात्मकतेची व्याप्ती वाढवतो. यातली अत्यंत वाईट गोष्ट अशी असते की, तक्रार करणारे लोक स्वतःला उपद्रव करून घेतात आणि इतरांच्या बाबतीत शस्त्र म्हणून त्यांच्या असमाधानाचा उपयोग करतात. जणू काही ते सातत्यानं असं सांगत असतात की : 'अरे वा! मी असमाधानी आहे बरं का! कोणीतरी त्याविषयी काहीतरी करेपर्यंत मी सगळ्या गोष्टी अप्रसन्न कशा राहतील तेच पाहणार आहे.' मुळातच

तक्रार करणं हे, पार्श्वभूमीवर संतप्तपणा आणि चिडचिड सुरू असल्याचं एक कनिष्ठ पातळीवरचं लक्षण आहे.

तुम्हाला क्रिस्तिनामध्ये तुमचाच छोटासा अंश असल्यासारखं वाटत असेल तर, काळजी करू नका. कधी ना कधी आपण सगळेच जण तक्रार करतो. चिडणं, कंटाळणं, दुःखी होणं किंवा गोंधळून जाणं यात काहीच चुकीचं नाही. त्याविषयी आपण काय करायची निवड करतो ही यातली सगळ्यात महत्त्वाची गोष्ट आहे. क्रिसनं विचारलेला प्रश्नच स्वतःला विचारा : 'मी याविषयी काही करू शकतो का?' निराशावादाप्रमाणेच तक्रार करणं हीसुद्धा परिस्थितीशी जुळवून घेण्याची, तिला तोंड देण्याची (परंतु अत्यंत वाईट प्रकारची) एक यंत्रणा आहे. खरं म्हणजे तुम्ही ज्या वेळी स्वतःला एका साध्या गोष्टीची आठवण करून देता, त्या वेळी परिस्थितीला तोंड देणं ही गोष्ट फारच सोपी असल्याचं तुमच्या लक्षात येतं. तुम्हाला एखादी गोष्ट आवडत नसेल तर तिच्यात बदल घडवण्याची ताकद तुमच्याकडे असते या गोष्टीची तुम्ही स्वतःला आठवण करून दिली पाहिजे.

जाणीवपूर्वक स्वतःला विचारांपासून अलग करण्याचा स्वाध्याय करा

वर देण्यात आलेल्या क्रिस किंवा डॅन यांच्यासारख्या लोकांच्या कथा वाचून तुम्हाला असं वाटू शकेल की, कोणाच्याही किंवा तुमच्या स्वतःच्याही जीवनात गोष्टी इतक्या सरळ, साध्या किंवा सोप्या नसतात. तुम्ही असा विचार केला तर ते खरोखरच समजण्यासारखं आहे. या सगळ्या कल्पना अर्थपूर्ण असल्यासारखं नेहमीच वाटतं. परंतु तोपर्यंत आधीच तुम्ही स्वतः नकारात्मक विचारांच्या सापळ्यात अडकलेले असता किंवा तुम्हाला नकारात्मकतेचा एक संपूर्ण तीव्र झटका येऊन गेलेला असतो. अशा प्रकारच्या परिस्थितीचं वर्णन करण्यासाठी आपण कोणत्याही संज्ञांचा उपयोग केला तरी आपल्याला हे मान्य करावंच लागेल की, कधीकधी आपले नकारात्मक विचार आपल्यावर मात करतात. ते आपल्या मनाला घेरून टाकतात आणि आपण त्यांच्यात बुडून जात आहोत असं आपल्याला वाटत राहतं.

आपला विश्वास असलेल्या डॉक्टरच्या मदतीनं डॅन स्वतःच्या गतीनं अनेक आठवड्यांपर्यंत आणि काही महिन्यांपर्यंत एबीसी चौकटीचा वापर करू शकतो, हा त्याच्याकडे असलेला फायदा आहे. ज्या वेळी क्रिसला एका अत्यंत नरकसदृश दिवसाला तोंड द्यावं लागतं, त्या वेळी तो थोडासा दूर राहून विचार करू शकतो. त्या काळात त्याने नकारात्मकतेच्या चक्रव्यूहावर नियंत्रण प्राप्त केलं तर दुसऱ्या दिवशी त्याला अधिक चांगलं वाटतं. परंतु जर तुमच्या मनात खूपच नकारात्मक विचार असतील आणि तुम्ही त्यांच्यातून बाहेर पडू शकत नसाल तर काय होईल? प्रत्यक्षात नकारात्मक विचारांचं एक स्पष्ट वैशिष्ट्य असं आहे की, आपल्यासमोर उलगडत असलेल्या समस्येसह कोणतीही गोष्ट आपण पूर्णत्वानं पाहू शकत नाही. त्याच्यातून बाहेर पडण्याच्या मार्गाचा विचार करणं आपण थांबवतो आणि सगळ्या गोष्टी नेहमी इतक्याच वाईट असतील आणि त्या तशाच सुरू राहतील असा विचार करू लागतो.

कृतीविषयक बांधिलकीची उपचारपद्धती (ॲक्शन कमिटमेंट थेरपी – एसीटी) हा एक मानसशास्त्रीय दृष्टिकोन आहे. या पद्धतीत नकारात्मकतेच्या पुरात अडकलेल्या या भावनेकरिता एक शब्द आहे. 'संयोग (फ्युजन)' असा हा शब्द आहे.

ज्या वेळी आपण विचारांशी संयोग पावतो, त्या वेळी आपण त्यांच्या इतके निकट असतो की, आपण त्या वेळी त्या विचारांशिवाय इतर विचार करू शकत नाही, कशाची जाणीव करून घेऊ शकत नाही किंवा त्यांच्याशी संबंधित कृतीखेरीज इतर कृती करू शकत नाही. विचार आपल्याला गिळून टाकतात. ते विचार म्हणजेच आपण होतो. ही गोष्ट काहीशी चित्रपट पाहण्यासारखी असते. आपल्यासमोर उलगडत असलेल्या कथेत आपण इतके गुंतून जातो की, आपण चित्रपट पाहत आहोत हेच आपण विसरून जातो आणि नंतर योगायोगानं, तुम्ही त्या मनःस्थितीतून बाहेरही पडता. याच प्रकारे, ज्या वेळी आपण विचारांशी संयोग पावतो त्या वेळी ते आपल्या मनात आलेले विचार आहेत हेच आपण विसरून जातो. म्हणून आपण त्यांच्या दयेवर असतो. त्यांच्यामुळे आपल्याला येत असलेला वास्तवाचा सध्याचा, क्षणभंगुर अनुभव हा कायमस्वरूपी, बदलणं शक्य नसलेला आणि पूर्णपणे आपल्या नियंत्रणाबाहेर असलेला आहे असं आपण समजतो.

ज्या वेळी आपण डॅनविषयी चर्चा केली होती, त्या वेळी त्याने विचारांपासून अंतर राखल्यामुळे आणि विचारांविषयीच्या आपल्या दृष्टिकोनात बदल केल्यामुळे त्याच्या नकारात्मक विचारांना हळुवारपणे आव्हान देण्याकरिता आणि त्यांना दूर करण्याकरिता त्याला कसा पुरेसा वेळ मिळाला होता हे आपण पाहिलं होतं. त्या वेळीही आपण या संयोगाविषयीच बोललो होतो. मात्र ज्या वेळी आपल्याला खरोखरच नकारात्मक विचारांची आणि कल्पनांची सवय होते, त्या वेळी आपल्याला त्यांच्यातून बाहेर पडून विचारांची दिशा बदलण्यास मदत व्हावी याकरिता नेहमीच एका दिवसाहून अधिक काळ लागतो आणि दृष्टिकोनात काही बदल घडवावे लागतात.

तुमचा मेंदू हे वास्तवाशी अतिशय परिपूर्णपणे संबंध राखून असलेलं, त्याच्याविषयी संपूर्ण आदर बाळगणारं यंत्र नाही, तर ते वास्तवाचं चित्र किंवा वास्तवाविषयीची कथा निर्माण करणारं यंत्र आहे. आपण नकारात्मक विचारांशी संयोग पावलेले असतो, त्या वेळी मात्र आपण स्वतःला इतकी ठामपणे पटणारी गोष्ट सांगतो की, आपण तिच्यावर पूर्ण विश्वास ठेवतो आणि तिच्यातून आपली सुटका करून घेऊ शकत नाही.

एलेनची कथा आणि 'अधिक मोठ्या असलेल्या' तुमचा शोध

एलेनचं जग ही अतिशय काळीकुट्ट, अंधारी जागा आहे. तिला जीवन अत्यंत दुःखद आहे असं वाटतं. तिच्या जीवनातील गोष्टी तिला जेव्हापासून आठवतात, तेव्हापासूनच तिला आपलं जीवन अतिशय वाईट, दुःखद आहे असं वाटून आपल्या जीवनाची आणि स्वतःचीही अतिशय कीव येते. बाहेरून पाहणाऱ्याला एलेन ही सर्वसामान्य व्यक्ती आहे असंच वाटतं. तिलाही मित्र-मैत्रिणी आहेत. कुटुंबीय आहेत आणि ते तिच्यावर प्रेम करतात. मात्र, आतून एलेनचं मन हे तिने स्वतःच तयार केलेलं एक यातनागृह आहे. आपण निरुपयोगी आहोत याची तिला स्वतःला सतत जाणीव होत राहते. त्यावर तिचा दृढ विश्वास आहे. शिवाय, आयुष्य जगण्याच्या योग्यतेचंच नाही असंही तिला खात्रीनं वाटतं. हेच सत्य आहे याविषयी तिची खात्री आहे.

खरं तर इतर कुठल्याही गोष्टीविषयी तिला इतकी ठाम खात्री वाटत नाही. ती सर्व प्रकारच्या डॉक्टरना भेटली आहे. तिने अनेकांकडून उपचार

घेतले आहेत. औषधं घेऊन पाहिली आहेत. ती तिच्या मित्र-मैत्रिणींबरोबर बोलली आहे. तिने याकरिता स्वयंसाहाय्यता विषयावरची पुस्तकं वाचली आहेत. शिवाय, एक-दोनदा तर ती एकांत स्थळीही जाऊन आली आहे. तसंच काही कार्यशाळांमध्येही ती सहभागी झाली आहे. परंतु तरीही एलेनचा दृढ झालेला गाढ विश्वास थोडासाही बदलला नाही. जणू काही तो अपरिवर्तनीय स्वरूपाचा आहे. तिच्या या विश्वासानुसार, जीवन हेच अनेकविध दुःखांना कारणीभूत आहे आणि जीवित राहणं ही गोष्टच सातत्यानं छळ करून घेत राहण्यासारखी आहे. होय. लोक जिला 'नैराश्यग्रस्त' म्हणतात अशीच ती व्यक्ती आहे. जर एलेनचं जीवन हे एखादा चित्रपट असता तर, त्याच्यात एक सतत काहीतरी खटकत राहिलेलं, घृणास्पद, घाणेरडं आणि कीव येण्याजोगं कृष्ण-धवल स्वरूपाचं नाट्य भरून राहिलं असतं. प्रलयात सगळ्या लोकांचा मृत्यू होणं हाच अशा चित्रपटाचा शेवट असला असता.

एलेनचे विचार आणि भावना इतक्या दीर्घ काळापासून याच अवस्थेत अडकून पडल्या आहेत की, तिचं उर्वरित सगळं जग ज्यावर उभारलं गेलं आहे, त्याचा भक्कम पायाही याच विचारांनी व भावनांनी तयार केला आहे. काय वाटेल ते झालं तरी एलेनची मानसिक गाळणी सातत्यानं तिची खात्री पटवून देत राहते की, आयुष्य अतिशय भयानक आणि अर्थातच अत्यंत वाईट आहे. हा तिच्या या आयुष्यातून निघणारा निष्कर्ष आहे. एलेन अगदी पूर्णपणे म्हणजे अगदी शंभर टक्के या विचाराशी एकात्म होऊन गेली आहे. हा विचार तिच्या नसानसांत भिनला आहे. तिचे विचार तिच्या मनाशी अगदी पूर्णपणे एकरूप झाले आहेत.

म्हणूनच ज्या वेळी ती एखाद्या मानसोपचारतज्ज्ञाकडे जाते आणि त्याच्यासमोर बसते, त्या वेळी ती त्याला जगण्याच्या प्रक्रियेशी जुळवून घेण्याच्या किंवा आपण इतका नकारात्मक विचार करणं का थांबवू शकत नाही हे समजून घेण्यास मदत करणाऱ्या पद्धतींविषयी त्याला काहीही विचारत नाही. त्या संदर्भातील तंत्रं, व्यूहरचना यांच्याशी तिला काहीही देणं-घेणं नसतं. त्याऐवजी ती त्याला विचारते की, 'आयुष्य इतकं दुःखी का आहे?'

तिला कशी मदत करावी हे समजून घेण्याचा प्रयत्न करत असलेल्या तिच्या मैत्रिणीशी ती बोलते, त्या वेळीही एलेन फक्त इतकंच म्हणते, "तू

तरी मला कशी काय मदत करणार आहेस? यात तुला काही करता येईल असं मला वाटत नाही. कारण यात करण्यासारखं काहीही नाही. कोणालाही यात काहीच करता येणार नाही. खरं म्हणजे म्हणून तर मुळातच मीसुद्धा इतकी दुःखी आहे.''

तिचा पती तिला सांगतो की, ती सुंदर आहे आणि त्याचं तिच्यावर प्रेम आहे, त्या वेळी ती खूश होण्याऐवजी त्याला इतकंच म्हणते, ''इतकं भ्रमात राहणं बहुधा चांगलंच असावं.''

आता इथे तुम्हाला समस्या काय आहे ते दिसू शकतं. एलेननं स्वतःच आपल्या डोळ्यांवर काळ्याभोर रंगाचा, जाडजूड काचेचा एक काल्पनिक चश्मा चढवलेला आहे. त्याच चश्म्यातून ती जगाकडे पाहत आहे. म्हणून ज्या वेळी ती समस्येची सोडवणूक करण्याचा प्रयत्न करते, त्या वेळीसुद्धा ती चुकीची समस्याच सोडवते. क्रिस किंवा डॅन यांच्या अवस्थेहूनही तिची अवस्था खूपच बिकट आणि खोलवर मुरलेली आहे. काही अत्यंत प्रभावशाली नकारात्मक विचारांच्या दयेवर ती जगत आहेच; शिवाय, तिच्या सभोवतालची परिस्थिती किंवा जग नव्हे तर, हे विचारच तिच्या दुःखाचं मूळ आहेत हे तिला ओळखता येत नाही.

एलेनसारखी एखादी व्यक्ती आपल्या अशा काळ्याकुट्ट, दुःखद विचारांपासून स्वतःची सुटका कशी काय करून घेऊ शकणार आहे? आपल्या या नकारात्मक विचारांना ती कशी काय दूर करू शकेल?

आता पुन्हा एकदा हा मनोरचनेत स्थित्यंतर घडवून आणण्याचाच प्रश्न आहे. म्हणजे समस्येकडे पूर्णपणे वेगळ्या पातळीवरून पाहण्यास शिकण्याचा हा प्रश्न आहे. आपल्या अंतर्गत टीकाकारापासून अंतर राखून राहण्याच्या एका पद्धतीचा उल्लेख आपण आधीच केला आहे. या टीकाकाराला एक नाव द्या आणि तो पूर्णपणे तुमच्याहून भिन्न व्यक्ती असल्याप्रमाणे व तुम्ही त्याला तुमच्यापासून दूर पाठवू शकत असल्याप्रमाणे स्वतंत्र व्यक्ती म्हणून त्याला वागवा. (मिल्ड्रेड आठवतेय ना?)

इथे आपण अशी कल्पना करण्याचा प्रयत्न करणार आहोत की, मन ही पूर्णपणे स्वतंत्र अस्तित्व असलेली एक गोष्ट आहे. याचा अर्थ, तुम्ही त्याच्यापासून दूर जाऊ शकता, एक पाऊल मागे जाऊ शकता आणि तिथून त्याच्याकडे पाहू शकता. याच्यातून असा प्रश्न निर्माण होतो की, हे निरीक्षण

कोण करत आहे किंवा हे कोण पाहत आहे? तुम्ही म्हणजेच तुमचं मन नाही का? याचं उत्तर अत्यंत जोरदारपणे 'नाही' असंच आहे.

तुमचं मन हे तुमच्याहून स्वतंत्र असं एक अस्तित्व आहे आणि तुम्ही त्याचं निरीक्षण करू शकता अशी कल्पना करणं ही एक चांगली कल्पना आहे की नाही? हे निरीक्षण करत असलेल्या तुमच्याशी संलग्न होणं ही एक चांगली कल्पना आहे.

इथेच माझी जुनी मैत्रीण, माझी अंतर्गत टीकाकार, कंटाळवाणी मिल्ड्रेड पुन्हा एकदा डोकं वर काढते. 'मी एखादी गोष्ट का करू शकत नाही', याची शंभर कारणं ती मला सांगते. 'मिल्ड्रेड इथून चालती हो!'

आता वरचं विधान करणारा हा 'मी' म्हणजे तुम्ही स्वतः असता. खूप मोठे असलेले तुम्ही असता.

हा भरपूर विचार करायला लावणारा एक विचित्र तात्त्विक मुद्दा असल्यासारखं वाटू शकेल. परंतु तो महत्त्वाचा आहे, कारण अशा प्रकारे तुमच्या मनाला तुमच्यापासून स्वतंत्र केल्यामुळे तुम्ही स्वतःला एक प्रभावशाली तरफ मिळवून देता. तुमचं मन तुम्हाला ज्या सापळ्यात अडकवत असेल त्याच्यातून बाहेर पडण्यासाठी ही तरफ तुम्हाला मदत करते.

एलेनच्या बाबतीत ही गोष्ट कशी काम करेल त्याची कल्पना करून पाहू या. असं समजू या की, तिच्या जीवनात एक अत्यंत अंधकारमय वेळ आली आहे आणि आपल्या सभोवतालच्या जगात तिला दिसत असलेल्या नकारात्मकतेनं ती पूर्णपणे वेढली गेली आहे. तिला फक्त इतकंच दिसत आहे की, जग एक काळीकुट्ट, अंधारी, अराजकता पसरलेली आणि लोभी, विचित्र लोकांनी भरलेली जागा आहे. त्यांना एकमेकांना दुखावण्याची, एकमेकांवर शक्य तितके प्रहार करण्याची प्रबळ इच्छा आहे. आतापर्यंत कधी ना कधी, कुठल्या ना कुठल्या टप्प्यावर तुमच्याही मनाच असाच विचार येऊन गेला असेल. बरोबर आहे ना? तिचा मेंदू हा नकारात्मकतेच्या चक्रीवादळासारखा आहे. म्हणून ती वही-पेन घेऊन खाली बसते आणि त्यापैकी थोडीफार नकारात्मकता त्या पानांवर उतरवून बाहेर काढून टाकण्याचा विचार करते.

ती लिहू लागते,

'मला हे सगळंच निरर्थक वाटतं. हे भलतंच अर्थशून्य आहे. मी इतके प्रचंड कष्ट उपसत आहे, पण मुळातच त्याच्यातून काहीही निष्पन्न होत नाही. मग मी हे सगळं करत राहण्याची तसदी तरी का घ्यावी? मी इथून बाहेर पडून नवीन प्रकल्प सुरू करू शकेन आणि मग आशावादी होऊ शकेन...वगैरे, वगैरे सांगितलं जात असलं तरी एक वेळ मी हे सगळं करीनही, पण तेवढ्यात कोणीतरी येऊन ते त्याच्या टाचांखाली चुरगाळून टाकेल. याचा अर्थ, कोणतीही गोष्ट मुळातच मला पूर्ण करता येईल असं नाही, कारण मी खूप थकून गेले आहे. मी करायला सुरुवात केली असली तरी ज्या गोष्टी मी कधीच पूर्ण केल्या नाहीत, अशा किती गोष्टी आहेत बरं? अर्थातच, अशा कित्येक गोष्टी आहेत. 'माझ्याकडे वेळ नाही आणि खरं सांगायचं तर मला कुठलीच गोष्ट चांगल्या प्रकारे करता येत नाही' किंवा 'खरं तर मी चांगल्या प्रकारे करू शकत असलेली अशी एकही गोष्ट नाही. निदान या जगात तरी नाही. मी लोकांच्या माना मुरगाळणारी एखादी क्रूर मनोरुग्ण वगैरे असते तर कदाचित काही वेगळं होऊ शकलं असतं, पण मी तशी मनोरुग्णही नाही. म्हणूनच आता यापुढे मी कशाचीच फारशी फिकीर करत बसणार नाही.'

अरे बाप रे! हे खरोखरच नकारात्मकतेचं झंझावाती वादळ आहे. पण याच्यावर आणखी जवळून नजर टाकू या. मानसोपचारतज्ज्ञाच्या सल्ल्यानुसार, एलेन काहीतरी वेगळं करण्याचा प्रयत्न करून बघते. ती मनात येणारे आणि आलेले सगळे विचार कागदावर उतरवून काढते. त्यानंतर ती वहीकडे पाहते. ती सगळ्या शब्दांभोवती एक मोठी चौकट आखून ठेवते. एका वेगळ्या रंगाच्या पेनानं ती त्या सगळ्यावर मोठ्या अक्षरांत लिहून ठेवते : 'माझं मन मला हे असं सांगतं.' एलेन अत्यंत सर्जनशील असल्यामुळे ती मोठ्या हुशारीनं त्या चौकटीला बोलण्याच्या बुडबुड्यात रूपांतरित करते. कागदाच्या कोपऱ्यात असलेल्या एका चिडक्या चेहऱ्याच्या तोंडातून हा बुडबुडा येत असल्याचं ती दाखवते.

अगदी याचप्रमाणे दोन आवाज असतात. एक एलेनचा आणि दुसरा त्या छोट्याशा चिडक्या चेहऱ्याचा. आता एलेन हा स्वाध्याय करू शकते आणि तरीही नकारात्मक विचारांच्या बाजूनंच राहू शकते. फक्त या वेळी फरक इतकाच असेल की, हा दृष्टिकोनच जगाविषयीचा एकमेव दृष्टिकोन नाही हे तिला या वेळी माहीत असेल. आता तिला हे माहीत असेल की, या दृष्टिकोनाची निवड तिनेच केलेली आहे. दुसऱ्या शब्दांत, तिच्या नकारात्मक दृष्टिकोनाकडे वास्तव म्हणून नव्हे, तर नकारात्मक दृष्टिकोन म्हणून पाहण्यास ती सुरुवात करेल.

एलेननं हे काही दिवस केलं असं आपण समजू या. काही वेळानंतर एक हलकासा बुडबुडा निघून जाईल. तिला मुळातच त्या पानावर पसरलेली नकारात्मकता दिसू लागेल. याचा अर्थ, आपल्या डोक्याच्या बाहेरच्या बाजूला आणि जिथे तिला पाहता येईल अशा ठिकाणी तिला ती पहिल्यांदाच दिसू लागेल. त्यानंतर ती विचार करेल, 'अरे वा, हे सगळं मी सदा सर्वकाळ माझ्या डोक्यात घेऊन फिरत होते तर! हा सगळा तर विचारांचा मोठाच गोंधळ आहे.'

एलेनला रातोरात आपल्या नकारात्मक विचारांपासून सुटका करून घेता येईल का? नाही. ते करण्यास शिकण्यासाठी तिला आयुष्यभराचा वेळ द्यावा लागेल. परंतु पुढच्या वेळी ज्या वेळी तिच्या जीवनात तसाच अंधकारमय दिवस येईल, त्या वेळी पुन्हा ती वही घेऊन ती बसेल. त्यानंतर पुन्हा एकदा तेच सगळे विचार तिच्या मनात येतील. त्यांचं ती पूर्वीसारखंच निरीक्षण करेल. यात फरक इतकाच असेल की, आता ती पूर्वीप्रमाणे या विचारांशी बांधील नसेल. हे विचार म्हणजे आपण नसून ते आपल्या मनात आलेले विचार आहेत म्हणून ती त्यांच्याकडे पाहील. ते विचार आपल्याहून भिन्न असून त्यांच्याबरोबरच आपण स्वतंत्रपणे अस्तित्वात आहोत असं तिला दिसेल. हा बदल सूक्ष्म आहे. परंतु कालांतरानं याच्यातूनच काहीतरी घडेल. त्यानंतर, जीवन माझं शोषण करत आहे या विचाराऐवजी एके दिवशी ती असा विचार करेल की, मी नैराश्यग्रस्त झाले आहे.

या तरफेविषयीची सगळ्यात महत्त्वाची गोष्ट अशी आहे की, तिच्या पातळ भागाला जरी तुम्ही योग्य स्थानी बसवू शकलात तरी ती एका खूपच जड वस्तूला तिच्या स्थानावरून हटवू शकेल. आपण म्हणजे आपल्या

विचारांचं मूर्त रूप नाही, आपण फक्त विचार करत आहोत याची थोडीशी जाणीव झाल्यानंतर एलेनच्या मनातील ही जाणीव वाढतच जाईल. एके दिवशी एलेन पुन्हा एकदा आपली वही उचलेल आणि काही आठवड्यांपूर्वी किंवा महिन्यांपूर्वी तिने लिहिलेल्या त्या नकारात्मक विचारांची पानं उलटून पुन्हा एकदा ती वाचेल. या वेळी ती स्वतःला असा प्रश्न विचारेल, 'मला खरोखरच हेच हवं आहे का?' तिचं जीवन इतकं वाईट का आहे असा विचार ती आता करणार नाही, तर आता ती असा विचार करेल की, जीवन वाईट आहे हा विचार खरोखरच तिला एखाद्या प्रकारे मदत करणारा विचार आहे का?

एलेन आपल्या जीवनातील नैराश्याला कायमस्वरूपी नष्ट करून टाकते, ही या कहाणीची अखेर नाही. असं क्वचितच कधीतरी घडतं; परंतु तुम्ही विचार केला तर ती त्याहूनही अधिक प्रभावशाली अशी कुठलीतरी गोष्ट करते. एलेन आपल्या स्वतःच्या मनाच्या बाहेर पडून विचार करण्यास शिकते. आपल्या डोक्यातील विचार हे पूर्ण सत्य आहे अशा प्रकारे ती त्या विचाराकडे पाहत नाही, तर त्या विचारांकडे स्वैर साधनं म्हणून पाहते. त्यांच्यापैकी काही विचार उपयुक्त आहेत, तर काही उपयुक्त नाहीत असा विचार ती करू लागते. काही विचार तिच्या मनाला उभारणी देतात आणि धैर्य प्रदान करतात. ते तिच्या जीवनाला अर्थ देतात. काही तिला निराश करतात आणि सापळ्यात अडकवतात. काही व्यवहार्य असतात आणि काही नसतात. काही विचार तिला कृती करण्यास स्फूर्ती देतात, तर काही असे प्रेरणादायक नसतात. ते अशी कृती करणं मुळीच शक्य नाही अशी तिची खात्री पटवून देतात.

जे लोक नैराश्याशी लढा देतात ते विचारांच्या एका मोठ्या सापळ्यात अडकलेले असतात. 'मी आनंदी नाही, कारण माझं जीवन असह्य आहे', अशा विचाराच्या पिंजऱ्यात ते अडकतात. परंतु प्रत्यक्षात त्याच्यातून बाहेर पडण्याचा एखादा मार्ग तिथेच आजूबाजूला असतो. जीवन असह्य आहे या विचाराशी तुम्ही पूर्णपणे एकरूप झाल्यामुळे म्हणजेच मुळातच असा विचार केल्यामुळेच त्याचा परिणाम म्हणून तुम्हाला दुःखीपणा आणि नाखुशी जाणवत राहतो.

तुमच्या विश्वासांना त्यांचं उत्तरदायित्व घेऊ द्या

इंटरनॅशनल बायपोलर फाउंडेशनची मानसशास्त्रज्ञ कॅरी एलिझाबेथ लिन हिने रोजनिशीत लेखन करणं, एबीसी मॉडेलचा वापर करणं आणि नकारात्मक विचारांची पुनर्रचना करून त्यांचं स्वरूप बदलून त्यांची चाचणी घेणं, याविषयी सन २०२२मध्ये भाष्य केलं आहे. तिने म्हटलं आहे की :

विचार हा फक्त विचार असतो.

तो आपोआपच 'सत्य' होत नाही.

तुम्ही त्याच्यावर कृती केलीच पाहिजे असं नसतं.

तुम्ही तो मान्य केलाच पाहिजे, असंही नसतं.

तुम्ही मुळातच त्याला प्रतिसाद दिला पाहिजे असंही नसतं.

तुमच्या समोरच्या परिस्थितीत किंवा एक व्यक्ती म्हणून तुमच्या बाबतीत त्याला काही अर्थ असलाच पाहिजे असं काहीही नसतं.

तो चांगला किंवा वाईट नसतो. तो फक्त एक विचार असतो.

एकदा एखादा विचार हा फक्त एक विचार असल्याचं तुमच्या लक्षात आलं की, मग विचार जास्तीतजास्त उत्तम प्रकारे काय करू शकतात, ती गोष्ट तुम्ही त्याला करू देऊ शकता. म्हणजेच तुम्ही तो जसा मनात आला, तसाच त्याला जाऊ देता. आता इथे असा प्रश्न निर्माण होतो की, तुमच्यासमोर अगदी या क्षणी एकाएकी एखादी बस आणली गेली तर तुम्ही तिच्यात चढून बसाल आणि ती जिकडे जाईल तिकडे तुम्हाला तिला नेऊ द्याल का? शक्य नाही. मुळातच ती कुठे चालली आहे ते तुम्ही पहिल्यांदा विचाराल. विचारांच्या बाबतीतही तुम्ही असाच विचार केला पाहिजे. मनात आलेल्या कुठल्याही विचारावर स्वार होऊन तो नेईल तिकडे जाता कामा नये.

'हा विचार मला कुठे घेऊन चालला आहे?' हा प्रश्न तुम्ही पहिल्यांदा विचारला पाहिजे. 'मला तिकडे जाण्याची इच्छा आहे का?' हा त्यानंतरचा प्रश्न असेल.

जर तुम्हाला तो जात असलेल्या ठिकाणी जाण्याची इच्छा नसेल तर तुम्ही त्याच्यावर स्वार होऊच नका. त्याला त्याच्या मार्गानं निघून जाऊ द्या. स्वतःला त्याच्याशी जोडून घेऊ नका किंवा त्याच्याशी संलग्न होऊ नका. ती तुमची बस नाही, हे लक्षात ठेवा. खरं तर तुम्ही स्वतः बस चालवली पाहिजे.

तुम्ही निवडलेल्या ठिकाणी तुम्ही स्वतः तुमची बस घेऊन गेलं पाहिजे. ती बस जोपर्यंत तुम्हाला जिकडे जायचं असेल तिकडेच तुम्हाला नेत असल्याचं तुम्हाला आढळेल तोपर्यंतच तिच्यात बसून राहा. ज्या वेळी ती तिकडे जात नसल्याचं लक्षात येईल, त्या वेळी तिच्यातून लगेच खाली उतरा. दुसरं वाहन (उपयुक्त विचार) शोधा किंवा वेगळ्या मार्गानं प्रवास करू लागा.

यामुळे तुम्ही आणि तुमचं मन यांच्यातील नातं बदलतं. आता तुमचं मन निर्णय घेत नाही, तुम्ही त्याच्या आहारी जात नाही, तर तुम्ही निर्णय घेता. तुम्ही तुमच्या विचारांना त्यांचं उत्तरदायित्व घ्यायला लावता. तुम्ही स्वतः त्यांचं उत्तरदायित्व, त्यांची जबाबदारी पत्करत नाही. तुमचे विचार अचूक, निर्मितिक्षम, उत्पादक, पाठबळ देणारे, तुमच्या मूल्यांशी सुसंगत, व्यवहार्यदृष्ट्या उपयुक्त किंवा निदान प्रसन्न असल्याखेरीज तुम्हाला त्यांचा काहीही उपयोग होणार नाही. म्हणून तुम्ही असे विचार जसे आले असतील तसेच त्यांना खुशाल जाऊ द्या. आपण ग्राह्य धरलेल्या आणि उराशी कवटाळून धरलेल्या धुमसत्या नकारात्मक विचारांच्या ढिगाऱ्याकडे पाहिल्यानंतर एलेननं असंच केलं आणि तिच्या लक्षात आलं की, या ढिगाऱ्यानं प्रत्यक्षात तिच्यासाठी काहीही केलेलं नव्हतं. तो तिच्या बाजूचा नव्हता. तो तिला मदत करणाराही नव्हता. तुम्हाला हीच गोष्ट करायची असेल तर त्याकरिता एलेनइतक्या वाईट अवस्थेत जाण्याची वाट पाहण्याची काहीच गरज नाही. पुढील गोष्टी करून पाहा :

१. 'तुम्ही जीवनात सर्वाधिक महत्त्व कशाला देता किंवा तुम्हाला काय मिळवायचं आहे', असा प्रश्न स्वतःला विचारा. कदाचित, ती तुमच्या कुटुंबीयांचं प्रेम, वैयक्तिक विकास किंवा तुमची श्रद्धा यांसारखी एखादी मोठी गोष्ट असू शकेल. कदाचित, तुम्हाला त्या क्षणी फक्त 'थोडीशी शांतता किंवा निवांतपणा' हवा असेल किंवा 'कमी वाईट अगर कमी त्रासदायक नोकरी' हवी असेल. अगदी अत्यंत नकारात्मक मनोरचनेत असतानासुद्धा आपल्याला सगळ्यांनाच 'एखादी गोष्ट' हवी असते. तुमच्या मनात हा विचार धरून ठेवा.
२. आता एलेननं केलं त्याप्रमाणे तुमच्या मनात येत असलेल्या नकारात्मक विचारांची जाणीव करून घ्या.

३. या विचारावर अगदी जवळून एक नजर टाका. स्वतःला असं सांगा की : 'माझ्या मनात हा विचार आला आहे.' त्यानंतर क्षणभर थांबा आणि हे तुमचं मन बोलत आहे आणि तो फक्त एक विचार आहे ही गोष्ट तुमच्या मनावर पूर्णपणे बिंबवून घ्या. तुम्हाला तो विचार आवडला तर त्याला आणखी एखादं लेबलही देऊन टाका. त्याला नावानं ओळखा : टीकात्मक, संशयखोर, जिज्ञासू, भीतिदायक, निरीक्षणात्मक, प्रतिरोधक इ. नावं तुम्ही त्याला देऊ शकाल. तो कोणत्या प्रकारचा विचार आहे ते समजून घ्या. त्या अर्थानं स्वतःला त्या विचाराशी परिचित करा. त्याकरिता हवं तर तृतीयपुरुषी विधान करून त्याच्यापासून थोडंसं अंतर राखा : उदाहरणार्थ, 'माझ्या मनात आत्मतिरस्काराचा विचार आला आहे,' असं म्हणण्याऐवजी एलेन असं म्हणेल, 'एलेनच्या मनात आत्मतिरस्काराचा विचार आला आहे.'

४. आता तो विचार 'खरा' आहे की नाही याची काळजी करू नका. त्याऐवजी पहिल्या क्रमांकाच्या पायरीत तुम्ही जी गोष्ट तुमच्या दृष्टीनं महत्त्वाची आहे असं ओळखलं असेल तिच्याशी तो सुसंगत आहे की नाही ते पहा. हा विचार तुम्हाला त्या महत्त्वाच्या गोष्टीच्या अधिक जवळ नेतो की तिच्यापासून अधिक दूर नेतो? या प्रश्नाचं उत्तर शोधा.

५. तो विचार तुम्हाला त्या गोष्टीच्या अधिक जवळ नेत असेल तर खूपच छान! जर तो तसं करत नसेल किंवा तो तटस्थ स्वरूपाचा असेल तर आता तुमच्याकडे 'निवड' असेल. तुम्हाला काय हवं आहे हे तुम्हाला आधीच माहीत असेल. मग त्याच्या विरोधात जाणाऱ्या एखाद्या गोष्टीची तुम्ही सक्रियपणे निवड कराल का? की तुम्ही त्याला तसाच जाऊ द्याल? तुम्हाला हवं असलेल्या गोष्टीत तुम्हाला मदत करणाऱ्या विचारावर तुमचा वेळ आणि तुमची बुद्धी खर्च करणं तुम्हाला आवडेल की नाही, याची निवडही तुम्ही करू शकाल. (होय. विचार हे तुमचे सेवक असतात आणि ते तुमच्यासाठी काम करतात.)

६. तुम्हाला जितकं वरचेवर हे करणं शक्य असेल तितकं वरचेवर हे करत राहा. विचार हेही बससारखेच असतात. एक बस निघून

गेली की, नेहमीच त्या मार्गावरून जाणारी पुढची बस येण्याच्या तयारीत असते...

एलेन हे पुढीलप्रमाणे करते असं आपण समजू या :

तिच्या जीवनाविषयी ती फारशी आनंदी नसली तरी तिच्या पतीवर तिचं प्रेम आहेच. तिच्या पाळीव प्राण्यांची, तिच्या भाच्यांची आणि पुतण्यांचीही तिला काळजी वाटते. तिच्या मनाच्या नकारात्मक अवस्थेतसुद्धा आपला पती आनंदी असावा असं तिला वाटत असल्याचं तिला माहीत आहे. तिच्या भाच्यांबरोबर आणि पुतण्यांबरोबर वेळ घालवता यावं असं तिला वाटतं. शिवाय, आपल्या पाळीव प्राण्यांच्या बाबतीत आपण जबाबदार मालकाची सगळी कर्तव्यं पार पाडली पाहिजेत अशीही तिची इच्छा आहे.

समजा, एका शनिवारी सकाळी ती आपल्या अंथरुणात लोळत पडली आहे आणि तिच्या मनात निराशेचे विचार येत आहेत. त्या वेळी तिच्या मनात पुढील विचार उसळी मारून येतो : 'तू म्हणजे खायला कार आणि भूमीला भार आहेस. दिवसभर सारखी अंथरुणात लोळत पडलेली असतेस. मात्र, त्याच वेळी इतर लोक आपापली जीवनं जगत असतात.' आता हा विचार मनात येऊ लागल्याबरोबर लगेच ती त्याच्या मार्गातच त्याला रोखते आणि त्याचं परीक्षण करते. इतकंच नव्हे तर ती स्वतःशीच मोठ्यानं म्हणते, 'हॅलो नैराश्या, या क्षणी तूच बोलू लागल्याचं मला दिसतंय.' आपल्या मनात नकारात्मक विचार आल्याचं ती ओळखते. आता ही जाणीव झाल्यानंतर त्या मूल्यवान रिक्त जागी काय असावं याची निवड करणं आपल्या हाती असल्याचं तिच्या लक्षात येतं. यापुढे काय केलं पाहिजे हे ती ठरवू शकते.

ती तिच्या पतीचा, तिच्या पुतण्यांचा, भाच्यांचा आणि तिच्या पाळीव कुत्र्यांचा विचार करते. ती अगदीच निरुपयोगी आहे असा विचार केल्यामुळे कोणाचंतरी भलं होणार आहे का? त्यामुळे ती अधिक चांगली पत्नी होणार आहे का? किंवा त्यामुळे तिच्या पुतण्यांशी, तिच्या भाच्यांशी तिला अधिक दृढ स्नेहबंध निर्माण करता येणार आहेत का? किंवा त्यामुळे तिच्या पाळीव प्राण्यांची तिला अधिक चांगली देखभाल करता येणार आहे का? नाही. या विचारामुळे मुळातच तिला यांपैकी काहीही करण्याचा विचारसुद्धा करता येणार नाही. उलटपक्षी, यातली सगळ्यात वाईट गोष्ट अशी आहे की, हा विचार या गोष्टींत आडवा येईल, त्यांच्यात अडथळा आणेल. जर

ती या बसमध्ये चढली तर लवकरच ती यापुढच्या आणखी नकारात्मक विचारांचा विचार करण्यास सुरुवात करेल. ती अगदीच क्षुद्र आहे. तिने इथे असायलाच नको होतं इ. सारखे हे विचार असतील. त्या क्षणी अद्यापही ती नैराश्यावस्थेत असली तरी तो विचार तसाच जाऊ दिला पाहिजे असा विचार ती करेल. काही मिनिटांतच ती विचारात बदल करण्याचा प्रयोग करेल. ती असं म्हणू शकेल की : 'शनिवारच्या या शांत सकाळी मला उबदार अंथरुणात पडून राहता येत आहे, म्हणून मी खरोखरच किती नशीबवान आहे!' आधीच्या विचाराऐवजी या विचाराला धरून राहणं कसं वाटतं याचं ती निरीक्षण करेल.

हे काही युद्ध नाही

एलेन नकारात्मक विचारांना काढण्या लावून, त्यांना हाकलून त्यांच्या अंगावर खेकसत नाही हे तुमच्या लक्षात आलंच असेल. ती त्यांच्याशी मुद्दामहून समोरासमोर जाऊन द्वंद्व करून त्यांना शरण येण्यास भाग पाडत नाही. ती फक्त त्यांना आपल्या मनात धरून ठेवत नाही. त्यांना धारण करत नाही. यामुळेच मोठा बदल घडतो.

या प्रकरणाची सांगता करण्याआधी एका गोष्टीचा उल्लेख करणं आवश्यक आहे. तो म्हणजे नकारात्मक विचारांचं पृथक्करण करणं याचा अर्थ त्या विचारांशी लढा देणं असा नाही. यामागेही एक कारण आहे. नकारात्मक विचारांशी लढा देणं किंवा त्यांना प्रतिकार करणं ही त्यांच्याशी संलग्न होण्याचीच आणखी एक पद्धत आहे. आपण भीतीपोटी एखाद्या विचाराला प्रतिकार करत असू तर जणू काही आपण त्या विचारानंच मोठ्या प्रमाणात ओळखले जात आहोत अशा प्रकारे त्याच्या दयेवर अवलंबून राहतो.

ज्या वेळी तुम्हाला विचाराची जाणीव होते त्या वेळी त्याला जाणिवेच्या पातळीपर्यंतच मर्यादित ठेवा. तुमच्या स्वतःचा निर्णय घेण्याकरिता किंवा मूल्यमापन करण्याकरिता त्याची भर घालण्याची अगर त्या विचाराचा अन्वयार्थ लावण्याची अतिरिक्त पायरी पार करणं टाळण्याचा प्रयत्न करा. विचारावर टीका करणं, असा विचार मनात आल्याबद्दल स्वतःची निर्भर्त्सना करणं किंवा तो 'चांगला' विचार आहे, म्हणून त्याच्यामुळे

अगदी आनंदित होणं या गोष्टीही टाळण्याचा प्रयत्न करा. तुम्ही विचाराचं मूल्यमापन करू शकाल; परंतु फक्त त्याच्या उपयुक्ततेच्या संदर्भातच तुम्ही ते करू शकाल. म्हणजे तुमच्या जीवनातील उद्दिष्ट साध्य करण्यासाठी तो खरोखरच उपयुक्त आहे का, याचा विचार करून तो उपयुक्त असेल तरच तुम्ही त्याचं मूल्यमापन करू शकाल.

जर कोणताही निर्णय, निवाडा, मूल्यमापन, प्रतिकार किंवा संलग्नता समोर येत असल्याचं दिसलं नाही तर ही गोष्टही चांगलीच असेल. ही निरीक्षण करण्याची फक्त आणखी एक गोष्ट आहे. कदाचित, तुम्ही असा विचार करू शकाल की, 'मी त्याला ठारच मारेन,' पण त्याबरोबरच तुमच्या मनात तत्परतेनं असा विचार येईल की, 'तुम्ही इतकं संतापता कामा नये.' दुसऱ्या विचाराचं मूल्यमापन करून वाईट वाटून घेण्यात काहीच अर्थ नाही, कारण तुम्हाला वाईट विचार केल्याबद्दल वाईट वाटलेलं असतं. फक्त शांत राहा. स्तब्ध राहा. कोणती गोष्ट काम करते आणि कोणती करत नाही, ते स्वतःला विचारा आणि त्या विचाराला जाऊ द्या. विचार तुम्हाला किंवा इतर कोणालाही दुखापत करू शकत नाहीत, याची स्वतःला आठवण करून द्या. फक्त त्यांचा जो अर्थ तुम्ही ठरवता, तोच अर्थ त्यांना लागू होतो.

मानसोपचारतज्ज्ञ आणि 'मॅन्स सर्च फॉर मीनिंग' या लोकप्रिय पुस्तकाचा बहुचर्चित लेखक व्हिक्टर फ्रँकल याने एकदा असं म्हटलं होतं, 'प्रेरणा व प्रतिसाद यांच्या दरम्यान एक अवकाश असतो आणि त्या अवकाशातच आपला विकास व आपलं स्वातंत्र्य समाविष्ट असतं. 'उचित' प्रकारे विचार करण्यासाठी तुम्ही प्रत्येक गोष्ट शोधून काढलीच पाहिजे असं नाही किंवा जादुईरीत्या तुमच्या विचारप्रक्रियेत आमूलाग्र बदल घडवून आणलाच पाहिजे, असंही नाही. फक्त तुम्ही थोडं थांबून मुळातच आता आपण विचार करत आहोत याची जाणीव करून घेतली पाहिजे. तुम्ही इतकंच केलं तरी तुम्ही आधीच खूप काही केलेलं असतं. या थांबण्यावरच स्थिर राहा.

'तुम्ही जागरूकपणे केलेल्या निवडीची स्वतःला आठवण करून द्या. तुम्ही तोपर्यंत निर्णय घेण्याचीही आवश्यकता नसते. फक्त त्याविषयी जागरूक राहा. तुम्हाला प्रत्यक्षात प्रतिसाद न देण्यास किंवा निवड न करण्यास आवडत असल्याचं तुमच्या लक्षात येईल.'

....मग नकारात्मक विचारांवर काम करून त्यांना नष्ट करण्याचे कष्ट तुम्हाला करावे लागले नाहीत आणि त्यांना हवं ते करण्यास तसंच मोकळं सोडून दिल्यामुळे ते आपोआपच नष्ट झाले तर ही गोष्ट केव्हाही अधिक चांगली नाही का?

सारांश

- आपल्या नकारात्मक विचारसंरचनांचं पुनर्लेखन करायचं असेल तर, त्याकरिता एक गोष्ट लक्षात ठेवलीच पाहिजे. 'समस्या निर्माण करताना आपण वापरलेली मनोरचनाच वापरून आपल्याला समस्या सोडवता येत नाहीत.'
- घटनेला किंवा कार्यक्रमाला सक्रिय करणं (ॲक्टिव्हेटिंग इव्हेंट), विश्वास (बिलीफ), परिणाम (कॉन्सिक्केन्स), वादविवाद किंवा आक्षेप (डिस्प्यूट), नवीन परिणाम (न्यू इफेक्ट) या शब्दांच्या एबीसीडीई या संक्षिप्त संज्ञारूपाचा आपण वापर करू शकतो. त्यांच्या साहाय्यानं आपण विचार रोजनिशीत लिहीत असलेल्या कथांचा शोध घेऊ शकतो. आपल्या मूल्यांच्या दृष्टिकोनातून अचूकता, उपयुक्तता आणि सुसंगतता यांनुसार हा पर्याय चांगला आहे का, ही गोष्ट आपण ठरवू शकतो.
- एकदा तुमचे सध्याचे विचार तुम्ही ओळखले की, स्वतःला पुढील प्रश्न विचारा : 'या गोष्टींविषयी विचार करण्याचा आणखी एखादा वेगळा मार्ग आहे का? आणि ठोस कृतीद्वारे तुम्ही कशा प्रकारे ती कल्पना प्रत्यक्षात उतरवू शकाल?' नवीन विश्वासाच्या संदर्भातील पुरावा शोधून काढा. स्वतःविषयी सहानुभूती, समरसता बाळगण्याचा सराव करा. त्यानंतर टीकाटिप्पणी करण्याऐवजी प्रश्न विचारून शिकण्याच्या मार्गावर जा.
- दृष्टिकोनांमध्ये बदल घडवून आणि मानसिक अंतर निर्माण करून नकारात्मकतेला दूर करणं शक्य असतं. नैराश्यवाद, नकारात्मकता आणि खिन्न शून्यवाद या परिस्थितीशी जुळवून घेण्याच्या यंत्रणा आहेत. त्यांच्यामुळे सुरुवातीला एकदा जुळवून घेण्याचा हेतू साध्य होतो. परंतु अगदी आता आपण प्रतिकूलतांशी जुळवून

घेण्यासाठी अधिक निकोप अशा अधिक वैविध्यपूर्ण पद्धतींची निवड करू शकतो. (जीवनात नेहमीच प्रतिकूलता असतेच, हे लक्षात ठेवा.)

- त्रासदायक, कष्टप्रद विचारांपासून भौगोलिक, स्थानीय, क्षणिक, ऐहिक आणि मानसिक अंतर बाळगा. तुमच्या परिस्थितीत असताना इतरांनी काय केलं असतं याचा विचार करा. (यालाच भूमिकांची अदलाबदल असंही म्हणतात.) स्वतःला त्या संदर्भात प्रश्न विचारा. 'का?' हा प्रश्न विचारण्याऐवजी तुमचं मन ठोस कृतीकडे वळवा. वर्तमानातील लहान, निश्चित तपशिलांवर लक्ष केंद्रित करा आणि त्या संदर्भात तुम्ही काय करू शकता ते विचारा. उपाययोजनांचा शोध न घेता फक्त समस्या ओळखणं म्हणजेच तक्रार करणं टाळा.
- ज्या वेळी आपण तीव्र भावनाशीलतेत अडकून पडतो, त्या वेळी आपण पृथक्करणाच्या एसीटी तंत्राचा उपयोग करू शकतो. तुमचं मन ही तुमच्याहून स्वतंत्र अस्तित्व असलेली गोष्ट आहे आणि तुम्ही त्याचं निरीक्षण करू शकता अशी कल्पना करा.
- तुम्ही म्हणजे तुमचे विचार नाही हे लक्षात ठेवा. तुमच्या मनात फक्त विचार येतात. तुमच्या विचारांना त्यांची बांधिलकी पत्करायला लावा. त्यांनाच स्वतःचं उत्तरदायित्व घेण्यास भाग पाडा.

प्रकरण ३

कठीण परिस्थितींना सहन करणं, संयम बाळगणं ...आणि स्वतःला शांतचित्त करणं या कलेवर प्रभुत्व मिळवा

कदाचित, एलेनच्या दुःखाच्या कथा वाचून तुम्ही असा विचार केला असेल की, 'हे ठीक आहे. पण आमच्यापैकी काही जणांकडे खरोखरच्या समस्या आहेत आणि आम्ही त्यांच्याशी लढा देत आहोत.' हे एक चांगलं निरीक्षण आहे. काही वेळा लोक नकारात्मकतेनं विचार करतात. कारण त्यांच्या पर्यावरणातील एखाद्या नकारात्मक गोष्टीला ते प्रतिसाद देत असतात.

कदाचित, आपल्यापैकी अगदीच थोडे जण कधी ना कधी भावनिक संघर्ष, मोठी हानी, एखादी मोठी उलथापालथ किंवा अपघात अशा गोष्टींचा अनुभव न घेता जगत असावेत. स्वतःला अनावश्यक दुःखांना तोंड द्यावं लागू नये यासाठी आवश्यक असलेल्या विचारप्रक्रियेवर प्रभुत्व मिळवणं ही एक प्रकारची गोष्ट आहे आणि ज्या वेळी तुम्हाला मुळीच टाळता न येणाऱ्या अत्यंत नकारात्मक परिस्थितीला तोंड द्यावं लागतं, अशी परिस्थिती समोर येणं ही दुसऱ्या प्रकारची वेगळी गोष्ट आहे. अशा वेळी काय केलं पाहिजे?

या प्रकरणात आपण कठीण, क्लेशदायक परिस्थितीच्या संदर्भात संयम बाळगण्याविषयी, सहनशक्तीनं वागण्याविषयी आणि या गोष्टी कशा अंगी बाणवाव्यात यांविषयी विचार करणार आहोत. यालाच संकट-सहिष्णुतेची आणि आत्म-दिलासा देण्याची क्षमता असंही म्हटलं जातं. आपण स्वतः अशा क्लेशदायक, संकटमय परिस्थितीत सापडल्याशिवाय आणि

तातडीनं आवश्यकता निर्माण झाल्याशिवाय ज्या कौशल्यांचा बहुतांश लोक विचारही करत नाहीत, अशा कौशल्यांचा हा संच असतो. परंतु पृथक्करण, दृष्टिकोनातील परिवर्तन, पुनर्रचना आणि तुमच्या आकलनात्मक विकृतींना आव्हान देणं यांच्यापैकी अनेक कौशल्यं ही आपल्या हाताबाहेर चाललेल्या परिस्थितीला आपण तोंड देत असताना वापरली जातात. संकट-सहिष्णुतेची किंवा क्लेशदायक गोष्टींविषयीच्या सहनशीलतेची आणि संयम बाळगण्याची कौशल्यं भावनिक संकटांना अधिक वाईट न करता निदान ती ज्या अवस्थेत असतात त्याच अवस्थेत त्यांना ठेवून आपल्याला त्यांच्यात तग धरून राहण्यास मदत करू शकतात. (लिनेहान, २०१४) तसंच ज्या गोष्टी बदलू शकत नाहीत, त्यांना स्वीकारण्याच्या तुमच्या क्षमतेत वाढ करण्यास ती तुम्हाला मदत करतात. (चॅपमन आणि इतर, २०११). संकटात तग धरून राहण्याच्या कौशल्यांचा संच असं तुम्ही याला म्हणू शकता.

आपण पुढे स्पष्टीकरण देणार असलेली साधनं ही पुढील वेळी वापरता येतात :

- तुम्ही भावनिक किंवा शारीरिक स्वरूपाच्या आत्यंतिक दुःखात असताना किंवा मनस्ताप भोगत असताना.
- तुम्हाला एखाद्या खूपच मोठ्या मोहाचा प्रतिकार करणं भाग असताना.
- तुम्ही एखाद्या तात्पुरत्या, परंतु टाळता येणं शक्यच नसलेल्या अत्यंत आव्हानात्मक परिस्थितीला हाताळत असाल तर - तसंच तुम्ही पूर्णपणे जेरीस आला असलात तरीही ती तातडीची आणि लक्ष केंद्रित करावंच लागणारी परिस्थिती असेल तर.
- संघर्ष निर्माण झालेला असेल आणि भावनांना बाजूला सारून तुम्हाला परिणामकारकतेनं संवाद साधणं आवश्यक असेल तर.
- तुम्ही पूर्णपणे गळून गेलेले असाल, घाबरलेले असाल; पण काहीही झालं तरी तुम्हाला संयमानं आणि हुशारीनं वागण्याची गरज असेल तर.

एखाद्या संकटामुळे व्यक्तीच्या भावनिक प्रभुत्वाच्या आणि नियंत्रणाच्या भावनेला जोरदार धक्का बसतो. **अतिशय प्रतिकूल परिस्थितींमध्ये पुन्हा**

एकदा वर्तनाच्या जुन्या संरचनांकडे वळणं किंवा परिस्थितीशी जुळवून घेण्याच्या विचित्र, खराब, विनाशकारी किंवा नकळत, फारसा विचारही न करता अचानक मनात येणाऱ्या पद्धतींकडे वळणं सोपं असतं. या सवयी तात्पुरत्या काळापुरत्या दिलासादायक वाटत असल्या तरी, अंतिमतः त्या अनेक समस्या निर्माण करतात आणि नकारात्मक प्रतिसादांचे वेढ्यांवर वेढे तयार करत राहतात ही यातली खरी त्रस्तता आहे.

एका उदाहरणाच्या साहाय्यानं हे समजून घेता येईल. असं समजा की, नोकरीवर असताना ॲलेक्सच्या पाठीला दुखापत झाली. कर्मचाऱ्यांना अशा परिस्थितीत मिळणारी थोडीफार नुकसान भरपाई त्याला मिळाली.

परंतु त्याला बरे वाटेपर्यंत तो कामावर गेला नव्हता. तो एकटाच घरात असे. त्याची पत्नी दिवसभर कामावर जात असे. डॉक्टर आणि फिजिओथेरपिस्ट फारशी मदत करत असल्यासारखं वाटत नव्हतं. या परिस्थितीत त्याला काय करावं ते काही केल्या सुचत नव्हतं. त्याचा वरिष्ठ अधिकारी तसा दयाळू होता. परंतु ॲलेक्सला हे माहीत होतं की, फक्त काही कालावधीनंतर त्यांनी त्याला कामावरून काढून टाकलं असतं. त्याच्या पाठीचं दुखणं बरं होण्याऐवजी अधिकच वाढत चाललं होतं आणि कदाचित त्याच्यावर शस्त्रक्रिया करण्याची गरज भासलीच तर त्या महागड्या शस्त्रक्रियेचा खर्च त्याच्या कंपनीनं त्याला दिला असता का, याविषयी त्याला खात्री नव्हती. एकदा त्याची बचत आणि विम्याची रक्कम संपल्यावर त्यांनी काय केलं असतं तेही त्याला माहीत नव्हतं.

दुसऱ्या शब्दांत, ॲलेक्स हा दुर्धर संकटात सापडला होता. त्याला असह्य वेदना होत होत्या; परंतु आता डॉक्टर त्याला अधिक वेदनाशामकं लिहून देऊ शकत नव्हते, कारण त्यामुळे त्याला त्यांचं व्यसन लागण्याची शक्यता होती. परंतु काही वेळा त्याला वेदना इतक्या असह्य होत होत्या की, अशा वेळी नेमकं काय करावं तेच त्याला समजेनासं होत होतं. तो हलूही शकत नव्हता. तो निराश, चिंताग्रस्त झाला होता. तो पार कंटाळून गेला होता. तो एकाकी, भयग्रस्त आणि थकलेल्या अवस्थेत होता. रोजच त्याला जीवघेण्या वेदनेला तोंड द्यावं लागत होतं. त्या वेदना तर कमी होण्याचं चिन्हच दिसत नव्हतं. तो काय करू शकणार होता?

ॲलेक्सनं आपल्या समस्येवरची तिपदरी 'उपाययोजना' शोधली होती : तो जंक फूड आणि त्याच्या आवडीचे इतर खाद्यपदार्थ खात होता. कित्येक तास कसलीच हालचाल न करता सोफ्यावर बसून तो टीव्हीवरच्या दीर्घकालीन मॅरेथॉन शर्यती पाहत होता. शिवाय, त्याने भरमसाट दारू पिण्यासही सुरुवात केली होती. या गोष्टींचा खरं तर काहीच उपयोग नव्हता; पण तरीही त्यामुळे प्रत्येक गोष्टच थोडीशी का होईना, पण सुसह्य झाल्यासारखं त्याला वाटत होतं. मात्र, खरं म्हणजे प्रत्यक्षात सगळ्या गोष्टी अधिकाधिक बिघडत चालल्या होत्या. काही महिन्यांतच ॲलेक्स नैराश्याच्या गर्तेत कोसळला. तो चिंताग्रस्त झाला आणि कंटाळून गेला. त्याला एकाकीपणा जाणवू लागला. तो भयग्रस्त झाला होता आणि खूपच दमून गेला होता. शिवाय, त्याचं वजनही वाढत चाललं होतं. तो सहसा नेहमीच भरमसाट दारू पिऊन झिंगलेला असे किंवा त्याला दारू उतरल्यानंतरचा थकवा (हँगओव्हर) जाणवत असे. तो रोजच पहाटे तीन-तीन वाजेपर्यंत जागा राहत होता आणि दुसऱ्या दिवशी दुपारनंतर उठत होता.

ॲलेक्सकडे नकारात्मक विचार न करण्याजोगं उचित 'कारण' नव्हतं असं कोणीही म्हणू शकणार नाही. त्याच्या वर्तनाबद्दल त्याच्यावर दोषारोप केला पाहिजे असंही कदाचित कोणाला वाटणार नाही. तो संकटाशी ज्या प्रकारे मुकाबला करत होता ती त्याची पद्धत आदर्श नसली तरी समजून घेण्याजोगी होती, असंही अनेक जण म्हणतील. मात्र, यातली औपरोधिक बाब अशी आहे की, संकटाशी मुकाबला करण्याच्या ॲलेक्सच्या पद्धतीत तिच्या स्वतःच्या संकटांची बीजं होती. ॲलेक्सच्या पाठीला दुखापत झाली होती, याबाबतीत तो काहीही करू शकत नव्हता आणि ती एक खूपच मोठी समस्या होती, याविषयी कोणाचंही दुमत होणार नाही. परंतु त्याच्याकडे या संकटातून तरून जाण्यासाठी आवश्यक असलेली कौशल्यं नव्हती आणि प्रत्यक्षात हीच खरी मोठी समस्या होती.

त्याने निवडलेल्या संकटग्रस्त परिस्थितीशी जुळवून घेण्याच्या यंत्रणा या प्रत्यक्षात फसव्या यंत्रणा होत्या. अखेरीस त्या अधिक समस्या निर्माण करणाऱ्या, यातनांची तीव्रता वाढवणाऱ्या होत्या. त्यांच्यामुळे तो त्या वेळी जिथे होता तिथेच अडकून पडणार होता. तो जितका अधिक दारू प्यायला असता तितका भावनिकदृष्ट्या त्याच्या जोडीदारासाठी कमी प्रमाणात

उपलब्ध झाला असता. त्यांच्यात संवाद होणं तर अधिकच कठीण झालं असतं. याचा अर्थ दारू पिऊन परिस्थितीशी जुळवून घेण्याची त्याची यंत्रणा त्याला संभाव्य पाठबळाच्या महत्त्वाच्या स्रोतापासून आणि एका प्रेमाच्या नात्यापासून वंचित करत होती.

त्याने जितक्या अधिक प्रमाणात जंक फूड खाल्लं असतं, तितकं त्याचं सर्वांगीण आरोग्य अधिकाधिक प्रमाणात बिघडत गेलं असतं. याचा अर्थ 'आरामशीरपणे हवं ते' खाल्ल्यामुळे दुखापत लवकर बरी करण्याची त्याच्या शरीराची क्षमता कमी होत गेली असती. वजन वाढल्यामुळे फिजिओथेरपिस्टनं सांगितलेले व्यायाम करणं त्याला कठीण झालं असतं. त्यामुळे त्या व्यायामांनी त्याला बरं वाटण्याऐवजी त्याला त्रासच झाल्यासारखं वाटलं असतं. रात्री उशिरापर्यंत क्रीडा स्पर्धा पाहत जागणं हे एक प्रकारचं व्यसनच आहे. ते एक स्वागतार्ह विचलन असलं तरी त्यामुळे तो संतप्त आणि भांडखोर होत चालला होता, कारण त्यामुळे त्याचं झोपेचं नैसर्गिक चक्र विस्कळीत झालं होतं. शिवाय, त्याचं नैराश्य आणि त्याची चिंताग्रस्तता बरी होण्याऐवजी वाढत चालली होती.

संकटात शांत, सकारात्मक राहणं आणि संकटाचा स्वीकार करणं ही गोष्ट कर्मकठीण असल्यासारखी वाटू शकते. तसं करणं जवळजवळ अशक्य असल्यासारखंही वाटू शकतं. पण आता याचा प्रामाणिकपणे विचार करू या. तुम्हाला हे करण्याची इच्छा नसते, ही यातली महत्त्वाची मूळ बाब आहे. जुळवून घेण्याच्या भ्रामक यंत्रणांच्या साहाय्यानं जीवन जगणं ही खरं म्हणजे खूप, खूपच कठीण गोष्ट असते हा अ‍ॅलेक्सच्या कथेतील मुद्दा आहे. अशा वेळी आपण संकटाविषयी सहिष्णुतेनं वागत नाही किंवा सोप्या भाषेत सांगायचं तर, संकट सहन करण्याच्या आपल्या ताकदीचा वापर करत नाही. आपल्याला हसून संकटाला सहन करण्यास शिकावंच लागेल. आपण संकटाला सहन करतो; त्याच्या संदर्भात संयमानं वागतो. कारण, ते कमी कठीण असलेलं काम असतं आणि संकटात गुरफटून पडल्यामुळे सहन कराव्या लागणाऱ्या यातनांच्या तुलनेत संकट सहन करण्यास शिकल्यामुळे आपल्याला कमी यातना सहन कराव्या लागतात.

स्वतःला दिलासा देणं, शांत करणं

जीवनात दुःख ही अटळ बाब आहे. परंतु त्याला कसा प्रतिसाद द्यावा याची निवड करणं आपल्याच हातात असतं.

स्वतःला दिलासा देणं किंवा शांत करणं ही अटळ असलेल्या दुःखाला अधिक मोठं होऊ न देता त्याचा स्वीकार करण्याची आणि त्याला मान्यता देण्याची एक पद्धत आहे.

ज्या वेळी तुम्ही दुःख, हानी आणि अन्याय यांच्या विरोधात लढा देता आणि आवाज उठवता, त्या वेळी प्रत्यक्षात तुम्ही नकारात्मकतेला वाढवता आणि तिचा विस्तार करता. तुमचं सगळं अवधान तुम्ही त्या दुःखावर आणि त्याचा विस्तार करण्यावर एकवटता. या प्रतिसादात चुकीचं काहीच नाही, खरं तर दुःखावर अतिरेकी प्रमाणात लक्ष एकवटूनच आपले प्राचीन पूर्वज उत्क्रांत झाले. त्यांनी अशाच प्रकारे आपला विकास करून घेतला, कारण असं केल्यामुळे त्यांना समस्येची सोडवणूक करण्याकडे वळणं आणि जगण्यासाठी आपल्या समोरच्या जोखमीला झटपट दूर करण्याच्या किंवा तिच्यातून सुटका करून घेण्याच्या उपाययोजना शोधणं शक्य झालं.

परंतु काही प्रकारच्या दुःखांमधून किंवा यातनांमधून सुटका करून घेणं शक्य नसतं. अशा प्रकारच्या दुःखांशी संघर्ष करणं आणि त्यांना विरोध करणं या गोष्टींमुळे तुम्हाला सहन कराव्या लागणाऱ्या दुःखात फक्त वाढच होते. पाऊस पडत असल्याची तक्रार करणारी व्यक्ती ही पाऊस पडत आहे हे माहीत असूनही त्या वस्तुस्थितीवर लक्ष केंद्रित न करता, आपल्या जगण्यावर ते केंद्रित करणाऱ्या व्यक्तीच्या तुलनेत स्वतःसाठी आणखी एक अतिरिक्त समस्या निर्माण करते.

स्वतःला दिलासा देणं किंवा आपलं मन शांत करणं ही गोष्ट म्हणजे लक्ष विचलित करणाऱ्या गोष्टी करणं किंवा टाळाटाळ करणं नाही किंवा जीवन किती अन्याय्य स्वरूपाचं आहे, याविषयी थोडीशी कुरकुर करणं, तक्रार करणं किंवा जोरदार हल्ला चढवणंही नाही. त्याऐवजी स्वतःशी दयाळूपणानं वागणं आणि आपल्याला आधीच सहन कराव्या लागत असलेल्या त्रासात भर न घालणं होय. मग तो त्रास ॲलेक्स सहन करत असलेल्या त्रासासारखा महाभयंकर असो किंवा पाऊस पडत असल्यासारखा किरकोळ स्वरूपाचा असो! जर दुःख दूर करण्यासाठी तुम्ही प्रामाणिकपणे काहीही करू शकत

नसाल तर (आपण नंतरच्या प्रकरणात यासंदर्भात तुमच्या बाबतीत लागू पडणारा उत्तम उपाय कसा शोधावा ते पाहणार आहोत.) मग ते दुःख सहन करण्यासाठी तुम्हाला प्रामाणिकपणे जे जे करणं शक्य असेल ते करणं हीच त्यानंतरची पायरी असते.

स्वतःला दिलासा देणं किंवा स्वतःची समजूत घालणं, आपल्याला धीर देणं आणि शांत करणं या सगळ्याचा अर्थ एकच आहे.

'ग्राऊंडिंग' ही स्वतःला दिलासा देण्याची उत्तम पद्धत आहे. (भानावर येणं किंवा स्वतःला सावरणं या अर्थानं मानसशास्त्रात 'ग्राऊंडिंग' ही संज्ञा वापरली जाते.) ज्या वेळी तुम्ही तुमच्या ज्ञानेंद्रियांवर आपलं संपूर्ण लक्ष केंद्रित करता, त्या वेळी तुमच्या सचेतन मनाला तुम्ही सध्याच्या आणि भूतकालीन चिंता, तेच तेच विचार करत राहणं, पश्चात्ताप आणि भीती यांमधून बाहेर खेचून काढता आणि त्याला त्याऐवजी वर्तमानकाळात आरामशीरपणे राहण्यास लावता. त्याला सावरता. यातली औपरोधिक बाब अशी आहे की, वर्तमानकालीन दुःखद क्षणांना हाताळणं खूपच कठीण आहे असं आपल्याला वाटत असतं आणि त्यांच्यापासून पळ काढण्यासाठी आपण खूपच मोठ्या नाट्याची निर्मिती करतो. परंतु आपण काही वेळ त्या क्षणांमध्येच राहिलो तर आपल्याला असं आढळतं की, आपल्याला ते क्षण जितके वाईट वाटले होते तितके प्रत्यक्षात ते वाईट नसतात.

तुमची पंचेंद्रियं ही तुमच्या वर्तमानाची प्रवेशद्वारं आहेत. थांबा, श्वास घ्या आणि त्यांची जाणीव करून घ्या. प्रत्येक पंचेंद्रियाचा विचार करण्यासाठी पाच मिनिटांचा वेळ काढा. हे करताना कसलंही मूल्यमापन किंवा निवाडा करू नका किंवा कोणतीही योजना आखूनही हे करू नका. ॲलेक्सच्या बाबतीत विचार केला तर त्याच्या पाठीचं दुखणं असह्य होण्याइतपत वाढतं त्या वेळी नशेत बुडून जाण्याऐपजी त्याने थांबलं पाहिजे, दीर्घ श्वास घेतला पाहिजे आणि आपल्या परिस्थितीतून पळ काढण्याचा विचार न करण्याचा पर्याय निवडला पाहिजे.

मग अशा वेळी त्याने पुढील प्रकारे पंचेंद्रियांचा आधार घेऊन यातून मार्ग शोधला पाहिजे. अशा वेळी समजा, त्याने पुढील कृती केल्या : तो शांतपणे सोफ्याच्या कुशनच्या रंगच्छटा पाहत राहिला. त्या धाग्यात निळ्या रंगाच्या किती छटा दिसतात हे तो शोधू शकतो. त्याच वेळी शेजारच्या खोलीतील फ्रिजचा सौम्य आवाज त्याला ऐकू येतो. त्याच्याकडे तो लक्ष

देऊ शकतो. त्याने त्या आवाजाकडे आधी कधीच लक्ष दिलेलं नसतं. पण आता तो ते देऊ शकतो. त्याच्या मांडीवरच्या ब्लँकेटमधील लाँड्री सॉफ्टनरचा मंद, आनंददायक सुगंध तो घेऊ शकतो. तो ब्लँकेटला स्पर्श करू शकतो. काही ठिकाणी त्याची खरखरीत त्वचा ब्लँकेटच्या मऊ स्तरात अडकल्यासारखं त्याला जाणवेल. त्याच्या जिभेवर सकाळी प्यायलेल्या कॉफीची चव अद्यापही रेंगाळत असल्याचं त्याच्या लक्षात येऊ शकेल.

आधी त्याला त्याचं दुखणं अगदी जीवघेणं वाटत असलं तरी काही मिनिटांनंतर ॲलेक्सची दुखण्याची जाणीव जादुईरीत्या नाहीशी झालेली असेल. आता त्याला त्या दुखण्याचं तितकंसं दुःख जाणवणार नाही. त्याने दुःखापासून पळ काढण्याऐवजी काहीतरी वेगळं केलेलं असेल. त्याने स्वतःला वर्तमानात घट्ट पाय रोवून उभं केलं असेल आणि स्वतःला दुःखातून बाहेर काढलं असेल.

टीआयपीपी कौशल्यं

कोणीही हे स्पष्टपणे सांगेल की, काहीतरी सटरफटर खाऊन, निष्क्रियपणे बसून राहून आणि टीव्हीवर किंवा मोबाइलवर कार्यक्रम पाहण्यात आपले तासन्तास वाया घालवून ॲलेक्स कोणत्याही प्रकारे स्वतःशी चांगला वागत नव्हता. तो स्वतःचंच नुकसान करून घेत होता. अशा प्रकारे भौतिक शरीराशी गैरवर्तन केल्यामुळे फक्त मानसिक, सामाजिक, आकलनात्मक, भावनिक आणि अगदी आध्यात्मिक हानीही होते. परंतु शरीराशी असलेलं आपलं नातं इतर प्रकारेही आपण व्यवस्थितपणे राखू शकतो ही गोष्ट आपण क्वचितच लक्षात घेतो. आपण जर भौतिक शरीराला दिलासा दिला, त्याला शांत केलं, तर आपण मध्यवर्ती मज्जासंस्थेलाही शांत करू शकतो आणि आपल्या मानसिक अवस्थेत सुधारणा घडवून आणू शकतो.

टीआयपीपी चाचणीतील टीआयपीपी या संज्ञेचा अर्थ पुढीलप्रमाणे आहे :

- टी : तापमान (टेम्परेचर)
- आय : भरपूर व्यायाम (इन्टेन्स एक्ससाइझ)
- पी : श्वसनाची गती नियंत्रित करणं (पेस्ड ब्रिदिंग)

- पी : स्नायूंना जोडीनं आक्रसून शिथिल करणं (पेअर्ड मसल रिलॅक्सेशन)

या चार गोष्टींच्या साहाय्यानं क्षुब्ध झालेल्या मेंदूच्या भावनिक प्रणालीला (लिम्बिक सिस्टिमला) शांत करता येतं आणि तुमच्या सर्वांगीण उत्तेजनेलाही कमी करता येतं. (स्टिफनी वॉगन, डॉक्टर ऑफ सायकॉलॉजी, सायकोथेरपी अकॅडेमी, २०२२). शारीरिक उत्तेजना मानसिक उत्तेजनेवर परिणाम करते आणि तिला प्रेरितही करते.

थंड पाण्याचा वापर करा. चेहऱ्यावर थंड पाण्याचा शिडकावा करा. ज्याला 'मॅमेलियन डायव्हिंग रिस्पॉन्स' असं म्हटलं जातं, तो प्रतिसाद यामुळे प्रत्यक्षात सक्रिय होतो. ही एखाद्या गोष्टीशी किंवा परिस्थितीशी जुळवून घेण्याची प्राचीन पद्धती आहे. तिच्यामुळे हृदयाची गती कमी होते. श्वसनाचा दर मंदावतो आणि सर्वांगीण मज्जासंस्था शांत होते. झटकन थंड पाण्याचा शॉवर घ्या. तुमच्या मानेवर आणि मनगटांवर बर्फाचा तुकडा चोळा किंवा शक्य असेल तर, तुमची पावलं तलावाच्या अगर समुद्राच्या पाण्यात बुडवा. तुमच्या शारीरिक चयापचय क्रियेवर, मेंदूच्या भावनिक प्रणालीवर, होमिओस्टॅटिक संतुलनावर थंड पाण्याचा चांगला परिणाम होतो. त्यामुळे तुम्हाला अधिक सर्वांगीण शांतता लाभते.

व्यायाम करा. तीव्र व्यायामाचाही शरीराचं संतुलन आणि नियमन करण्यावर चांगला परिणाम होतो. तीव्र शारीरिक सक्रियतेमुळे अॅड्रेनालिन स्रवतं आणि त्यामुळे क्षणिक अत्यानंद निर्माण होतो. कठोर व्यायाम हे काळज्या, चिंता यांच्यापासून मन विचलित करण्याचं उत्तम साधन आहे. त्याच्यामुळे तुमच्या शरीरात प्राणवायुयुक्त रक्त भरतं आणि हृदयाची गती वाढल्यामुळे प्रत्येक ऊती व अवयव पुनरुज्जीवित होतो. तुमची दमछाक करणारी, तुम्हाला घाम आणणारी किंवा तुमच्या गालांवर लाली चढवणारी कुठलीही गोष्ट करा.

श्वसनाची गती नियंत्रित करा : तुमचं श्वसन आणि तुमची भावनिक अवस्था या गोष्टींचा परस्परांशी निकटचा संबंध असतो. तुम्ही मंद गतीनं, खोलवर आणि लयबद्धतेनं श्वसन करत असाल तर, तुम्ही निश्चितपणे व्याकूळ, प्रक्षुब्ध अवस्थेत नसता किंवा कोणत्या तरी गोष्टीनं दडपून गेलेले नसता. फक्त हे करून पहा. दोन ते तीन आकडे मोजेपर्यंत अगदी मंद गतीनं श्वास आत

घ्या, तो तसाच रोखून धरा आणि नंतर दोन किंवा तीन आकडे मोजेपर्यंत तशाच नियंत्रित गतीनं उच्छ्वास बाहेर सोडा. हे करत असताना तुमचा रक्तदाब आणि हृदयाच्या ठोक्यांची गती मंदावत असल्याची कल्पना करा.

पीएमआरचा वापर करा : पेअर्ड मसल रिलॅक्सेशन : कोणत्याही जोडीच्या स्नायूंची निवड करा. (उदाहरणार्थ, दोन्ही मांड्यांच्या वरचे स्नायू किंवा पायाच्या अंगठ्याचे स्नायू.) त्यानंतर श्वास आत घेत असताना तुम्हाला शक्य असेल तितकं या स्नायूंना आक्रसून घ्या. त्यानंतर त्यांना तसंच रोखून धरा आणि मग उच्छ्वास सोडत असताना हळूहळू नियंत्रितपणे त्यांच्यावरचा ताण काढून टाका. तुमचे स्नायू शिथिल असतील तर तुम्ही भावनिकदृष्ट्या तणावग्रस्त आणि संतप्त असणं ही गोष्ट अवघड असते. स्नायूंच्या शिथिलीकरणाआधी त्यांना ताठर केल्यामुळे गाढ शांतता प्राप्त होते. काही वेळा याची पुनरावृत्ती करा आणि नंतर स्नायूंच्या दुसऱ्या जोडीकडे वळा. तुमच्या संपूर्ण शरीरातील स्नायूंचं शिथिलीकरण होईपर्यंत ही प्रक्रिया तशीच सुरू ठेवा. शरीर आणि मन यांना परस्परांशी जोडून टाकणारी ही एक अत्यंत विलक्षण प्रक्रिया आहे. यामुळे तुमचा राग किंवा तणाव हळूहळू मावळत जातो आणि तुम्ही शांत होता व अखेरीस तणाव पूर्णपणे सोडून देता. श्वसनाची गती नियंत्रित करून ही गोष्ट करता येते. रात्री अंथरुणावर पडल्यानंतर हे करणं विशेषतः अधिक उपयुक्त ठरतं. यामुळे छान झोप येते.

टीआयपीपीचा उपयोग करण्याचा एक खूपच मोठा फायदा आहे. हे करण्याकरिता तुम्हाला मनाची आवश्यकता नसते. नकारात्मक विचार, मोह, अस्वस्थ भावना आणि चिंताग्रस्ततेचे वेढे अशा सगळ्या गोष्टींचं तुम्ही निरीक्षण करू शकता. तुम्ही त्यांना हाताळण्याची मुळीच गरज नसते. त्यांच्याशी तुम्ही फक्त शारीरिक पातळीवरच गुंतलेले असता. त्याच पातळीवरून काम करत राहा. स्वतःला दिलासा देण्याची अनेक मानसिक तंत्रं काम करत नाहीत, कारण त्यांचा उपयोग करताना शरीर शांत नसतं. त्या वेळी उत्तेजित झालेलं शरीर या तंत्रांना निरुपयोगी करून टाकतं. उदाहरणार्थ, तुम्ही व्याकूळ होण्याची, घाबरून गलितगात्र होण्याची गरज का नाही, याविषयी तुम्हाला स्वतःशीच तर्कनिष्ठ वादविवाद करायचा असेल तर तुमचे स्नायू तणावग्रस्त असताना, रक्तदाब वाढलेला असताना आणि हृदयाची धडधडही वाढलेली असताना तुम्ही तर्कनिष्ठपणे स्वतःशी बोलू शकणार नाही. अशा वेळी स्वतः

ला शांत करणं तुम्हाला शक्य होणार नाही. तुम्हाला ही गोष्ट स्वतःला पटवून द्यायची असेल तर पहिल्यांदा तुम्ही निवांत अवस्थेत आलं पाहिजे म्हणजेच तुमचे स्नायू सैलावले पाहिजेत. त्यानंतर विचारांच्या, भावनांच्या आणि तर्कनिष्ठ युक्तिवादांच्या पातळीवर तुम्ही काम करू शकता.

ॲलेक्सच्या बाबतीत विचार करायचा झाला तर, ज्या वेळी त्याच्या दैनंदिन कामकाजात तो विशिष्ट सवय समाविष्ट करण्यास सुरुवात करेल, त्या वेळी परिस्थितीत सुधारणा होऊ लागेल. समजा, त्याने पुढील गोष्टी करण्यास सुरुवात केली आहे : तो दीर्घ काळापर्यंत उभा राहू शकत नसला तरी त्याने हातांचा वापर करून सकाळचा व्यायाम करण्यास सुरुवात केली आहे. त्यानंतर अंथरुणावर पडून राहून करता येण्याजोगे व्यायामप्रकार करण्यास त्याने सुरुवात केली आहे. एकदा त्याच्या शरीराचं तापमान वाढलं आणि त्याला घाम आला की, नंतर तो थंड पाण्याचा शॉवर घेऊन शरीराचं तापमान कमी करू शकेल. त्यानंतर भराभरा, जोरजोरात टॉवेलनं अंग घासल्यासारखं पुसून घेऊन तो त्याच्या या व्यायामाच्या स्वाध्यायाची सांगता करू शकेल. व्यायामाची सुरुवात करताना त्याची मनःस्थिती कितीही वाईट असली तरी त्यानंतर त्याला निश्चितपणे थोडंसं ताजंतवानं झाल्यासारखं वाटेल. अशा प्रकारे सकाळची सुरुवात केल्यानंतर त्याला आपलं जीवन आपल्या नियंत्रणात असल्यासारखं वाटू लागेल.

ज्या वेळी शारीरिक वेदना खूपच तीव्र होतात, त्या वेळी ग्राऊंडिंगच्या आणि श्वसनाच्या स्वाध्यायांच्या साहाय्यानं तो आपलं मन त्यांच्यापासून विचलित करून दुसरीकडे वळवू शकतो हेही तो शिकेल. झोपण्याआधी पेअर्ड मसल रिलॅक्सेशनचा सराव केल्यामुळे भरकटत चाललेल्या मनाला आवर घालण्यास मदत होते आणि अधिक चांगली व शांत झोप लागते हे त्याच्या लक्षात येईल. या गोष्टी म्हणजे काही चमत्कार नव्हे. त्यांच्यामुळे ॲलेक्सला त्याच्या उत्तेजनेची पातळी कमी करण्यास मदत होईल. त्यामुळे विचारांच्या पुनर्रचनेसारख्या वर दिलेल्या काही व्यूहरचना तो अधिक आनंदानं स्वीकारेल.

त्याला होणाऱ्या वेदना अद्यापही त्याला होतच असतील आणि त्याची समस्याही अद्याप तशीच टिकून असेल, परंतु तो तिला देत असलेला प्रतिसाद हा आता अनुकूल आणि अधिक प्रभावशाली असेल.

संपूर्ण स्वीकृतीचा अर्थ

स्वीकृती या शब्दाचा नेमका काय अर्थ आहे हे समजून घेताना आपल्यापैकी बहुतेक जण चूक करतात. वाईट वाटणाऱ्या गोष्टींचा स्वीकार करण्यास आपण विरोध करतो, कारण आपल्याला असं वाटतं की, याचा अर्थ आपण त्या जे सांगतात ते मान्य करतो. त्यांच्याशी सहमत होतो. त्या वाईट गोष्टी करण्यास आपण मान्यता देतो असा चुकीचा अर्थ काढला जातो. याचा अर्थ आपल्याला त्या तशाच पुढे सुरू ठेवायच्या आहेत किंवा आपल्याला ज्या गोष्टी वाईट आहेत हे माहीत आहे, त्या गोष्टी जाणीवपूर्वक तशाच पुढे सुरू ठेवाव्या लागतील असं आपण समजतो आणि अर्थातच हे चुकीचं आहे. समजा, आपण रस्त्यातून चाललो आहोत आणि कोणीतरी येऊन त्यांची कचऱ्याची पिशवी आपल्याला देऊ लागलं तर आपण ती घेऊ का? अर्थातच नाही. आपल्याला तिचा 'स्वीकार करण्याची' गरज नसते.

परंतु इथे 'संपूर्ण स्वीकृती' या शब्दांचा सर्वसामान्य शब्दशः अर्थ घेण्याची गरज नाही. आपण इथे वास्तवाच्या काही मूलभूत महत्त्वाच्या घटकांना समजून घेतलं पाहिजे. आपल्याला इथे कोणत्याही प्रकारचा पर्याय निवडण्याचा प्रस्ताव देण्यात आलेला नाही. 'तुम्हाला हे हवं आहे का?' असं विचारायला तिथे कोणीही आलेलं नसतं. आपल्याला ते आवडलं आहे का किंवा आपल्याला ते मान्य आहे का, असं आपल्याला विचारलं जात नाही. खरं तर आपण संबंधित गोष्ट स्वीकारत आहोत की नाही, याविषयी आपण दिलेली स्वीकृती ही तिथे अक्षरशः अप्रस्तुत असते. वास्तवाच्या काही गोष्टींवर वाद होऊ शकतो आणि इतर गोष्टींवर आपण मुळीच वाद घालू शकत नाही. आपण एक तर निरोगी, निकोप, सुरक्षित जीवन जगण्याची आणि जंतुसंसर्ग टाळण्याची निवड करू शकतो. परंतु आपण मरणार आहोत की नाहीत याची निवड आपल्या हाती नसते. आपण संकटाला आणि आणीबाणीच्या प्रसंगांना कसा प्रतिसाद देत आहोत त्याची निवड आपण करू शकतो, परंतु मुळातच ती संकटं किंवा तसे आणीबाणीचे प्रसंग आपल्या आयुष्यात यावेत की येऊ नयेत, ही निवड आपण करू शकत नाही. **याचा अर्थ वास्तवाचे काही भाग हे वाद घालण्यासाठी किंवा चर्चेसाठी खुले नसतात. त्यांचा संपूर्ण स्वीकार करणं हाच आपल्या समोरचा एकमेव पर्याय असतो. हा मूलतः वास्तवाशी लढा देणं थांबवण्याचा निर्णय असतो.**

आपण एखाद्या गोष्टीच्या विरोधात कृती करतो, त्या वेळी आपल्याला आवडलं नाही तरी तिच्यात बदल होतो. मग अशा वेळी आपल्याकडे तिच्यात बदल घडवण्याची संधी असते.

ज्या वेळी आपण एखाद्या गोष्टीच्या विरोधात कृती करतो, त्या वेळी आपल्याला आवडलं नाही तरी तिच्यात मुळीसुद्धा बदल होत नाही. ती आधी जशी असते तशीच अगदी तंतोतंत राहते. मग आपण फक्त कडवट, संतप्त होतो किंवा दमून, थकून जातो. आपल्याकडे तिच्यात बदल करण्याची संधी नसते.

तुम्हाला वास्तव आवडत नसलं तरीही तुम्ही ते जसं असेल तसं त्याला स्वीकारू शकता. तुम्हाला वास्तव आवडलं नसेल तरीही तुम्ही त्याला स्वीकारू शकता आणि तरीही अर्थपूर्ण जीवन जगू शकता. तुम्ही निवडी करू शकता आणि इतर काही गोष्टींविषयी काय करावं हे ठरवता आलं नाही तरी निदान काही गोष्टींविषयी तुम्ही कृती करू शकता. जीवन कठीण असू शकतं, परंतु त्याचं व्यवस्थापन करता येतं.

ही गोष्ट सांगणं सोपं असलं तरी करणं तितकंच कठीण आहे. आता अशी कल्पना करू या की, ॲलेक्स झपाट्यानं बरा होत चालला आहे. परंतु काही महिन्यांनी डॉक्टर त्याला सांगतात की, त्याच्यावर शस्त्रक्रिया करण्याची आवश्यकता आहे. या प्रक्रियेत कमरेखालचं संपूर्ण शरीर लुळंपांगळं होण्याची म्हणजेच त्याला कमरेपासून खालच्या भागाचा पक्षाघात होण्याची पंधरा टक्के शक्यता आहे. अरे बाप रे! त्याला कायमस्वरूपी पंगुत्व येण्याचा बऱ्यापैकी धोका असलेली शस्त्रक्रिया करून घेणं त्याला क्रमप्राप्त आहे. ही गोष्ट म्हणजे त्याला जणू भिंतीत चिनून ठार मारण्यासारखी आहे. ॲलेक्स यासंदर्भात थोडीफार माहिती शोधतो. दुसऱ्या तज्ज्ञाचं मत घेतो आणि यासंदर्भात त्याला शक्य असलेली सगळी सामग्री गोळा करतो. परंतु अखेरीस त्याच्या समोरची समस्या तशीच आ वासून उभी असते. तिच्यात किंचितसंही परिवर्तन झालेलं नसतं. त्याला कायमस्वरूपी अपंगत्व येण्याची शक्यता असलेल्या शस्त्रक्रियेची त्याला गरज असते. त्याने शस्त्रक्रिया करून घेतली नाही तर, त्याचं जीवन असह्य होणार असतं आणि त्याच्या पाठीच्या कण्याची दुखापत आणखी गंभीर होण्याची शक्यता असते. ॲलेक्स विचार करतो, 'असं होता कामा नये. मी हे सहन करू शकणार नाही. ही गोष्ट अन्याय्य आहे. मी तिला तोंड देऊ शकणार नाही.'

अॅलेक्स त्याला करावीच लागणारी ही भयावह निवड कशी काय स्वीकारू शकेल? देव न करो, पण तो या शस्त्रक्रियेनंतर चुकून अपंग झालाच तर ही गोष्ट तो कशी काय स्वीकारेल? कदाचित, तुमच्या समोर अॅलेक्सइतकं भयानक वास्तव असणार नाही. परंतु स्वीकारार्हतेच्या ज्या प्रक्रियेचा तो वापर करतो, ती तुमच्याही दृष्टीनं महत्त्वाची आहे. तुम्हालाही आपण वास्तवाशी युक्तिवाद करत असल्याचं आढळेल, त्या वेळी तुमच्या समोरची समस्या सोडवण्यासाठी तुम्हीही त्याच प्रकारे तिचा वापर करू शकाल.

पायरी १ : तुम्ही वास्तवाच्या विरोधात लढा देत आहात ही वस्तुस्थिती मान्य करा. जी गोष्ट बिलकूल तसूभरसुद्धा हलणार नाही, तिला हलवण्याचा तुम्ही प्रयत्न करत आहात ही गोष्ट आत्मसात करण्यासाठी क्षणभराची उसंत घ्या. अॅलेक्सच्या विचारांमध्ये तुम्हाला असं घडू नये असं त्याला वाटत असलेलं त्याच्या इच्छेतील जग आढळलं आहे का? तुमच्या संघर्षाचं निरीक्षण करा. तुमच्या शरीरात तुम्हाला कशाची जाणीव होत आहे त्याचं निरीक्षण करा. तणाव, बेचैनी, अस्वस्थता इत्यादी.

पायरी २ : ही गोष्ट बदलणं शक्य नाही, हे स्वतःला सांगा. ज्याप्रमाणे एखाद्या समस्येवरची सक्रिय उपाययोजना न करता तिच्याविषयी तक्रारी करत राहणं ही गोष्ट त्या समस्येच्या उपाययोजनेऐवजी तिच्यावरच लक्ष केंद्रित करण्यासारखी असते, त्याप्रमाणेच वास्तवाबरोबर द्वंद्व करणं ही एक नकारात्मक प्रतिक्रिया आहे. वस्तुस्थितीत बदल घडवून आणण्यात ती काडीमात्र योगदान देत नाही.

पायरी ३ : तुम्ही तोंड देत असलेल्या वास्तवाशी प्रामाणिक राहा. तुम्हाला ते स्वीकारावंच लागणार असेल तर, तुम्ही काय स्वीकारत आहात ते जाणून घ्या. ज्या वेळी तुम्ही सत्याचा सर्व बाजूंनी विचार करता, त्याचे सगळे पैलू पाहू शकता, त्या वेळी त्याला सहन करणं नेहमीच सोपं असतं. कारण आणि परिणाम पहा. तपशील जाणून घेण्याची जिज्ञासा बाळगा.

पायरी ४ : या वस्तुस्थिती तुम्ही स्वीकारल्या असत्या तर तुम्ही कसं वर्तन केलं असतं याची कल्पना करा. तुम्ही कोणती पावलं उचलाल? (किंवा उचलणार नाही?) तुम्ही परिस्थितीशी कसं काय जुळवून घ्याल? तुम्ही कशाची निवड कराल?

पायरी ५ : तुम्हाला कसं वाटतं त्याचा स्वीकार करा आणि त्याचा सन्मान करा. तुमच्या वास्तवाचा तुम्ही स्वीकार करत आहात फक्त म्हणून त्याचा अर्थ तुम्हाला जे वाटत आहे ते वाटणं एकाएकी थांबेल असं नाही. राग, पश्चात्ताप, दुःखीपणा किंवा अस्वस्थता, नैराश्य या भावनांचा पूर्णपणे स्वीकार करा.

पायरी ६ : काय महत्त्वाचं आहे याची स्वतःला आठवण करून द्या. या क्षणी जरी तुम्ही दुःखात असाल, तुम्हाला वेदना होत असतील तरीही जीवन हे जगण्याच्या योग्यतेचं आहे. तुम्हाला महत्त्वाच्या वाटत असलेल्या गोष्टी, तुमची मार्गदर्शक तत्त्वं आणि तुम्हाला साध्य करावयाची स्वप्नं आठवा. तुम्हाला ही स्वप्नं लांबणीवर टाकण्याची किंवा त्यांची पुनर्रचना करण्याची किंवा त्यांना पुन्हा आकार देण्याची किंवा ती कमी-जास्त प्रमाणात पाहण्याची आवश्यकता असू शकेल. ते ठीकच आहे. तुमच्या भवितव्याशी पुनर्वाटाघाटी करा आणि तुमच्या अनुभवातून तुम्ही काढत असलेल्या अर्थाविषयी जिज्ञासा बाळगण्यास सुरुवात करा.

एसीसीईपीटीएस कौशल्यं

या संक्षिप्त शब्दाचा अर्थ पुढीलप्रमाणे आहे :

ए – क्रिया (ॲक्टिव्हिटीज)
सी – सहभाग किंवा योगदान (कॉन्ट्रिब्यूट)
सी – तुलना (कम्पॅरिझन्स)
ई – भावना (इमोशन्स). याचा अर्थ तुमच्या मनात असलेल्या भावनांच्या विरोधात जाण्याचा प्रयत्न करा.

पी - समस्येला धक्का देऊन पुढे ढकलणं किंवा तिला (पुश अवे ऑर शेल्व्ह द प्रॉब्लेम) स्थगित ठेवणं.

टी - (थॉट्स) म्हणजे विचार. आपल्या बुद्धीला संकटाविषयीच्या विचारांमध्ये आणि भावनांमध्ये गुंतवून ठेवण्याऐवजी इतर कार्यांमध्ये गुंतवणं.

एस - संवेदना (सेन्सेशन्स). याचा अर्थ पंचेंद्रियांमध्ये ग्राऊंडिंग करणं. यासंदर्भात आधी सांगण्यात आलं आहे. (थेरपिस्ट एड.कॉम., २०१५)

ॲलेक्सच्या दृष्टीनं ही गोष्ट पुढीलप्रमाणे असेल :

ए - व्यायाम, छंद, घरकाम, स्वयंपाक यांत व्यग्र राहून शक्य असेल त्या वेळी फिरायला जाणं.

सी - मानसिक आरोग्य संकट हेल्पलाइनशी संलग्न होऊन तिथे घरातून देता येण्याजोग्या आपल्या सेवा देणं. यामुळे आपणही इतरांना मदत करू शकतो अशी भावना निर्माण होऊन थोडंफार समाधान मिळवणं.

सी - उपयुक्त तुलना : आपली दुखापत कितीही वाईट असली तरी ती याहूनही अधिक वाईट असू शकली असती याची जाणीव करून घेऊन त्यामुळे आपल्याला मदत व पाठबळ मिळत असल्यामुळे आपण कित्येक प्रकारे सुदैवी असल्याची जाणीव करून घेणं.

ई - ज्या वेळी मनात पूर्णपणे निराशा निर्माण होईल, त्या वेळी स्वतःच्या अवस्थेला हसणं आणि एकूणच परिस्थितीवर विनोद करणं.

पी - आपल्याला घ्याव्याच लागणाऱ्या निर्णयामुळे (शस्त्रक्रिया करावी की करू नये) अगदी गांजून गेल्यासारखं वाटतं, त्या वेळी काही काळ फक्त विश्रांती घेण्याची आणि निर्णय घेणं स्थगित करून शांत राहण्याची निवड करणं.

टी - खरेदी करावयाच्या गोष्टींची यादी करणं, हिशेबाचे तपशील लिहून काढणं, कोडी सोडवणं किंवा एखाद्या प्रकल्पाच्या

किंवा कामकाजाच्या संदर्भातील गोष्टींचं तपशीलवार नियोजन करणं.

एस – दर वेळी आपले विचार पुन्हा एकदा नकारात्मकतेच्या चक्रव्यूहात अडकत असल्याची भावना निर्माण झाली की, लगेच ग्राऊंडिंग स्वाध्याय करणं.

तुमच्या लक्षात येईल की, पूर्णपणे नैराश्यपूर्ण असलेल्या परिस्थितीतसुद्धा तुमच्याकडे नेहमीच निवड असते. ज्या वेळी करण्यासारखं काहीही उरलेलं नाही असं वाटत असतं, त्या वेळीही तुम्ही खूप काही करू शकता. संकटाला सहन करणं किंवा संकट सहिष्णुता हा तुम्हाला जगण्यास आणि परिस्थितीशी जुळवून घेण्यास शिकवणाऱ्या कौशल्यांचा संच असतो. ही उत्तम प्रकारे जीवन जगण्याची दीर्घकालीन व्यूहरचना नाही. गोष्टी आणखी वाईट न करता त्यांना हाताळण्यासाठी कुबड्यांप्रमाणे तुम्हाला साहाय्य करण्याकरिता या संचाचा वापर होतो. परंतु ही एवढीच उपाययोजना पुरेशी नसते. अॅलेक्सला काही वेळानंतर का होईना, पण शस्त्रक्रिया करावी की करू नये, याचा निर्णय घ्यावाच लागणार आहे.

तुम्ही कधी नकारात्मक भावनांमध्ये गुरफटून गेलात तर हे लक्षात ठेवा की, तुमच्याकडे नेहमीच शारीरिकदृष्ट्या स्वतःला शांत करणं, स्वतःला दिलासा देणं, जे घडत असेल त्याचा स्वीकार करणं आणि अत्यंत तीव्र भावनांशी जुळवून घेण्याच्या पद्धती किंवा मार्ग शोधणं यांकरिता साधनं असतात. ही साधनं समस्या सोडवत नाहीत, तर उपाययोजनांकडे लक्ष देण्यास आपण पुरेसे खंबीर झालो आहोत आणि आपल्या मनात अधिक स्पष्टता निर्माण झाली आहे असं तुम्हाला वाटेपर्यंत तुम्हाला अत्यंत बिकट परिस्थितीतून सहीसलामत बाहेर पडण्यास मदत करतात.

ब्रेन डम्पिंग, मानसिक नोंद आणि चिंता करण्याची निर्धारित वेळ

जीवनातील संतापजनक आणि मनस्तापदायक अडथळ्यांमधून मार्ग काढणं क्रिसला त्रासदायक वाटलं होतं.

कॅरीला तिच्याकडे पाहण्याकरिता ती वापरत असलेल्या विकृत मानसिक गाळणीला आव्हान द्यावंच लागलं होतं.

डॅननं त्याच्या मनातील अपराधीपणा आणि शरमिंदेपणा यांच्या कथेची पुनर्रचना करण्यासाठी लढा दिला होता.

एलेननं आपल्या नैराश्याच्या आणि उदास मनःस्थितीच्या परिस्थितीतून बाहेर पडण्यासाठी संघर्ष केला होता.

ॲलेक्सला अत्यंत वास्तविक मर्यादांशी आणि शारीरिक दुःखांशी जुळवून घेण्यास शिकावं लागलं होतं.

यांच्यापैकी प्रत्येक व्यक्तीला वेगवेगळ्या समस्यांना हाताळावं लागलं; परंतु अखेरीस त्यांच्यापैकी प्रत्येकानं आपापल्या नकारात्मक विचारसरणीच्या पद्धतीनुसार काम केलं आणि तिच्यातून बाहेर पडण्याचा मार्ग शोधला. नकारात्मकता आणखी एका स्वरूपात साकार होते. तिच्या या स्वरूपाचा आपण आतापर्यंत विचार केलेला नाही. चिंताग्रस्तता हे तिचं हे स्वरूप आहे. तुमची नकारात्मकता काळजी, त्याच त्याच विचारांत गुंतून पडणं, अति विचार करणं आणि तणाव यांचं स्वरूप धारण करत असल्याचं तुमच्या लक्षात येत असेल तर हा विभाग तुमच्यासाठीच आहे.

चिंताग्रस्ततेला हाताळण्यासाठी आता आपण आपल्या मनाशी किंवा आपल्या वास्तवाशी लढा न देता, संपूर्ण स्वीकृतीच्या भावनेतून सीबीटी तत्त्वाची सुरुवात करणार आहोत. काळजी किंवा चिंता करता कामा नये, अशी जबरदस्ती करण्याचा प्रयत्न आपण करणार नाही. अशी जबरदस्ती करणं म्हणजे गुलाबी रंगाच्या हत्तीचा विचार करू नका, असं सांगण्यासारखं असतं, कारण फक्त असं सांगितल्यामुळे तुम्ही अशा रंगाच्या हत्तीचा विचार करण्यास प्रवृत्त होता. म्हणून मुळातच पहिली गोष्ट अशी आहे की, तुम्ही चिंताग्रस्त असल्याची चिंता वाटून घेऊन किंवा तुम्हाला काळजी वाटत असल्याची काळजी वाटून घेऊन तुमच्या पदरात काहीही पडणार नाही.

त्याऐवजी स्वतः या मुख्य पात्रावरच लक्ष केंद्रित करा आणि स्वतःला सांगा की, आपल्याकडे निवड आहे. 'काळजी पुढे ढकलण्याच्या' तंत्रात आपण मनाला असं सांगतो की, 'ठीक आहे, मना, तुला काळजी करण्याची संपूर्ण परवानगी आहे. मी तुला काळजी करण्यापासून रोखणार नाही. फक्त तू कधी आणि किती वेळ काळजी करावी हे मी ठरवणार आहे.' खरं तर स्वतःला असं सांगा की, अधिक सक्षमतेनं काळजी करणं हा तुमचा हेतू आहे. उदाहरणार्थ, तुम्ही अगदी आताच एखाद्या गोष्टीची

काळजी करण्याऐवजी तिची जाणीवपूर्वक नंतर काळजी करणार असाल. समजा, तुम्ही संध्याकाळी सहा वाजता फक्त वीस मिनिटं काळजी करायची असं ठरवून ठेवलं.

तुमच्या नकारात्मकतेचं आणि काळजीचं वेळापत्रक तयार करणं ही गोष्ट विचित्र आहे असं वाटू शकेल, परंतु ती काम करते, कारण :

१. आपण काळजी करत आहोत या वस्तुस्थितीची जाणीव करून घेण्यास तुम्ही शिकता. (पुन्हा एकदा ही गोष्ट अंतर राखून राहण्याची आहे. 'पैशाची तंगी सुरू आहे,' ऐवजी 'अगदी आताच माझ्या मनात पैशाचा तणावपूर्ण विचार आला,' अशा प्रकारची ही गोष्ट आहे.)
२. तुम्ही त्या काळजीत गुंतून पडणं टाळताच, शिवाय तिच्याशी दोन हात करणं, तिला विरोध करणं किंवा तिला नाकारणं या गोष्टीही टाळता.
३. तुम्ही नियंत्रण स्वतःकडे घेता. एखादा विचार मनात येतो आणि 'माझ्याकडे लक्ष दे' असं सांगतो, त्याचा अर्थ तुम्ही लगेच त्याचं आज्ञापालन केलं पाहिजे असा नसतो.
४. तुमच्या जीवनात काळजी प्रत्यक्षात कशी काम करते याची सखोल जाणीव तुम्हाला होते. ती कशी येते आणि जाते, कशा प्रकारे वाढते व कमी होते आणि कालौघात ती नेहमीच कशी निरुपयोगी असते हे तुम्हाला समजतं.
५. तुम्ही स्वतःला मनाच्या सक्रिय अवस्थेत ठेवता. तिथे तुम्ही काळजी करणं थांबवता आणि व्यूहरचना करण्यास सुरुवात करता.

तुम्ही चिंताग्रस्ततेत गुंतला नाहीत तर अखेरीस चिंताग्रस्तता नाहीशी होते. ही लक्ष न दिल्यास नाहीशी होणारी मानसिक कृती आहे. त्या दिवशी, त्या आठवड्यात किंवा दहा वर्षांपूर्वी आपल्याला खरोखरच ज्या गोष्टींची काळजी वाटली होती, ती गोष्ट फक्त आता तुम्हाला आठवली म्हणून तुम्ही त्या गोष्टींचा विचार करू लागता. का? कारण त्या गोष्टीला काही काळ उलटून गेलेला असतो.

ज्या वेळी आपण आपल्याला वाटणारी काळजी इतर एखाद्या वेळी करण्याचं ठरवतो, त्या वेळी सहसा ठरलेल्या वेळी काळजी करण्यास तुम्ही विसरून गेल्याचं तुम्हाला आढळतं किंवा ती वेळ जवळ आली आणि तुमच्या हातात आता आपल्या हृदयातील गोष्टीवर काळजी करत आरामात बसण्याची संधी असली तरी तुम्हाला असं वाटतं की, आपण काळजी करणार असलेली गोष्ट तितकीशी महत्त्वाची नाही. काही वेळा आपल्या काळजी करण्याच्या वेळी यापुढे त्या गोष्टीची काळजी करण्याची गरजच उरलेली नाही, असं तुम्हाला आढळतं. काही वेळा तुम्हाला काळजी करण्याची इच्छाच नसते, कारण त्या वेळी तुम्हाला आपण अधिक शांत झाल्याचं आणि कोणत्याही उर्वरित नकारात्मकतेला हाताळण्यास सक्षम असल्याचं जाणवतं. काही वेळा तोपर्यंत ती काळजी आपोआपच दूर झालेली असते.

काळजीला लांबणीवर टाकणं ही गोष्ट प्रत्यक्ष व्यवहारात कशी दिसेल ते आता आपण पाहू या.

जागरूक राहा

इथे तुम्हाला एकाच मध्यवर्ती कल्पनेची पुनरावृत्ती होत असल्याचं लक्षात आलं असेल. बरोबर ना? मुळातच तुम्हाला आपल्या मनात चिंतेचे आणि काळजीचे विचार येत असल्याची जाणीव झाल्यामुळे ही गोष्ट घडते. फक्त या विचारांचं आकलन करून घ्या आणि त्यांचं निरीक्षण करा. त्यांचा निवाडा किंवा मूल्यमापन करू नका. तुम्हाला हाताबाहेर चाललेला काळजीचा वेढा आढळला तर, स्वतःशी फार कठोरपणे न वागण्याचा प्रयत्न करा. संपूर्ण स्वीकृतीचा सराव करण्याचा प्रयत्न करा.

‘अगदी आताच्या या क्षणी मला खूपच काळजी आणि चिंता वाटत आहे.’

‘मला इतकी टोकाची काळजी वाटत आहे की, माझ्या पोटात गोळाच आला आहे.’

‘असं झालं तर काय होईल? हा विचार माझ्या मनात सारखा येत आहे आणि मला तो थांबवता येत नाही.’

असं खुशाल म्हणा आणि जागरूकपणे आपल्या काळजीचा किंवा चिंतेचा स्वीकार करा.

लांबणीवर टाका

समजा, ही गोष्ट तुम्हाला इतरांना सांगावी लागली, तरीही स्वतःला काळजी करण्याची परवानगी द्या. फक्त तुम्ही ठरवलेल्या वेळीच तुम्ही काळजी करा. तुमच्या मनात काळजीचा विचार आल्यापासून किमान दोन तासांनंतरची वेळ तुम्ही ठरवली पाहिजे. (तुमच्या मानसिक अवस्थेत स्थित्यंतर घडवण्यासाठी किमान तेवढा वेळ द्यावा लागतो.) परंतु खूपच उशिरापर्यंत ही गोष्ट लांबणीवर टाकू नका; अन्यथा, ती प्रत्यक्षात उतरवणं अशक्य आहे, असं तुम्हाला आधीपासूनच वाटू लागेल. पुढील गोष्टी लिहून काढा :

- काळजी करण्याचा दिवस, तारीख आणि वेळ
- काळजी करण्याचा कालावधी
- तुम्ही काळजी करणार असलेला विषय किंवा समस्या.

डेल्गॉडो आणि इतर, (२०१०, बिहेविअर रिसर्च अँड थेरपी) यांना त्यांच्या संशोधनातून असं आढळलं की, काळजी लांबणीवर टाकणं ही गोष्ट ज्यांना तीव्र काळजीचा अनुभव येत असेल त्यांना काळजी दूर करण्याकरिता द्यावयाचा प्रशिक्षण कार्यक्रम यशस्वी करण्याची गुरूकिल्ली आहे.

असं समजू या की, कामाच्या ठिकाणी केल्या जाणाऱ्या आगामी कार्य मूल्यमापनाची तुम्हाला काळजी वाटत आहे. तुम्ही चिंताग्रस्ततेनं करत असलेल्या अति विचाराचं तुम्ही निरीक्षण करता. तुमच्या मनात पुढीलप्रमाणे विचार येतात : 'बहुधा ही अगदीच लाजिरवाणी गोष्ट ठरेल. मार्चमधील घटनेविषयीच ते बोलत राहिले तर, मी काय करेन? कदाचित त्यांनी आधीच याविषयी आपापसात चर्चाही केली असेल. त्यामुळे अगदी आताच्या आता मला कामावरून काढून टाकण्याचा निर्णय ते घेत असतील. त्या बैठकीत मी रडलो किंवा चिडलो तर काय होईल? एखाद्या गोष्टीविषयी मला पश्चात्ताप वाटत असल्याचं मी सांगितलं तर काय होईल?'

तुम्ही असे विचार करणं थांबवता आणि जागरूक होता. तुमचे चिंतेचे विचार तुम्हाला विचलित करत असल्याचं तुमच्या लक्षात येतं. तुम्ही मोठ्यानं म्हणता, 'ते ठीक आहे, पण आपण आताच त्याची काळजी करणार नाही.' तुमच्याकडच्या वहीत तुम्ही लगेच लिहून ठेवता, 'मंगळवारी सकाळी ११ वाजता. दहा मिनिटं हा काळजी करण्याचा कालावधी. विषय

: आगामी मूल्यमापन आढाव्याविषयीच्या चिंता.' त्यानंतर तुम्ही वही मिटून ठेवता. तुम्ही स्वतःशीच करार केला आहे आणि त्यामुळे आता त्या वेळी पुन्हा तुम्हाला त्या विषयाची काळजी करण्याची गरज नाही.

पुढची कारवाई

साहजिकच, लवकरच तुमचं मन पुन्हा एकदा काळज्यांनी भरून जाण्यास सुरुवात करेल. ते म्हणेल, 'मार्चमध्ये जे घडलं होतं त्याविषयी त्यांना बोलायचं असेल तर त्यामधून स्वतःला सहीसलामत बाहेर काढण्यासाठी काही समर्थनं किंवा त्यांच्या मुद्द्यांचं खंडन करणारे काही मुद्दे तयार करून ठेवावेत असं तुला वाटतं का? गरज पडलीच तर असावेत, नाही का?' तुम्ही या विचारांचं निरीक्षण करता, पण तुम्ही त्यांच्याशी वाद घालत नाही किंवा त्यांना विरोध करत नाही. तुम्ही त्यांच्याविषयी कोणतीही कृती करत नाही किंवा त्यांना कोणत्याही प्रकारे प्रतिसादही देत नाही. तुम्ही स्वतःला सांगता : 'नाही. लक्षात ठेव. आपण याविषयी आता काहीही करणार नाही. उद्या सकाळी अकरा वाजता आपण त्याचा विचार करणार आहोत. लक्षात आहे ना?'

स्वतःलाच सक्रियपणे आठवण करून द्या की, ज्या महत्त्वाच्या मुद्द्याकडे तुमची बुद्धी तुमचं लक्ष वेधू इच्छित आहे, तिच्याकडे उचित वेळ आल्यावर अगदी पूर्णपणे जितकं लक्ष देण्याची गरज असेल तितकं लक्ष दिलं जाईल. 'तुम्हाला सध्या तुमच्या हातात असलेल्या कामावर लक्ष केंद्रित करावंच लागणार आहे, कारण सध्यापुरती तरी ती काळजी बाजूला सारण्यात आली आहे. अगदी आतापासून उद्या सकाळी दहा वाजेपर्यंतचा वेळ त्या दृष्टीनं तुमच्याकडे असलेला मोकळा वेळ आहे. ज्या वेळी तो विचार उसळी मारून वर येईल त्या वेळी त्याला आत्मविश्वासपूर्वक सांगा की, 'अरे, काळजी करू नकोस. मी तुझा आधीच विचार करून तुला हाताळलं आहे.'

दुसऱ्या दिवशी सकाळी अकराची वेळ जवळ येऊ लागते त्या वेळी काय होतं? तुम्ही त्या वेळी काळजी करणार आहात असं तुम्ही म्हटलं आहे, तर अगदी तसंच करा. खाली बसा आणि दहा मिनिटं काळजी करा. परंतु खरोखरच त्याच विषयाची काळजी करा. तुमच्या मनाला इतर काळज्यांच्या विषयांकडे भरकटू देऊ नका. तुम्ही काळजीच्या ज्या विषयाला हाताळायचं असं ठरवलं होतं, त्याच विषयाचा त्या वेळी विचार करा. तुम्ही खरोखरच

त्याचा विचार करा, कारण एकदा तो दहा मिनिटांचा वेळ संपला की, मग तुम्ही त्याविषयी पुन्हा विचार करणार नाही. तुम्ही हे करता त्या वेळी काय होतं त्याचं निरीक्षण करा. तुम्हाला कदाचित पुढील गोष्टी आढळतील :

१. या समस्येविषयी आता यापुढे तुमच्या मनात काळजी नसेल.
२. तिच्याशी जुळवून घेता आल्यामुळे किंवा तिचं व्यवस्थापन करता आल्यामुळे तुम्हाला अधिक बरं वाटत असेल.
३. ती समस्या दूर करण्यासाठी नेमकी कोणती कृती करावी लागेल ते निश्चित करता आलं असेल.
४. कदाचित, कोणतीही उपाययोजना दृष्टिपथात न आल्यामुळे अद्यापही तुम्ही त्याच विवंचनेत अडकलेले असाल.

जवळजवळ नेहमीच एक किंवा दोन आकड्यांच्या समोरचं फलित मिळतं. क्वचित ३ आकड्यासमोरचं फलितही मिळू शकतं. क्वचित प्रसंगी तुम्ही एखाद्या गोष्टीवर फक्त चर्वितचर्वण करत राहाल आणि तरीही ती तुम्हाला काळजी लावत राहील. तुम्हाला परिस्थितीत सुधारणा घडवून आणायची असेल तर तुम्ही तिथल्या तिथे कोणती एखादी लहानशी चांगली गोष्ट करू शकाल? असा प्रश्न स्वतःलाच विचारा. त्यानंतर ती कधी करायची, ती वेळ ठरवून टाका आणि मग तत्परतेनं त्याविषयी विसरून जा. तुम्हाला तरीही आपण आणखी काळजी करत असल्याचं आढळलं तर याच प्रक्रियेची पुनरावृत्ती करा. ती काळजी आणखी पुढच्या वेळेपर्यंत लांबणीवर टाका. असं करून तुम्ही ज्या परिस्थितीविषयी काहीही करू शकत नाही, त्या अवघड परिस्थितीत निदान अत्यल्प वेळच स्वतःला ठेवू शकाल.

तुमच्या निरीक्षणातून असं दिसून येईल की, तुम्ही पुढीलपैकी एखाद्या गोष्टीची काळजी करता – १) जी गोष्ट कधीही घडणारच नसते किंवा २) ती गोष्ट घडते, पण ती जितकी तुम्हाला वाईट वाटते तितकी वाईट नसते. ३) ती घडते, ती वाईटही असते; परंतु त्यामुळे तुम्हाला फारसा फरक पडत नाही, कारण तुम्हाला तिच्याशी जुळवून घेता आलेलं असतं.

या पद्धतीतील आणखी एक वेगळी गोष्ट म्हणजे, तुम्ही ज्या वेळी काळजी लांबणीवर टाकता, त्या वेळी तुम्ही काळज्यांना तुमच्या डोक्यातून बाहेर ठेवता. म्हणून जे काही तुमच्या मनात डोकावतं, त्या प्रत्येक गोष्टीला

तुम्ही तुमच्या वहीच्या पानाकडे ढकलता आणि लिहून काढता अशी कल्पना करा. एकदा का ती गोष्ट काळजीविषयक वहीत लिहिली गेली की, मग त्यानंतर तुम्हाला ती तुमच्या डोक्यात ठेवण्याची गरज नसते. काळजीपुस्तक हे एखाद्या भांडारासारखं असतं. संपूर्ण दिवसभरात वाटणाऱ्या लहान लहान, डिवचणाऱ्या भीती मनात आल्या की त्या गोळा करा आणि तुमच्या स्वतःच्या सोईनुसार, नंतर विचार करण्यासाठी त्यांना बाजूला ठेवून द्या.

हे केल्यानंतर थोड्या वेळानं स्वतःला पुढील प्रश्न विचारा :

काही मध्यवर्ती कल्पना पुनःपुन्हा समोर येत आहेत का?
तुम्हाला भीती वाटत असलेली गोष्ट सहसा नेहमीच किती वेळा घडते?
तुम्ही काळजी करता आणि काळजी करत नाही त्या वेळी मिळणाऱ्या फलितांमध्ये काही फरक असतो का?

याच अनुक्रमातील अंतिम भिन्न रचनेला 'ब्रेन डम्पिंग' असं म्हटलं जातं आणि ही संज्ञा ऐकल्यानंतर मनात नेमके जे विचार निर्माण होतात, तोच तिचा नेमका अर्थ आहे. तुमच्या मनातील सगळी घालमेल, सगळे विचार, कल्पना कागदावर उतरवून मोकळं होणं म्हणजे ब्रेन डम्पिंग होय. ज्या वेळी ती तुमची काळजी करण्याची ठरवलेली वेळ असेल, त्या वेळी सरळ वही उचला आणि तुमच्या मनात आलेलं सारं काही त्या वहीच्या पानांवर उतरवा. हॅमच्या मते, (२०१५, 'द व्हॅल्यू ऑफ ॲन एन्ड ऑफ द वीक ब्रेन डम्प') तक्रार करणं, दूषणं देणं, आरडाओरडा करणं, आपल्याला हवं तसं बोलणं आणि सगळं भडाभडा बोलून मोकळं होणं या गोष्टींच्या क्षमतेत मोठीच ताकद असते. संपूर्ण पाच मिनिटांत (यांहून अधिक काळ बसण्याचा प्रयत्न करू नका.) तुम्हाला जितक्या कळकळीनं काळजी करता येईल, तितक्या तीव्रतेनं ती करा. त्याकरिता तुम्हाला कसल्याही मर्यादा असणार नाहीत. तुमच्या दडपल्या गेलेल्या सगळ्या भावनांना अतिशय तीव्रतेनं मोकळ्या करा.

तुमचा मेंदू हा नको असलेल्या कचऱ्यानं, खराब वस्तूंनी भरलेल्या एखाद्या खोलीसारखा आहे अशी कल्पना करा. ज्या वेळी तुम्ही ब्रेन डम्प करता, म्हणजेच मेंदूत साचलेली सगळी घाण बाहेर टाकता, त्या वेळी

मूलतः तुम्ही हा सगळा कचरा बाहेर फेकून देता. विचारांचा स्वीकार करणं आणि त्यांना तुमच्या स्वत्वाच्या बाहेर ठेवणं यातच सगळी ताकद सामावलेली असते. पण आपला मेंदू त्या गोष्टींना उपयुक्त समजतो हेच आपल्याला काळजी वाटण्यामागचं मोठं कारण असतं. तो सातत्यानं एखाद्या जोखमीच्या, धोकादायक गोष्टीकडे किंवा भविष्यातील एखाद्या समस्येकडे अशा कशाकडे ना कशाकडे आपलं लक्ष वेधत राहतो. परंतु जर तुम्ही ते सगळं कागदावर लिहून काढलं तर त्यामुळे तुमच्या अचेतन मनाला असा जोरदार संदेश मिळतो की, 'मी याची नोंद घेतली आहे. त्याला हाताळलं जाईल. मी हे विसरणार नाही. आता तू मला सतत आठवण करून देत राहणं बंद कर.'

तुमच्या ब्रेन डम्पमध्ये तुम्ही कशाचा समावेश केला पाहिजे? तुम्हाला ज्याची गरज असेल त्या सगळ्याचा. तुमच्या मनात जाणीवपूर्वक निर्माण झालेल्या कल्पनांचा प्रवाह, विचार, भावना आणि भीती या सगळ्या गोष्टी लिहून काढा. तुम्हाला करायच्या असलेल्या गोष्टींच्या यादीतील ज्या गोष्टी करणं तुम्ही विसरून जाल अशी काळजी वाटत असेल त्या गोष्टीही लिहून काढा. पश्चात्ताप, चिंता, तक्रारी यांपैकी काहीही असलं तरी लिहून काढा.

त्यानंतर ब्रेन डम्पच्या बाबतीत तुम्ही काय करणार असता ते तुमच्यावर अवलंबून असतं. यातली विलक्षण गोष्ट अशी आहे की, तुम्ही एकदा कागदावर सगळं उतरवलं की, मग तुम्ही त्याविषयी काहीतरी करू शकता. या संदर्भातील काही पर्याय पुढे दिले आहेत :

- तुम्ही जे काय लिहिलं असेल ते जर निरुपयोगी असेल किंवा विध्वंसक स्वरूपाचं साहित्य असेल तर ते जाळून टाका, चुरगाळून टाका किंवा तो कागद फेकून द्या. त्यानंतर सुटकेचा निःश्वास सोडा.
- तुम्ही जे लिहिलं असेल त्याविषयी मनन करा. तुम्हाला टोचणी लावत असलेल्या एका गोष्टीची निवड करा आणि ती दूर करण्यासाठी एक पाऊल उचलायचं असं जाणीवपूर्वक ठरवा. फक्त एकच गोष्ट निवडा. तुम्ही एका वेळी सगळ्याच गोष्टींना हाताळू शकत नाही.

- लिहिलेल्या सामग्रीकडे लक्षपूर्वक पहा. नकारात्मक आणि आत्मविनाशकारी धारणांना ओळखा. त्यांचं हळुवारपणे पुनर्लेखन करा. तुम्ही ज्या सकारात्मक दृढ कथनांनी दुसऱ्या दिवसाची सुरुवात करणार असाल त्या कथनांमध्ये त्यांना रूपांतरित करा. आधी वर्णन केलेली एबीसी पद्धत हे एक सुरेख तंत्र म्हणून इथेही समाविष्ट करता येईल.
- जर तुम्हाला आवडत असेल, बरं वाटत असेल तर तुमच्या मनावर ओझं झालेल्या आणि तुम्ही अडकून पडलेल्या गोष्टींच्या संदर्भात प्रार्थना करा किंवा त्यांच्यावरच्या उपाययोजना शोधण्याकरिता ध्यान करा. हे ओझं वाहून नेण्यासाठी मदत करण्याकरिता परमेश्वराची प्रार्थना करा किंवा कल्पनाचित्र मनश्चक्षूंसमोर आणण्याचा स्वाध्याय करा. या स्वाध्यायात तुम्ही त्याविषयी अधिक काळजी करण्यापासून स्वतःला मुक्त करत असल्याचं कल्पनाचित्र पहा.

चिंतेला सावधानतेत बदला

जे लोक चिंताग्रस्ततेशी संघर्ष करतात, त्यांना प्रत्यक्षात गोपनीय श्रेष्ठ शक्तीचा आशीर्वाद लाभलेला असतो. जर त्यांनी त्या शक्तीचा उपयोग केला, तर उच्च सजग जाणिवेला किंवा जागरूकतेला वाढवण्यासाठी ते एका विशाल क्षमतेचा उपयोग करून घेऊ शकतात. त्यांच्याकडे असं करण्याची क्षमता असते. हस्तक्षेप किंवा चिंता करणारा प्रत्येक विचार ही 'ध्यानाकरिता वाजवली गेलेली घंटा' असू शकते. तिच्यामुळे तुम्ही पुन्हा जागरूकतेकडे वळता आणि त्या क्षणात परत जाता. हा विचार तुम्हाला पुन्हा जागरूकतेकडे वळण्याचं आवाहन करतो. कसं? सांगतो.

'मानसिक नोंदी' करण्याचा प्रयत्न करा. न्युरोइमेजिंगच्या (मेंदूची प्रतिमा मिळवण्याचं तंत्र) अभ्यासांमधून हे स्पष्ट झालं आहे की, मानसिक नोंदी करण्याचा जागरूकपणे केलेला सराव हा प्रत्यक्षात मेंदूची रचना आणि कार्य यात बदल घडवून आणतो. त्यामुळे अधिक चांगल्या प्रकारे भावनिक नियमन केलं जातं. (गुंडेलमन, मेडिरॉस आणि रॅम्पिस, २०१७, फ्रंटियर्स इन

सायकॉलॉजी) तसंच त्यामुळे अध्ययनक्षमतेत आणि स्मृतीत वाढ होते. (झेपेडा आणि इतर, २०१५). मानसिक नोंदी करणं सोपं असतं.

१. जागरूक व्हा आणि तुमच्या मनात विचार येत असल्याचं निरीक्षण करा. त्यांचा निवाडा किंवा मूल्यमापन करू नका.
२. या अनुभवाची नोंद करा आणि त्याला शीर्षक किंवा लेबल द्या. उदा., 'मी विचार करत आहे.'
३. तसंच पुढेही काम सुरू ठेवा. विचार नष्ट होईपर्यंत किंवा तुम्ही पुढच्या कामात गुंतून जाईपर्यंत हे करत राहा.

दर वेळी तुमच्या मनात विचार आला – म्हणजे कोणताही विचार आला की, थांबा आणि स्वतःविषयी जागरूक होण्याची स्वतःला आठवण करून द्या. काही बौद्ध मंदिरांमध्ये आणि मठांमध्ये ठरावीक वेळेनंतर ध्यानाची घंटा वाजत राहते. त्यामुळे कुठेही असतील आणि काहीही करत असतील तरी लोक आपल्या हातातील काम थांबवून जागरूकपणे त्या क्षणाच्या कामाकडे म्हणजेच ध्यानाकडे वळतात. तुमच्या स्वतःच्या विचारांच्या आणि आत्मसंवादाच्या बाबतीत तुम्ही नेमकं हेच करा. दर वेळी तुमच्या मनात एखादा चिंताजनक विचार आला की, त्या वेळी ती तुम्हाला जागरूक अवस्थेकडे किंवा वर्तमानाकडे वळण्यासाठी वाजवण्यात आलेली घंटा आहे असं समजा.

'सेल्फ कम्पॅशन : द प्रूव्हन पॉवर ऑफ बिइंग काइंड टू युअरसेल्फ,' या आपल्या पुस्तकात क्रिस्टन नेफनं असं लिहिलं आहे की :

> 'यामागची कल्पना अशी आहे की, ज्या वेळी मनात एखादा विशिष्ट विचार येतो किंवा भावना अगर संवेदना निर्माण होते, त्या वेळी तुम्ही त्या विचाराची किंवा भावनेची अगर संवेदनेची हळुवारपणे व विनम्रपणे मानसिक नोंद घेतली पाहिजे. त्यामुळे आपण ज्या गोष्टीचा अनुभव घेत असतो तिची आपण अधिक जागरूकतेनं जाणीव करून घेतो. उदाहरणार्थ, जर मी अशी नोंद घेतली की, मला राग येत आहे, तर त्यामुळे माझ्या तत्कालीन परिस्थितीत मला अधिक समजूतदारपणानं आणि शहाणपणानं प्रतिसाद देण्याची संधी मिळेल.'

'विनम्रता' आणि 'हळुवारपणा' हे इथले परवलीचे शब्द आहेत. आपल्या विचारांचं केलेलं कोणतंही मूल्यमापन आपण आपल्या विचारांवर लादत नाही. अर्थातच, शंभर टक्के वेळा जागरूकता तशीच राखण्यास तुम्ही सक्षमही नसता. परंतु जर तुम्ही चिंताजनक विचारांवर पकड मिळवली आणि ते जसे असतील तशी त्यांची नोंद केली तर तुम्ही कोणत्याही विचाराला जागरूक राहण्याच्या संधीत रूपांतरित करू शकाल.

ध्यान लावण्याच्या कित्येक वेगवेगळ्या तंत्रांमधून स्फूर्ती घेऊन हे तंत्र तयार करण्यात आलं आहे. मन विचलित करणाऱ्या गोष्टींना दूर करण्यासाठी आणि बौद्ध लोक ज्याला 'माकडाचं मन' म्हणतात त्या एका गोष्टीवरून दुसऱ्या गोष्टीवर अशा प्रकारे अविचारीपणे पटापट उड्या मारत राहणाऱ्या अंतर्गत संभाषणाला शांत करण्यासाठी त्याची रचना करण्यात आली आहे. मानसिक नोंदी करण्याची गोष्ट ही फारशी महत्त्वाची असल्यासारखी वाटत नाही; परंतु जर अशा प्रकारे तुम्ही विचारांविषयी किंवा अगदी चिंतनांविषयीही चिंतन करून (मेटॅकॉग्निशन) तुमच्या दिवसातील छोट्या छोट्या क्षणांना उत्साहानं भरून टाकू लागलात, तर दीर्घकाळात खूप मोठे बदल घडून येतील. नेहमीच याचा पुरेसा सराव करा. त्यानंतर नकारात्मक विचारांशी संलग्न होणं तुम्हाला खूपच अधिक अवघड वाटू लागेल. नकारात्मक विचारांमध्ये खूपच गुरफटून जाण्यापासून तुम्ही मोठ्या प्रमाणात अंतर ठेवू लागाल.

तुम्ही मानसिक नोंद करण्याच्या पद्धतीचा सराव करता, त्या वेळी फक्त तीन महत्त्वाचे घटक लक्षात ठेवा.

- वर्तमान क्षणात जागरूकता राखणं हा तुमचा हेतू असला पाहिजे.
- फक्त वर्तमानात घडत असलेल्याच प्रत्येक गोष्टीवर तुम्ही लक्ष एकवटलं पाहिजे.
- तुमचा दृष्टिकोन कोणतीही दिशा न देण्याचा, कोणतंही मूल्यमापन न करण्याचा आणि दयाळूपणाचा असला पाहिजे.

ध्यानाच्या दरम्यानचा अभिजात दृष्टिकोन हा पुढीलप्रमाणे असतो : समजा, तुमच्या कानांवर एखादा आवाज आला, समजा तो कुत्र्याच्या भुंकण्याचा आवाज आहे, तर अशा वेळी तुम्ही असं म्हणाल की, 'काहीतरी ऐकू येत

आहे' किंवा 'कानांवर काहीतरी पडलं.' तुम्ही कदाचित खरोखरच झेन विचारसरणीचे असाल आणि फक्त ऐकण्यावर आपलं लक्ष केंद्रित करू शकत असाल, तर तुम्ही स्वतःला काहीतरी ऐकू येत आहे या विचाराच्या पलीकडे जाण्याची परवानगी देत नाही; अन्यथा, तुम्ही लवकरच असा विचार करू लागाल की, 'हा शेजाऱ्याचा कुत्रा आहे.' किंवा 'हा कुत्रा भुंकायचा थांबला असता तर बरं झालं असतं.' पण त्याऐवजी तुम्ही फक्त तुमचा मेंदू काय करत आहे याकडे लक्ष द्या आणि तुमच्या विचाराला फक्त एक नाव द्या (लेबल द्या), त्यानंतर तुम्ही तसेच पुढे जा.

चिंताग्रस्ततेच्या वेळी तुम्ही तातडीच्या आणि महत्त्वाच्या असल्यासारख्या वाटणाऱ्या; परंतु प्रत्यक्षात तशा नसलेल्या विचारांमुळे स्वतःला विचलित होऊ न देण्यासाठी अशाच प्रकारची कृती करता. समजा, तुम्ही आपल्या डेस्कजवळ बसून काम करण्याचा प्रयत्न करत आहात. त्याच वेळी तुमच्या मनात एक विचार आल्याचं तुमच्या लक्षात आलं. (उदाहरणार्थ, 'कामगिरीचा आढावा हा खरोखरच अतिशय त्रासदायक आणि अवघड ठरणार आहे,' हा विचार.) तर आता तुम्ही तिथेच, त्या विचाराजवळच थांबता. त्या विचाराची नोंद घेता, पण त्याच्यात मुळीच न गुंतता तसंच पुढे काम करू लागता. तुम्ही फक्त इतकंच म्हणता की, 'हे तर फक्त एक चिंतन आहे.' त्यानंतर तुम्ही त्या विचाराला तसंच पुढे जाऊ द्याल.

चिंताजनक विचारांमध्ये गुंतून पडलेल्या मेंदूपर्यंत सावधानतेच्या, जागरूकतेच्या तत्त्वाला आणण्याच्या आणखी एका पद्धतीला 'ऐहिक कामांवर लक्ष केंद्रित करणं' असं म्हणतात. (सेंटर फॉर क्लिनिकल इंटरव्हेन्शन, सौल्समन आणि इतर, २०१५). तुम्ही ध्यान न आवडणाऱ्या किंवा आयुष्यभर कधीच ध्यानासाठी स्वतंत्र खोली किंवा जागा शोधू न शकलेल्या अनेक लोकांपैकी एक असाल तर, काळजी करू नका. जागरूकतेवर फक्त बौद्ध धर्मीयांची आणि ध्यान करणाऱ्यांचीच मक्तेदारी नाही.

चिंतातुर मनाला शांत करण्यासाठी फक्त जागरूकतेनं त्या क्षणात असण्याची गरज असते. चिंता आणि काळज्या इतरत्र असतात. त्या एक तर भूतकाळात किंवा भविष्यकाळात असतात. तुम्हाला वर्तमानात राहायचं असतं. तुम्ही स्वतःला ठामपणे वर्तमानात आणि अगदी आताच्या क्षणातच ठेवलंत, तर तुमच्या जगाची गती मंदावते. ते अधिक शांत होतं आणि मग त्याला अधिक चांगल्या प्रकारे हाताळणं शक्य होतं.

१. बौद्धिक शक्तीची फारशी आवश्यकता नसलेल्या एखाद्या दैनंदिन ऐहिक कामाची निवड करा. उदाहरणार्थ, भांडी घासणं.
२. ते काम करा, परंतु ते अतिशय जाणीवपूर्वक करा. तुम्ही करत असलेल्या कामाकडे अत्यंत बारकाईनं लक्ष द्या. साबणाच्या बुडबुड्यांवर लक्ष केंद्रित करा. पाण्याचं तापमान किती आहे ते पहा. तुमच्या हाताच्या लयबद्ध हालचालींकडे लक्ष द्या. हातात घेतल्यानंतर प्रत्येक भांड्याचं वजन किती आहे असं तुम्हाला वाटतं, त्याचा विचार करा. (हे ग्राऊंडिंगचंच एक स्वरूप आहे, हे तुमच्या लक्षात आलं असेल.)
३. ज्या वेळी तुमचं मन भरकटतं, त्या वेळी त्याला तुमच्या हातातील कामाकडे परत ओढून आणा. तुमच्या अवधानाचा प्रत्येक अंश न् अंश त्या कामावरच केंद्रित करा. इतर कुठल्याही गोष्टीकडे तुमच्या अवधानाचा एखादा अंशही भरकटू देऊ नका.

अशा प्रकारे सर्वसामान्य दैनंदिन काम केल्यावर तुम्हाला अति विचारांमधून आणि काळजीतून मोठ्या प्रमाणात सुटका झाल्यासारखं वाटेल. यात टपाल कार्यालयापर्यंत चालत जाणं किंवा कारमध्ये इंधन भरणं यांसारख्या कामांचाही समावेश आहे.

सारांश

- अत्यंत कष्टप्रद किंवा दुःखद क्षणांशी अगर आणीबाणीच्या परिस्थितींशी जुळवून घेण्यासाठी आपल्याकडे त्यांना सहन करण्याची कौशल्यं म्हणजेच संकट-सहिष्णुतेची कौशल्यं असावी लागतात. ज्या वेळी आपल्याला मनस्ताप झालेला असतो आणि आपण अस्वस्थ असतो, त्या वेळी वर्तनाच्या जुन्या संरचनांकडे वळणं किंवा तणावाला तोंड देण्याच्या व्यवहारशून्य, बेढब, विनाशकारी किंवा अचेतन पद्धतींकडे परत जाणं सोपं असतं. परंतु प्रत्यक्षात तणावाशी जुळवून घेण्याच्या त्या भ्रामक यंत्रणा असतात.

- स्वतःला दिलासा देणं किंवा धीर देणं ही अटळ दुःखाला गरजेहून अधिक मोठं न करता, त्याला मान्यता देण्याची आणि स्वीकारण्याची पद्धत आहे. ही गोष्ट म्हणजे लक्ष विचलित करणं किंवा टाळाटाळ करणं नाही, तर पंचेंद्रियांचा वापर करून वर्तमान क्षणात स्वतःला ठामपणानं ठेवणं आहे. या तंत्रालाच 'ग्राऊंडिंग' असं म्हटलं जातं.
- तापमान, तीव्र स्वाध्याय, श्वसनावर नियंत्रण आणि स्नायूंच्या जोडीचं शिथिलीकरण या अर्थाच्या इंग्रजी शब्दांची (टेम्परेचर, इन्टेन्स एक्सरसाइझ, पेस्ड ब्रिदिंग आणि पेअर्ड मसल रिलॅक्सेशन) टीआयपीपी ही संक्षिप्त संज्ञा आहे. या सगळ्या तंत्रांमुळे शारीरिक उत्तेजना कमी होण्यास मदत होते. मेंदूच्या भावनिक प्रणालीला (लिम्बिक सिस्टिमला) शांत करण्यासाठी गार पाण्याचा, जलद हालचालींचा किंवा श्वसन स्वाध्यायांचा वापर करा.
- संपूर्ण स्वीकृतीचा सराव करा. संपूर्ण स्वीकृती याचा अर्थ जे घडत असतं ते आपल्याला आवडलेलं असतं असा होत नाही. आपण फक्त वास्तवाशी लढा न देण्याचं मान्य करतो. तुम्हाला जे काय वाटत असेल ते मान्य करा. परिस्थितीच्या वास्तवाला स्वीकारा आणि काय महत्त्वाचं आहे त्याची स्वतःला आठवण करून द्या.
- एसीसीपीटीएस हे (ॲक्टिव्हिटीज, कॉन्ट्रिब्यूट, कम्पॅरिझन्स, इमोशन्स, पुश अवे, थॉट्स आणि सेन्सेशन्स) कृती, योगदान, तुलना, भावना, दूर सारणं, विचार आणि संवेदना यांचं संक्षिप्त रूप आहे. यामुळे तुम्हाला दीर्घकालीन मनस्तापावर मात करता येत नसली तरी तात्पुरत्या स्वरूपातील मनस्तापाच्या बाबतीत अधिक सहनशीलतेनं, संयमानं, समजूतदारपणानं वागण्यास मदत होते.
- चिंताजनक गोष्टींचा विचार करता, आपल्याला जबरदस्तीनं काळजी किंवा चिंता न करण्यास भाग पाडणं हे आपलं उद्दिष्ट नाही, तर अधिक सक्षमतेनं काळजी करणं हे आपलं उद्दिष्ट आहे. काळजी करण्याची वेळ निश्चित केल्यामुळे तुम्ही काळजीवर

सक्रिय नियंत्रण ठेवू शकता आणि त्यामुळे काळजीपासून अंतर राखून राहू शकता.

- चिंताग्रस्ततेची नोंद घ्या. तुम्ही तिचा विचार करणं कधीपर्यंत लांबणीवर टाकलं आहे ते लिहून काढा. त्यानंतर तुम्ही तिचा कधी व किती वेळ विचार करणार आहात ते लिहा. तुमचा चिंतेचा किंवा काळजीचा विषय काय आहे त्याची नोंदही करून ठेवा.
- मानसिक नोंद आणि दैनंदिन कामांवर लक्ष एकवटणं या गोष्टींमुळे तुम्हाला चिंताग्रस्ततेच्या क्षणांना समजूतदारपणाच्या किंवा विवेकी संधींमध्ये रूपांतरित करणं शक्य होतं.

प्रकरण ४

स्टॉइक अमोर फाती तत्त्वज्ञानाच्या साहाय्यानं तुमच्या मानसशास्त्रीय साधनसंचाची गुणवत्ता वाढवा

प्रारंभीच्या मानसशास्त्रज्ञांनी आणि मानसोपचारतज्ज्ञांनी मानवी दुःखाची आपली मॉडेल्स तयार करण्यास सुरुवात करण्याच्याही खूप आधीपासून प्राचीन स्टॉइक तत्त्वज्ञांकडे मानवी स्थितीचं पूर्णपणे विकसित आकलन होतं आणि त्यांच्याकडे त्यांना अतिशय समतोल आणि तर्कनिष्ठ वाटत असलेलं जीवनाचं तत्त्वज्ञान होतं. अनेक आधुनिक लोकांना अद्यापही या प्राचीन तत्त्वांमधून दिलासा मिळतो आणि ताकद मिळते, हाच ही तत्त्वं खरोखरच किती उपयुक्त आहेत त्याचा पुरावा आहे.

स्टॉइक तत्त्वज्ञ हे 'वर्तमानात' जगण्यात निपुण होते. ज्या ठिकाणावर प्रत्यक्षात तुमचं थोडंफार तरी नियंत्रण असेल अशा ठिकाणी परतणं हे नकारात्मक विचारसरणीला आणि विशेषतः चिंता व काळजी यांविषयीच्या विचारांना देण्यात आलेलं उत्तर असतं, असं ते मानत होते. आपलं नियंत्रण हे फक्त वर्तमानावरच असतं. त्यामुळे वर्तमानात राहणं हेच महत्त्वाचं असतं. (whatisstoicism.com) भूतकाळाला महत्त्व असतंच, पण त्याचा अभ्यास केला पाहिजे आणि त्याच्यातून शिकून पुन्हा त्याला विसरून गेलं पाहिजे. भविष्यकाळही महत्त्वाचा असतो. परंतु आपल्या मनात त्याविषयी अकारणच आसक्ती असता कामा नये. त्याऐवजी सर्वांत वाईट परिस्थितीवर मात करण्यासाठी योजना तयार करण्याकरिता आणि त्या वेळी आपल्याला

साहाय्यभूत ठरणाऱ्या प्रकल्पांना गती देण्याकरिता आपण आता या क्षणी जिथे असू त्या क्षणाचा, त्या वेळेचा व आता आपल्याकडे जे काही असेल त्याचा वापर आपण करून घेतला पाहिजे. त्यापलीकडे मात्र भविष्यालाही विसरून गेलं पाहिजे. काहीही झालं तरी ते कोणत्या ना कोणत्या प्रकारे आपल्या मार्गात येणारच असतं.

संपूर्ण स्वीकृतीच्या पलीकडे : अमोर फाती

अमोर फातीच्या स्टॉइक दृष्टिकोनाचा स्वीकार करणं हा भूतकाळाशी असलेल्या तुमच्या नात्याचा पुनर्विचार करण्याचा एक मार्ग आहे. 'एखाद्याचं त्याच्या नियतीवरचं प्रेम' अशी याची सरधोपट व्याख्या करता येईल. आधुनिक काळातील लोकांच्या अंतःकरणांमध्ये आणि मनांमध्ये अशा प्रकारची भावना फ़ारशी आढळत नाही, ही यातली दुःखद बाब आहे. या दृष्टिकोनातून व्यक्ती आपल्या नियतीला सहन करतेच; शिवाय, तिच्यावर प्रेमही करते. आयुष्यात जे काही घडतं त्या सगळ्या गोष्टींचं स्वागत केलं जातं. अर्थातच, आयुष्यातील घटनांमध्ये सगळ्या दुःखद, संभ्रमित करणाऱ्या आणि अवघड गोष्टीही असतात. मात्र, त्यांचं नुसतं स्वागतच केलं जात नाही, तर त्यांचं कौतुकही केलं जातं. त्या गोष्टी सुंदर आणि त्यांच्या पद्धतीनं आवश्यकही असल्याबद्दल त्यांची प्रशंसा केली जाते. 'एन्कायरिडियन' या आपल्या पुस्तकातून एपिक्टेटस आपल्याला असा सल्ला देतो की, 'गोष्टी ज्या प्रकारे घडाव्यात असं तुम्हाला वाटतं, तशाच त्या घडतील अशी अपेक्षा बाळगू नका. त्याऐवजी जे घडतं ते तसंच घडणार असतं म्हणून घडतं हे मान्य करा.' दुसऱ्या शब्दांत, जे असेल त्यावर प्रेम करायला शिका, म्हणजे तुमचा कोणत्याही गोष्टीशी संघर्ष होणार नाही. 'द आर्ट ऑफ लिव्हिंग' या आपल्या त्यानंतरच्या पुस्तकातून तो आपल्याला असं सांगतो की, 'सुज्ञ लोक हे घडलेल्या घटनेच्या पलीकडे पाहतात आणि त्या घटनेचा व तिच्या पलीकडच्या गोष्टीचा चांगला वापर करण्याची सवय लावून घेतात.'

लोकप्रिय स्टॉइक तत्त्वज्ञ मार्कस ऑरेलियस 'मेडिटेशन्स' या आपल्या अत्यंत प्रसिद्ध पुस्तकात असं म्हणतो, 'हे विश्वा, जी गोष्ट तुझ्यासाठी अनुरूप, सुसंगत आहे, तीच गोष्ट माझ्यासाठीही अनुरूप, सुसंगत आहे. जर एखादी गोष्ट तुझ्या दृष्टीनं वेळेवर घडलेली असेल तर माझ्या दृष्टीनं

ती खूपच लवकर किंवा खूपच उशिरा घडलेली नसेल. हे निसर्गा, तुझे ऋतू माझ्यासमोर जे काही आणतात, ती प्रत्येक गोष्ट ही माझ्या दृष्टीनं एक प्रकारचं फळच आहे. सारं काही तुझ्यातून येतं, सारं काही तुझ्यातच समाविष्ट आहे. सारं काही तुझ्याकडेच परत जातं.' या परिच्छेदातून तुम्हाला आत्यंतिक दिलाशाची, शांततेची भावना प्रतीत होते का?

हे तत्त्वज्ञ असं सुचवतात की, आपण आपल्या दुर्दैवांना निमूटपणे सहन करावं आणि शक्तिशाली व्हावं. परंतु ते ही गोष्ट त्याच्याही थोडीशी पुढे नेतात. अमोर फातीच्या दृष्टिकोनातून विचार केला तर, मुळातच आपली दुर्दैवं ही आपल्याला सहन कराव्या, सोसाव्या आणि त्यांच्याविषयी सहिष्णुता बाळगावी लागणाऱ्या गोष्टी नाहीतच. काहीही झालं तरी आपल्याला त्यांचा स्वीकार करावाच लागतो. जर सत्याला किंवा वास्तविकतेला काही विशिष्ट गोष्टी घडून येणं उचित आहे असं वाटलं, तर त्याबद्दल वाद घालणारे तुम्ही कोण आहात? खरं म्हणजे मुळातच तुमच्या समोर ज्या प्रकारे घटना उलगडत जातात, त्यांच्यात आनंदात राहण्याखेरीज तुम्ही इतर गोष्टी का केल्या पाहिजेत?

ही विचारसरणी पचनी पडण्यासाठी काही वेळ देण्याची गरज असते, कारण आपल्यापैकी बहुतेकांना आपल्या आयुष्यात पश्चात्ताप, खेद, असमाधान या गोष्टी आल्या तर त्यांना विरोध करण्यास आणि त्यांचं निर्मूलन करण्यास शिकवण्यात आलेलं असतं. फातीची ही विचारसरणी त्याच्या बरोबर विरुद्ध आहे. सेनेका आणि ऑरेलियस यांच्यासारख्या स्टॉइक तत्त्वज्ञांकडून मूलतः ही तत्त्वं आलेली असली तरी फ्रेड्रिक नित्शेनं 'एके होमो' या आपल्या पुस्तकात याच मध्यवर्ती कल्पनेचं पुनरुज्जीवन केलं आहे. त्याने असं म्हटलं आहे की, 'माझ्या दृष्टीनं अमोर फाती हे मानवी महानतेचं सूत्र आहे. त्याला आधी किंवा नंतर किंवा अनंत काळात कधीही, कुठलीही भिन्न गोष्ट नको आहे. आवश्यक असलेल्या गोष्टी सहन तर करायच्याच, पण त्याबरोबरच त्या मुळीच लपवायच्याही नाहीत. जे आवश्यक असेल त्याच्या समोर सगळा आदर्शवाद व्यर्थ असतो, पण तरीही त्याच्यावर प्रेम करा.'

हे एक खूपच मोठं वैचारिक परिवर्तन आहे. तुम्हाला जे काय होणार आहे त्याहून वेगळं काहीही नको आहे असं मनापासून वाटलं असतं आणि

तुम्ही भूतकालीन, वर्तमानकालीन व भविष्यकालीन प्रत्येक घटनेचा स्वीकार केला असता तर तुमचं आयुष्य कसं असलं असतं, असं तुम्हाला वाटतं? ते खूपच आकर्षक असलं असतं का? ही भावना जे आहे त्याचा स्वीकार करण्याच्याही पलीकडे पोहोचते. (बौद्ध तत्त्वज्ञांना हा मुद्दा निश्चितपणे समजेल.) ती आपल्या जीवनाच्या सर्व रंग-रूपांवर, कंगोऱ्यांवर आणि चढ-उतारांवर जाणीवपूर्वक प्रेम करण्याशी निगडित आहे.

'द गे सायन्स' या आपल्या पुस्तकात नित्शे पुढे म्हणतो, 'विविध गोष्टींमध्ये आवश्यक असलेल्या सौंदर्याला पाहता यावं याकरिता मला अधिकाधिक शिकण्याची इच्छा आहे. त्यानंतर मी गोष्टींना सुंदर करणाऱ्यांपैकी एक होईन.' अमोर फाती असं म्हणतो की, 'आतापासून हेच माझं प्रेम आहे. जे वाईट आहे, कुरूप आहे, खराब आहे त्याच्या विरोधात मला युद्ध पुकारण्याची इच्छा नाही. मला कोणावरही कसलेच दोषारोप करायचे नाहीत. जे लोक माझ्यावर आरोप करतात, त्यांच्यावरही आरोप करण्याची माझी इच्छा नाही. त्यांच्याकडे न पाहणं हाच माझा त्यांच्या आरोपांना नाकारण्याचा मार्ग असेल. एकूणच, एखाद्या दिवशी 'फक्त होय म्हणणारी' व्यक्ती होण्याचीच माझी इच्छा आहे.'

इथे अमोर फातीच्या विचारसरणीतून निर्माण होऊ शकणाऱ्या विशाल क्षमतेकडे नित्शे निर्देश करत आहे. आपण आपल्या नशिबाचा फक्त स्वीकार करूनच न थांबता, त्याच्यावर प्रेमही केलं तर आपण स्वतःला त्या घटनेतील कोणतंही संभाव्य सौंदर्य, आशय आणि शक्ती यांचा शोध घेणं, त्याची निर्मिती करणं किंवा त्याच्यात वाढ करणं या गोष्टी करण्याची संधी देतो. त्या गोष्टीला अधिक सुंदर गोष्टीत परिवर्तित करून आपण तिचा संपूर्ण कायापालट करू शकतो. आपण वास्तविकतेच्या विरोधात प्रतिक्रियाशील संघर्ष करणारी आणि नेहमीच 'नाही' म्हणणारी व्यक्ती असण्यापासून जिच्याकडे नेहमीच कृतज्ञता, जिज्ञासा आणि सकारात्मकता असते अशी व्यक्ती होण्यापर्यंत स्वतःमध्ये परिवर्तन घडवून आणतो. असं केल्यामुळे माझ्या दृष्टीनं 'होय' म्हणता येऊ नये अशी कोणतीही गोष्ट नसते.

तुम्हाला या सगळ्या गोष्टी खूपच काल्पनिक, अवास्तव वाटत असतील तर काळजी करू नका. तुमच्या जीवनात अगदी आतापासून अमोर फातीच्या तत्त्वांची रुजवणूक करण्याच्या काही अत्यंत साध्या पद्धती उपलब्ध आहेत.

टीप क्र. १ः घटनेची शक्य तितकी वस्तुनिष्ठ व्याख्या करा

तुम्ही एखाद्या घटनेविषयी बाळगत असलेल्या दृष्टिकोनामुळे कोणतीही घटना ही चांगली किंवा वाईट ठरते. एखाद्याच्या दृष्टीनं शोकांतिका असलेली गोष्ट हा दुसऱ्याच्या दृष्टीनं कृपाप्रसाद असतो. तर तिसऱ्याच्या दृष्टीनं ती ना चांगली, ना वाईट गोष्ट असते. तो तिच्याविषयी पूर्णपणे तटस्थ किंवा उदासीन असतो. आपला स्वतःचा विरोध, निवाडा किंवा मूल्यमापन अगर मत यांच्या पडद्याआडून कोणत्याही घटनेकडे न पाहण्याचा प्रयत्न करा. हे करण्याकरिता त्या घटनेची शक्य तितकी निःस्पृह, निःपक्षपाती माहिती लिहून काढा. तुम्हाला शक्य असेल तितक्या तटस्थ भाषेचा वापर करा. तुम्ही म्हणजे जणू काही दूरवरून त्या घटनेकडे पाहणारी त्रयस्थ व्यक्ती आहात अशा अलिप्ततेनं ते सगळं लिहून काढा. कोणत्याही प्रकारचं विश्लेषण, अन्वयार्थ, भावना किंवा मतं किंवा या सगळ्याचं मिश्रण असलेली भाषा वापरू नका. ज्या वेळी तुम्ही स्वतः हे पुन्हा एकदा वाचाल, त्या वेळी या सगळ्या गोष्टी किती व्यवस्थापन करता येण्याजोग्या आहेत ते तुमच्या लक्षात येईल.

टीप क्र. २ : एक मंत्र जपा

जोको विलिन्क हा नौदलातील एक माजी सैनिक आणि लेखक आहे. सर्व अवघड व अप्रसन्न परिस्थितींकरिता त्याने एक साधा मंत्र दिला आहे : 'हे छान आहे,' असा तो मंत्र आहे. तो म्हणतो,

'ज्या वेळी वाईट गोष्टी घडत असतात, त्या वेळी गडबडून जाऊ नका. बावचळून जाऊ नका. एकदम दचकू नका. निराश होऊ नका. नाही. असं काहीही करू नका. फक्त त्या समस्येकडे पहा आणि म्हणा,

> *'हे छान आहे, ठीक आहे.' आता याचा अर्थ मी तुम्हाला कोणतीही रटाळ गोष्ट सांगत आहे असा नाही. मी तुम्हाला मिस्टर स्मायली प्रकारच्या सकारात्मक व्यक्तीचा मुखवटा धारण करायला सांगत नाही. अशी व्यक्ती अगदी स्पष्ट असलेल्या ढळढळीत सत्याकडे दुर्लक्ष करते. अशा व्यक्तीला वाटतं की,*

सकारात्मक दृष्टिकोनामुळे सगळ्या समस्या सोडवता येतील. पण असं होत नाही. पण त्या समस्येतच गुंतून पडून, तिचाच सारखा विचार करूनही ती सोडवता येत नाही. नाही. असं बिलकूल होत नाही. म्हणून वास्तवाचा स्वीकार करा; परंतु उपाययोजनेवर लक्ष एकवटा. ती समस्या, ती माघार, तो मुद्दा हाती घ्या आणि त्याच्यातून काहीतरी छान, चांगली गोष्ट निर्माण करा.'

तुम्ही कोणत्याही मंत्राची निवड केली असली तरी ज्या वेळी तुम्हाला आपण नशिबावर जाणीवपूर्वक प्रेम करू शकत नाही असं वाटेल, त्या वेळी तो स्वतःशीच मोठ्यानं म्हणा. तो पुढीलपैकी काहीही असू शकेल :

'ठीक आहे.'

'असो'

'आभारी आहे'

'तर हे असं आहे!'

'होय'

'मी याचं स्वागत करतो /करते'

टीप क्र. ३ : कृतीवर लक्ष एकवटा, उपाययोजनेवर लक्ष एकवटा

आपल्या नशिबावर प्रेम करणं ही गोष्ट निष्क्रिय, पराभूत दैववादी होण्यासारखी आहे असं मानणं ही एक मोठी चूक असेल. खरं तर याच्या बरोबर विरुद्ध गोष्ट खरी आहे. ज्या वेळी तुम्ही वास्तविकतेला पूर्णपणे स्वीकारता, त्याच वेळी तुम्ही सर्व पर्याय, साधनं आणि ताकद यांच्यासह अतिशय उचितपणे त्यात गुंतू शकता. त्याचा विचार करून उपाय शोधू शकता. जे असेल त्याच्यावर आपण प्रेम केलं पाहिजे; परंतु याचा अर्थ कृती किंवा कारवाई करण्याची, आपलं म्हणणं मांडण्याची, वास्तविकतेवर प्रभाव टाकण्याची आपली संधी आपल्या हातून आपण निसटून जाऊ द्यावी असा बिलकूल होत नाही.

ज्या वेळी आपण एखाद्या आव्हानावर प्रेम करतो, त्या वेळी आपण त्याचं संधीत रूपांतर करतो.

ज्या वेळी आपल्या कमतरता, आपले दोष आणि दुर्बलता यांच्यावर आपण प्रेम करतो, त्या वेळी या गोष्टी आपल्या विकासाकरिता आणि वाढीकरिता त्यांचे दरवाजे खुले करत असल्याचं आपल्याला दिसतं.

ज्या वेळी आपल्या शत्रूंवर आपण प्रेम करतो, त्या वेळी आपण त्यांच्याकडे शिक्षक म्हणून पाहण्यास सुरुवात करतो.

ज्या वेळी आपल्या जीवनातील शोकांतिका, दुःखद गोष्टी, अपघात आणि हानी यांच्यावर आपण प्रेम करतो, त्या वेळी आपण या गोष्टी म्हणजे आपल्याला मिळालेल्या भेटवस्तू आहेत अशा प्रकारे त्यांच्याकडे पाहू लागतो.

तुम्ही वर्णन केलेल्या समस्येवर एक नजर टाका. त्यानंतर तिच्यात बदल घडवून आणण्यास कितपत वाव आहे असा प्रश्न स्वतःलाच विचारा. तुम्ही काय करू शकता त्याचा विचार करा. त्या कामाचे लहान भाग करा आणि अगदी सुरुवातीचं पाऊल टाकून त्यानंतर पुढचं प्रत्येक छोटं पाऊल टाकण्याची बांधिलकी पत्करा. शक्य असेल तर अगदी आताच पहिलं पाऊल टाकून सुरुवात करा.

आपण जर कधीही फक्त प्रतिकूलतेला विरोध करत असू, वास्तविकतेला 'नाही' म्हणत असू आणि तिच्या विरोधात लढत असू तर अशा वेळी आपण सर्व संभाव्य नैसर्गिक क्षमता, संधी, धडे आणि अंतर्दृष्टी गमावून बसतो. ज्या वेळी तुम्ही खरोखरच तिच्याविषयी विचार करता, त्या वेळी तुमच्या मनात येतं की, आपल्याला जे हवं आहे असं आपल्याला वाटतं ते नेहमीच मिळणं ही इतकी अद्भुत गोष्ट आहे का? ज्या जगात कधीही आपल्याला आव्हानच दिलं जाणार नाही, कधीही गैरसोयी, अस्वस्थता सहन कराव्या लागणार नाहीत, कधीही आश्चर्यचकित व्हावं लागणार नाही किंवा विनयशीलतेनं वागावं लागणार नाही अशा जगात जगण्याची आपली खरोखरच इच्छा आहे का?

नकारात्मक काल्पनिक दृश्य मनश्चक्षूंसमोर आणणं

या तंत्राला स्टॉइक तत्त्वज्ञ 'प्रीमेडिटॅटिओ मॅलोरम' म्हणतात. अतिशय वाईट संभाव्य फलितांचा विचार करणं किंवा नकारात्मकतेचं चिंतन करणं

या गोष्टींविषयी आधुनिक प्रेरणादायी वक्ते आणि स्वयंसाहाय्यता गुरू आपल्याला सावधगिरीचा इशारा देतात. परंतु स्टॉइक तत्त्वज्ञांच्या दृष्टीनं या कृतीलाही काही मूल्य असतं.

यामागची कल्पना अशी आहे की, जीवनात कोणत्या ना कोणत्या नकारात्मक गोष्टी घडतील असं तुम्हाला वाटतं आणि तुम्ही कधी ना कधी अशा गोष्टींचा तपशीलवार विचारही करता. असं करून तुमच्याकडे असलेल्या सगळ्या गोष्टींविषयी तुम्ही तुमच्या मनात प्रशंसेची भावना निर्माण करता किंवा आधीच असलेल्या प्रशंसेच्या भावनेची पुनर्निर्मिती करता. याचा अर्थ, काय महत्त्वाचं आहे याची आठवण करून घेऊन आणि तुमच्याकडे असलेल्या सगळ्या गोष्टींविषयीच्या कृतज्ञतेच्या भावनेत तुमच्या सध्याच्या काळज्या व चिंता बुडवून टाकून तुम्ही नव्यानं आपल्याकडे असलेल्या गोष्टींविषयीची प्रशंसेची, आनंदाची व कृतज्ञतेची भावना निर्माण करता किंवा तिचा पुन्हा एकदा अनुभव घेता. याशिवाय, नकारात्मक कल्पनाचित्रं नजरेसमोर आणल्यामुळे तुम्ही पुन्हा स्वतःवर नियंत्रण मिळवता आणि काळजी व चिंता यांच्यातील डंख काढून टाकता. ज्या वेळी कोणत्याही नकारात्मक पूर्वाभासांना पूर्णपणे टाळण्यावर आपण भर देतो, त्या वेळी आपण त्यांच्याकरिता नियोजन करण्याची व स्वतःला सज्ज करण्याची संधी स्वतःला देणंच नाकारतो. अशा प्रकारे वागल्यामुळे आपण नकारात्मक गोष्टींना आपल्यावर त्यांचं अधिक प्रभुत्व गाजवू देण्याची ताकद आणि मुभा देतो.

इ.स.पू. ४५मध्ये लिहिलेल्या 'टस्क्युलन डिस्प्युटेशन' या आपल्या पुस्तकात सिसेरो असं स्पष्ट करतो की, 'मी जीवनातील दुर्घटनांच्या आणि घटनांच्या विरोधात सायरेनेइक्सकडून काही हत्यारं उधार घेण्यास तयार आहे. त्यांच्या माध्यमातून, दीर्घ पूर्वतयारी करून सगळ्या वाईट गोष्टींच्या शक्तीला नाहीशी करणं शक्य होईल. त्याबरोबरच मला असं वाटतं की, त्या वाईट गोष्टी या निसर्गातून निर्माण होण्यापेक्षाही मोठ्या प्रमाणात विचारांमधून, मतांमधून निर्माण होतात, कारण तसं नसतं आणि त्या वास्तव असत्या तर कोणत्याही भाकितामुळे त्यांचा प्रभाव कमी झाला नसता.'

सेनेकानं ल्युसिलसला लिहिलेल्या पत्रांमधून याच भावनांचे पडसाद उमटल्याचं दिसतं. त्याने म्हटलं आहे, 'आपत्तींचं भाकित करणारी व्यक्ती वर्तमानकालीन आपत्तींना शक्तिहीन करते.' त्याने इतरत्र असं लिहिलं आहे, 'मी तुम्हाला वेगळ्या मार्गानं मनःशांती मिळवून देईन. तुम्ही सगळ्या

काळज्या सोडून द्या. आता तुम्हाला ज्याची भीती वाटते त्याच वाईट गोष्टी घडतील असं समजा. मग कोणतीही वाईट गोष्ट असली तरी तिचं स्वतःच्या मनात मापन करा. तुमच्या भीतीचं प्रमाण मोजा. तुमच्या लगेच लक्षात येईल की, तुम्हाला ज्याची भीती वाटत आहे ती गोष्ट एक तर तितकीशी मोठी नाही किंवा ती दीर्घ काळ टिकणारी नाही.'

मात्र, हे तंत्र केवळ कठीण काळातच उपयुक्त ठरतं असं नाही, तर ज्या वेळी सारं काही सुरळीतपणे सुरू असतं तेव्हाही तुम्ही ते वापरू शकता. एपिस्टल्स १८.६मध्ये असं म्हणतो की,

> *'सुरक्षिततेच्या काळात आत्म्यानं कठीण काळाला तोंड देण्यासाठी स्वतःची तयारी करत राहिलं पाहिजे. ज्या वेळी सुदैव त्याच्यावर आपला कृपावर्षाव करत असतं, तीच वेळ दैवगती फिरल्यानंतर ओढवणाऱ्या आपत्तीला तोंड देण्याकरिता तयारी करण्याची वेळ असते. शांततेच्या काळातच सैनिक युद्धाचा सराव करतात. कोणीही शत्रू नसला तरी तो काल्पनिक शत्रूच्या विरोधात किल्लेबंदी करतो आणि अनावश्यक परिश्रम व मेहनत करून स्वतःला थकवून टाकतो. त्यामुळे गरज पडलीच तर तो शत्रूशी यशस्वीपणे दोन हात करू शकतो. संकटकाळात व्यक्ती सुरक्षित राहिली पाहिजे असं वाटत असेल तर संकट येण्याच्या आधीच त्याला तोंड देण्याकरिता तिला प्रशिक्षण दिलं पाहिजे.'*

दुसऱ्या शब्दांत, तुम्हाला मानसिकदृष्ट्या खंबीर आणि लवचीक होण्याची इच्छा असेल तर, संभाव्य नकारात्मक फलितांमध्ये तग धरून राहण्याकरिता आपण स्वतःला प्रशिक्षित करण्याची गरज असते. ज्याप्रमाणे एखादा खेळाडू शारीरिक प्रतिकूलतेला तोंड देण्यास स्वतःला प्रशिक्षित करतो, त्याप्रमाणेच हे असतं. स्टॉइक प्रकारची मनोरचना ही काही वेळा विसंगत वाटू शकते हे खरं आहे. तसंच आधुनिक काळात त्यांचा सल्ला हा विचित्र वाटू शकतो, हेही खरं आहे. नकारात्मक कल्पनाचित्र नजरेसमोर आणण्याचं तंत्र तुमच्या स्वतःच्या जीवनात तुम्ही कसं लागू करू शकता आणि ही गोष्ट आपत्तिजनक ठरणं कसं काय शक्य नसतं? हे आता पाहू या.

या स्वाध्यायांच्या तिहेरी उद्देशांचा विचार करा. ज्या वेळी तुम्ही नकारात्मक कल्पनाचित्र नजरेसमोर आणण्याचा सराव करता त्या वेळी तुम्ही पुढील गोष्टी करता :

तुमच्याकडे त्या वेळी जे असतं त्याबद्दल तुमच्या मनात असलेल्या कृतज्ञतेच्या भावनेत वाढ करणं.

प्रतिकूलतेच्या बाबतीत स्वतःला असंवेदनशील करणं आणि तिच्याविषयीची सहनशीलता व लवचिकता यांत वाढ करणं.

नकारात्मक फलितांकरिता स्वतःची तयारी करून घेणं.

या तिन्ही पैलूंना पूर्ण करण्यासाठी इथे एक स्वाध्याय दिला आहे. तो करून पहा :

१. तुमच्या दृष्टीनं अत्यंत महत्त्वपूर्ण असलेल्या तीन गोष्टी क्रमवार लिहून काढा. घर, लॅपटॉप यांसारख्या त्या भौतिक, मूर्त गोष्टी असतील किंवा नातेसंबंध, चांगलं आरोग्य, बुद्धिमत्ता किंवा वेळ यांसारख्या अमूर्त गोष्टी असतील. तुम्हाला सध्या त्रास देत असलेल्या एखाद्या गोष्टीची तुम्ही निवड केली तरीही हरकत नाही.

२. आठवड्यातून एकदा किंवा दोनदा चिंतन करण्यासाठी एखाद्या शांत ठिकाणी पाच मिनिटं बसा. या गोष्टी नसत्या तर तुमचं आयुष्य कसं झालं असतं यावर चिंतन करा. तुम्हाला कसं वाटतं? त्या संपूर्ण दृश्याचा निःपक्षपातीपणे आणि कोणत्याही प्रकारे नरमाईनं न वागता उचितपणे तपशीलवार मागोवा घ्या.

३. त्यानंतर यांपैकी एखाद्या गोष्टीचं प्रत्यक्षात कधी नुकसान झालंच तर तुम्ही काय कराल, कोणत्या प्रकारच्या मानसिक, शारीरिक आणि भावनिक संसाधनांचा उपयोग करून तुम्ही त्या संदर्भात कोणत्या उपाययोजना कराल याचा विचार करा. अशा परिस्थितींमध्ये तुम्ही कसे काय तग धरून राहू शकाल?

४. अखेरीस, अशा प्रकारच्या घटना प्रत्यक्षात घडल्या तर तुमची किमान हानी व्हावी याकरिता तुम्ही कोणत्या उपाययोजना आखू शकाल, त्या काही उपाययोजनांचा विचार करा. तुम्ही हानीवर अशा स्वरूपाचं चिंतन केलं तर तुमच्या सध्याच्या वर्तनातील एखादी गोष्ट बदलण्याची गरज असेल का? याचा विचार करा.

> अखेर काही क्षण शांत राहून चिंतनाची सांगता करा. त्या वेळी तुम्हाला लाभलेल्या नवीन अंतर्दृष्टी आत्मसात करा आणि मनात निर्माण झालेल्या शांततेच्या भावनेचं स्वागत करा.

आता या संदर्भात एक उदाहरण पाहू या. ईव्हला नोकरीत एका कठीण काळाला तोंड द्यावं लागत आहे. तिच्या दृष्टीनं ती उत्तम नोकरी नाही किंवा नोकरीतील तो उत्तम कालावधी नाही. त्यामुळे दैनंदिन कामकाजात तिच्या मनावर अतिशय तणाव येत असून त्यामुळे याहून कमी तणावग्रस्त कामासाठी ही नोकरी सोडून द्यावी असं वरचेवर तिच्या मनात येत आहे. ती आठवड्यातून दोनदा नकारात्मक कल्पनाचित्रं नजरेसमोर आणण्याचा सराव करत आहे. एके दिवशी ती 'माझी नोकरी' हा विषय चिंतनासाठी निवडते. तिला गेल्या काही महिन्यांपासून या नोकरीविषयी नकारात्मक विचार करण्याची सवय लागली आहे. पण त्या पाच मिनिटांत ती याच्या बरोबर विरुद्ध गोष्ट करते. या वेळी ती असा विचार करते की, उद्या अचानक तिची नोकरी गेली तर काय होईल?

त्यानंतर मनात आलेल्या भावनांचा ती धांडोळा घेते. तिच्या मनात निश्चितपणे दिलाशाची भावना निर्माण झालेली असते. परंतु तिच्या लक्षात येतं की, अचानकच हातात पगार न येणं ही भयावह, दचकवणारी गोष्ट असेल. त्यानंतर तिला नवीन नोकरीचा शोध घ्यावाच लागेल. तिचं भवितव्य धोक्यात आलेलं असेल. दिवसभर करण्यासारखं फारसं काहीही काम नसलेल्या अवस्थेत आपल्या फ्लॅटमध्ये आपण विमनस्कपणे भटकत असल्याचं दृश्य तिच्या नजरेसमोर येतं. दुसरी नोकरी मिळेपर्यंत तिला खर्चाच्या बाबतीत कसा हात आखडता घ्यावा लागेल याचा विचारही ती करते. या परिस्थितीशी ती कशी जुळवून घेईल त्याचा विचारही ती करते. तिला हे माहीत असतं की, परिश्रम, चिकाटी आणि आपल्या संपर्कजाळ्यांच्या साहाय्यानं आपण कोणत्या ना कोणत्या प्रकारे नवीन नोकरी मिळवू.

ती चिंतनसत्र संपवून उठते, त्या वेळी तिच्या मनात या समस्येविषयीचा एक हलकासा नवीन दृष्टिकोन निर्माण झालेला असतो. अद्यापही तिच्या समोरच्या सगळ्या समस्या तशाच असल्या तरी तिच्या मनात नोकरीविषयी आणि तिथल्या गोष्टींविषयी कृतज्ञतेची भावना निर्माण झालेली असते. आपल्याला वाटते तितकी आपली परिस्थिती वाईट नाही असा विचार

तिच्या मनात निर्माण झालेला असतो. आता ती या संदर्भात प्रत्यक्ष कृती करण्याचा विचार करते. आपण नोकरी सोडून द्यावी, परंतु चतुराईचा वापर करून ते करावं असा विचार ती करते. ती आपला 'रिझ्युमे' पूर्णपणे वेगळ्या पद्धतीनं तयार करते आणि त्याला अनुरूप संभाव्य पदांचा शोध घेऊ लागते. तत्कालीन नोकरीचं सुख तडकाफडकी सोडून न देता ती नवीन नोकऱ्यांचा शोध सुरू करते. दुसऱ्या दिवशी तिच्यावरचा कामाचा तणाव, चिडचिडेपणा हा पहिल्याप्रमाणेच असतो. परंतु आता ईव्हला त्याचा आधीइतका त्रास वाटत नाही. ती कोणत्याही परिणामाला यशस्वीपणे तोंड देण्यास सिद्ध झालेली असते. तिला आपल्या क्षमतेविषयी अधिक खात्री वाटत असते आणि तिला जसे भावी परिणाम अपेक्षित असतात त्याप्रमाणे ती त्यांना सक्रियपणे आकार देऊ लागते.

स्टॉइकवाद आणि सीबीटी यांचा संयोग – 'जर असं झालं तर'चं तंत्र

उपयुक्त सीबीटी तंत्राला नकारात्मक कल्पनाचित्रं मनश्चक्षूंसमोर आणण्याच्या स्टॉइकवादी तत्त्वज्ञानातून स्फूर्ती मिळाली आहे. हे तंत्र म्हणजे नकारात्मक विचारसरणी, चिंताग्रस्तता आणि काळज्या यांना तोंड देताना वापरण्याचं एक रोचक तंत्र आहे. ही प्रक्रिया साधी असली तरी प्रभावी आहे.

पायरी १ : तुमच्या मनात चिंता निर्माण करणारी भावी घटना किंवा संभाव्य फलित लिहून काढा.

पायरी २ : त्यानंतर स्वतःला पुढील प्रश्न विचारा :

'जर या गोष्टी प्रत्यक्षात घडल्या तर काय होईल?'

'अगदी वाइटात वाईट असं काय घडू शकेल? आणि ते खरोखरच तितकंसं वाईट असेल का?'

या प्रश्नांची सगळी उत्तरं लिहून काढा. त्यात एखादा नकारात्मक विचार असला तर तोही लिहून काढा आणि त्याच्यातून निर्माण होणाऱ्या काळज्याही लिहा.

पायरी ३ : या नवीन भीतींना प्रतिसाद म्हणून पुन्हा एकदा तेच प्रश्न विचारा. त्या उत्तरांच्या संदर्भातही त्याच प्रक्रियेची पुनरावृत्ती करा. अशाच प्रकारे पुढेही स्वाध्याय करत राहा. तुमच्या मनातील मूलभूत भीती समोर येईपर्यंत हे करत राहा आणि मग स्वतःलाच जाणीव करून द्या की, आपल्याला या गोष्टीची इतकी भीती वाटावी इतकी ती काही जगाचा अंत करण्याइतकी भयानक गोष्ट नाही.

उदाहरणार्थ,

पायरी १ :
मी कोणालाही कधीच भेटू शकणार नाही, अशी मला चिंता वाटते.

पायरी २ :
जर ही गोष्ट प्रत्यक्षात उतरली तर काय होईल? अशा वेळी सगळ्यात वाईट असं काय घडेल? उत्तर : जर मी कधीच कोणालाही भेटलो नाही तर मला जोडीदाराशिवाय उर्वरित जीवन एकाकीपणे व्यतीत करावं लागेल. मला प्रेम करण्यासाठीही कोणीच भेटणार नाही.

पायरी ३ :
तुला कोणीही भेटणार नाही. तू एकाकी असशील इ. – जर या गोष्टी खरोखरच प्रत्यक्षात उतरल्या तर काय होईल? उत्तर : मी उद्ध्वस्त होईन. याचा अर्थ असा असेल की, माझ्यावर कोणीही प्रेम करत नाही. जीवनातील एक मोठा भाग मी गमावून बसेन.

पायरी ३ची पुनरावृत्ती :

तू उद्ध्वस्त होशील, तुझ्यावर कोणीही प्रेम करणार नाही आणि जीवनाचा एक मोठा भाग तू गमावून बसशील.... – मग ही

गोष्ट प्रत्यक्षात उतरली तर काय होईल? ही गोष्ट खरोखरच तितकीशी वाईट असेल का?

उत्तर : ठीक आहे. अगदी घडू शकणाऱ्या सगळ्यात वाईट गोष्टींचा विचार केला तर ती इतकी काही पूर्णपणे वाईट गोष्ट असणार नाही. परंतु ती खूपच वाईट गोष्ट असेल. मला कार्यक्रमांना, समारंभांना एकट्यानंच जावं लागेल आणि घरातही एकट्यानंच राहावं लागेल.

'घरात एकट्यानं राहावं लागणं.....ही गोष्ट खरोखरच इतकी वाईट आहे का?'

– उत्तर : ठीक आहे, त्यामुळे काही जगाचा अंत ओढवणार नाही. ती तितकीशी वाईट गोष्ट असणार नाही.

नेहमीच ज्या वेळी आपण स्वतःला अधिक चांगलं वाटावं असा प्रयत्न करतो, त्या वेळी आपण अगदी अनवधानानं नकारापासून दूर पळत असतो किंवा आपल्या भीतींना तोंड देण्याऐवजी त्यांना टाळत असतो. त्यांना तोंड दिलं तर आपल्या लक्षात येतं की, प्रत्यक्षात आपण स्वतःला सांगत होतो तितक्या त्या गंभीर किंवा वाईट नव्हत्या. तुम्ही कल्पना करू शकत असलेल्या सगळ्यात वाईट गोष्टीवर एक नजर टाका. ती खरोखरच तुम्हाला वाटते तितकी वाईट आहे का? खरंच ती तशी आहे? अगदी खरं? या तंत्राच्या साहाय्यानं आपण पळपुटेपणा थांबवतो आणि त्याऐवजी मागे वळून आपल्या भीतींना तोंड देतो. प्रत्यक्षात या भीतीचं स्वरूप काय आहे आणि आकारमान किती आहे? अगदी तुम्ही अंदाज बांधला होता तितकी ती वाईट असली तरी त्यामुळे आकाश कोसळणार आहे का?

कोणत्याही चिंताग्रस्ततेच्या विश्वासाच्या गाभ्यात खोलवर 'मी संबंधित परिस्थितीशी जुळवून घेऊ शकणार नाही' किंवा 'मला हे सहन करता येणार नाही,' ही भीती असते. परंतु ही गोष्ट खरी नसते. लोक सगळ्या प्रकारच्या गोष्टींशी जुळवून घेऊ शकतात आणि जुळवून घेतातही. ही तुम्ही प्राधान्य देत असलेली किंवा तुम्हाला हवी असलेली गोष्ट नसते. परंतु ती करण्याजोगी असते. तिचं व्यवस्थापन करणं शक्य असतं. तुम्ही तिच्याविषयी विचार करण्याच्या तुमच्या पद्धतीत हलकासा बदल केला तर एखाद्या महत्त्वपूर्ण

गोष्टीत तिची पुनर्रचना करणं शक्य असतं. हा स्वाध्याय करा. त्यानंतर तुमच्या लक्षात येईल की, 'घरात अगदीच एकट्यानं राहणं' ही गोष्ट प्रत्यक्षात अनेक जोडप्यांच्या मनातील आकर्षक कल्पना असते. तेही तुम्ही करत असलेला स्वाध्याय करतील, परंतु 'मला कधीही स्वतःच्या जीवावर शांतपणे राहता येणार नाही आणि माझं खासगीपण मला जपता येणार नाही....?' अशी त्यांच्या मनातील भीती असेल. आपल्याला या गोष्टीशी जुळवून घेणं कठीण जात असल्याच्या भयावह भीतीनं ते सुरुवात करतील.

या तंत्राची अमोर फातीच्या तंत्राशी आणि काही प्रमाणात नकारात्मक कल्पनाचित्र मनश्चक्षूंसमोर आणण्याच्या तंत्राशी सांगड घातल्यानंतर ही 'समस्या' सर्व प्रकारच्या नवीन रोचक आयामांमधून समोर येईल. तुम्हाला आवडणाऱ्या, आपल्याला हवं तसं, हवं त्या प्रकारे एकट्यानं जगण्याच्या सगळ्या पद्धती मांडण्यापासून तुम्ही याची सुरुवात करू शकाल. तुमच्या विशिष्ट सुंदर जीवनाला इतर कोणीही अधिक रंग आणि रुची आणू शकणार नाही असं तुम्हाला यातून दिसू लागेल. प्रेम करण्यासाठी कधीच कोणीही न सापडणं ही गोष्ट आता तुमच्या दृष्टीनं एक किरकोळ गोष्ट असेल. त्यामुळे उलटपक्षी तुमच्या जीवनात आणखी गहिरे रंग व उत्तम गोष्टी आलेल्या असतील. जगातील अत्यंत आकर्षक, यशस्वी आणि स्वयंभू असलेल्या काही लोकांनी कधीही जोडीदाराची निवड केली नव्हती. त्यांच्याकडे जोडीदाराचा अभाव होता म्हणून नव्हे, तर अनेकांच्या बाबतीत त्यांच्याकडे त्यांचा जीवनसाथी होता, म्हणून त्यांनी ही निवड केली होती.

या भीतीविषयीच्या एखाद्या नकारात्मक पूर्वानुमानात तुम्ही गुंतला नाहीत तर काय झालं असतं याचा विचार करा. तुम्ही असं म्हटलं असतं की, 'मी याची चिंता करत बसणार नाही. मला एखाद्या दिवशी कोणी ना कोणी भेटेलच.' त्यानंतर मनश्चक्षूंसमोर कल्पनाचित्र रेखाटण्यासाठी राखीव ठेवलेल्या तुमच्या वेळेत तुम्ही 'आपल्याला कोणीतरी मनाजोगता साथीदार मिळाला आहे,' असं चित्र रेखाटलं असतं तर काय झालं असतं? ठीक आहे. समजा, तुम्हाला कोणीतरी भेटलं. परंतु जर तुम्हाला कोणीच भेटलं नाही तर काय होईल? डोळ्यांसमोर सकारात्मक कल्पनाचित्र रेखाटण्याच्या तंत्रामुळे तुमच्या मनात अनेक अपेक्षा निर्माण होतील आणि त्यांच्या तुलनेत त्यानंतर निर्माण झालेल्या नैराश्याला हाताळण्यासाठी खूपच कमी संसाधनं असतील. भीतीला तोंड न दिल्यामुळे भीती मोठी होते. याशिवाय, ज्या

व्यक्तीला एकटी राहण्याची भीती वाटत असेल आणि ती कोणाबरोबर तरी तात्पुरत्या नातेसंबंधात असेल तर तिने प्रत्यक्षात या भीतीला तोंडच दिलेलं नसेल. तिने फक्त त्या भीतीवर पडदा टाकलेला असेल. ज्या क्षणी तिला आपण एकटी असल्याचं आढळेल, त्या क्षणी तिला तिची ती भीती अद्यापही तिथेच ठाण मांडून असल्याचं दिसेल, कारण ती नेहमी तिथेच होती.

मग इथे असा प्रश्न निर्माण होतो की, आपल्या भीतीवर कोण अधिक प्रभुत्व मिळवतं? जी व्यक्ती आपल्या भीतीपासून झटपट पळून जाण्याचा मार्ग शोधते ती की, जी व्यक्ती न घाबरता तिला तोंड देते आणि भीतीपासून आपली सुटका करून घेते ती?

तुम्हाला मरावं तर लागणारच आहे, हे लक्षात ठेवा

आपण भीतीविषयी बोलत आहोत. म्हणून माणसाच्या मनातील सगळ्यात मोठ्या भीतीचा विचार करू या. मृत्यूची भीती ही सगळ्यात मोठी भीती आहे. 'तुम्ही मरणार आहात हे लक्षात ठेवा,' या अर्थानं लॅटिनमध्ये 'मेमेन्टो मोरी' असं म्हटलं जातं. या आठवडाअखेरीला तुमच्याकरिता सारं काही संपणार आहे असं तुम्हाला समजलं तर तुम्ही उर्वरित जीवन कसं जगाल? ठीक आहे. बहुधा अशा वेळी तुम्हाला एखादा क्षणही वाया घालवण्याची इच्छा असणार नाही आणि अधिक चांगल्या प्रकारे जगणं व अतिरिक्त विशेष काळजी घेणं या गोष्टींचा तुमच्या दृष्टीनं जो काही अर्थ असेल, त्या प्रकारे जगण्याचा तुम्ही प्रयत्न कराल.

तुम्हाला ज्या लोकांची फिकीर नसेल त्यांच्या मतांना तुम्ही किमत देणार नाही.

इतर सगळे लोक ज्या अवघड पुस्तकांना चांगली म्हणतात ती वाचण्याची धडपड तुम्ही करणार नाही.

तुमच्या भोवतालच्या लोकांचं वाईट वर्तन तुम्ही सहन करणार नाही.

तुमच्या बुद्धीचा उपयोग करून घेत नसलेली निरर्थक नोकरी तुम्ही करत राहणार नाही.

इथेच सत्य आहे : विचारांचा हा लहान प्रयोग हा मुळातच प्रयोग नाही. तुम्ही खरोखरच मरणार आहात. नाही. या आठवडाअखेरीला नाही.

(म्हणजे तुम्ही तितके सुदैवी असलात तर!...मात्र, अगदी आता हे शब्द वाचत असलेल्या लोकांपैकी किती लोक तितके सुदैवी नसतील?) पण अखेरीस कधीतरी तुम्ही मरणारच आहात. कदाचित, तुम्हाला वाटत असेल त्याहून अधिक लवकर मृत्यू तुम्हाला गाठू शकेल.

तुम्हाला निराश करणं किंवा पराभूत वाटू देणं हा तुम्हाला या गोष्टीची आठवण करून देण्यामागचा हेतू नाही. माझा हेतू बरोबर याच्या विरुद्ध आहे. तुम्हाला नवसंजीवनी मिळवून देणं, तुमचं पुनरुज्जीवन करणं, तुम्हाला अधिक खंबीर, मजबूत करणं, तुम्हाला आपल्या जीवनाच्या चमत्काराला अतिशय प्रेरणादायक कृतज्ञतेसह समजून घेण्याची प्रेरणा मिळवून देणं हे यामागचे हेतू आहेत. एकदा हे जीवन संपुष्टात आलं की, सारं काही संपुष्टात येईल याची तुम्हाला आठवण करून देणं हा माझा यामागचा हेतू आहे. तुमची काही स्वप्नं किंवा इच्छा असतील तर त्या प्रत्यक्षात उतरवण्याची हीच वेळ आहे. जर भीती आणि दुर्गुण, व्यसनं यांचं तुमच्यावर नियंत्रण असेल तर त्यांच्यातून आपली सुटका करून घेण्याची हीच वेळ आहे, कारण भविष्यात एखाद्या दिवशी तुमच्याकडे हे सगळं करण्यासाठी वेळच असणार नाही ही गोष्ट आपल्याला निश्चितपणे माहीत आहे.

उद्या तुम्ही झोपेतून जागे झालात की, स्वतःला आठवण करून द्या की, तुम्ही जिवंत आहात. तुम्ही झोपायला जाल त्या वेळी स्वतःला आठवण करून द्या की, आता तुमच्याकडे अमर्याद रात्री उरलेल्या नाहीत. एखाद्या दिवशी तुम्ही अखेरचे निद्राधीन होणार आहात. 'ऑल द लाइट वि कॅन नॉट सी' या कादंबरीत लेखक अँथनी डोएर असं म्हणतो की, 'तुमचे डोळे कायमचे बंद होण्याच्या आधी, डोळे उघडा आणि तुम्हाला जे जे पाहणं शक्य आहे ते ते सगळं पाहून घ्या.' अशा प्रकारे जर वेळ मर्यादित असेल तर तुमच्या सगळ्या काळज्या, तुमच्यासमोरच्या अडचणी, समस्या यांना काहीतरी अर्थ प्राप्त करून देण्याची एखादी पद्धत, एखादा मार्ग तुम्ही शोधणार नाही का? जर वेळ मर्यादित असेल तर तुम्हाला भेट म्हणून देण्यात आलेल्या सगळ्या सुखांना त्यांच्या अगदी शेवटच्या थेंबापर्यंत पिळून काढून उपभोग घ्यावा असं तुम्हाला वाटणार नाही का?

तुमचा कल कुठे आहे? उपाययोजनेकडे की समस्याभिमुखतेकडे? विचारांकडे की कृतीकडे?

चार मित्रांचा एक गट आहे अशी कल्पना करा. ते एकत्रितपणे प्रवास करत आहेत; परंतु ते विमानतळावर पोहोचल्यावर त्यांच्या लक्षात येतं की, त्यांच्यापैकी एक जण त्याचा पासपोर्ट घरीच विसरला आहे. तो घरी जाऊन, पासपोर्ट शोधून, तो घेऊन परत येईपर्यंत विमान केव्हाच सुटलेलं असेल. आता तो गट चिंताग्रस्ततेनं एकमेकांशी संभाषण करू लागतो.

पहिला मित्र : माझ्या हातून असं घडलं यावर माझा विश्वासच बसत नाही. मी इतका बावळट आहे. मला खरंच माफ करा. मी पासपोर्ट विसरलोय याची मला खरोखर कल्पनाच नव्हती. याआधी कधीच मी असं काही केलेलं नाही. अरे बाप रे, आता आपण काय करायचं? हे भयानकच आहे.

दुसरा मित्र : ठीक आहे. ती तुझी चूक नाही. आज सकाळी तू बॅगा भरल्यास त्या वेळी बहुधा तू घाईत असशील. तू तो कुठे ठेवला असशील, असं तुला वाटतं? त्याबद्दल तुला काही आठवतं का?

तिसरा मित्र : आपल्याला आता पासपोर्ट आणता येणार नाही. आता आपण घरी जाऊ शकत नाही. त्याच्यामुळे आपल्याला सगळ्यांनाच उशीर होईल. आता मला तरी हा आपल्याबरोबर येईल याचं कसलंच चिन्ह दिसत नाही. ते अशक्यच आहे. आपल्याला उशीर होईल.

चौथा मित्र : मी आताच ऑनलाइन बातमी बघितली. हे विमान गेल्यानंतर आणखी दोन तासांनी आणखी एक विमान आहे. विमान बदलण्यासाठी आपल्याला १५० डॉलर भरावे लागतील, पण तरीही आपल्याकडे ते करण्याकरिता वेळ आहे. आम्ही तिघे पुढे जाऊन तिथे तुझी वाट बघतो. तू पुढच्या विमानानं तिथे ये.

जीवनाकडे पाहण्याचा आपल्या प्रत्येकाचा दृष्टिकोन हा अद्वितीय असतो आणि तो नकारात्मक किंवा सकारात्मक या शब्दांच्या पलीकडचा असतो.

आपल्यापैकी काही जण समस्येवर लक्ष केंद्रित करतात. (पहिल्या आणि तिसऱ्या मित्राप्रमाणे). इतर काही लोक समस्या कशी निर्माण झाली असेल यावर व त्याविषयीच्या तपशिलावर लक्ष केंद्रित करतात. (दुसऱ्या मित्राप्रमाणे), तर आणखी काही लोक हे उपाययोजनांवर लक्ष केंद्रित करतात. (चौथ्या मित्राप्रमाणे.) वर दिलेल्या उदाहरणात चारही मित्रांसमोर एकच समस्या असली तरी त्यांनी तिला दिलेल्या प्रतिसादातूनच सगळा फरक समोर येतो.

> समस्याकेंद्रित विचार हा काय चुकीचं आहे ती गोष्ट मोठी करून सांगतो.
>
> उपायकेंद्रित विचार हा चुकीची गोष्ट कशी बरोबर करता येईल, ही गोष्ट मोठी करून सांगतो.

आपल्या या उदाहरणात पहिला आणि तिसरा मित्र हे फक्त समस्येच्या वस्तुस्थितींकडे पाहत आहेत. परिणामी, ते तक्रार करतात, नकारात्मता व्यक्त करतात किंवा एकमेकांवर दोषारोप करतात. परिस्थितीशी संलग्न असलेल्या नकारात्मकतेच्या भावनेला पकडून ठेवतात आणि तिला नंतरही तशीच धरून ठेवतात. घरात पासपोर्ट विसरून येणं ही गोष्ट किती मूर्खपणाची आहे, जर त्यांचं विमान चुकलं तर ते किती वाईट असेल आणि हा सगळाच किती दुर्दैवी प्रकार आहे यावरच ते पुनःपुन्हा भर देत राहतात.

परंतु चौथा मित्र याकडे मुळीच पाहत नाही. तो उपाययोजनेवर आणि कृतींवर लक्ष केंद्रित करतो. काय केलं पाहिजे यावर तो लक्ष एकवटतो.

इथे एक गोष्ट स्पष्ट करू या : या उदाहरणात दोन्ही अन्वयार्थ शक्य आहेत. अशा परिस्थितीत असणं ही नैराश्यपूर्ण आणि भयावह परिस्थिती आहे यात काहीच शंका नाही. चौथ्या मित्राला या परिस्थितीची जाणीव नाही असं मुळीच नाही. परंतु तरीही त्याने त्या परिस्थितीवरच लक्ष एकवटलेलं नाही. त्याप्रमाणेच यावर कोणतीच उपाययोजना नाही, असं पहिल्या आणि तिसऱ्या मित्राला वाटत आहे, असंही नाही. त्यांनाही यावर काहीतरी उपाय असेल हे माहीत आहे. पण त्या क्षणी उपाय शोधण्यावर लक्ष एकवटण्याची निवड त्यांनी केलेली नाही.

वास्तवाचा स्वीकार करणं हाच समस्याकेंद्रित आणि उपायकेंद्रित दृष्टिकोनांमधील मोठा फरक आहे हे तुमच्या लक्षात येईल. एसएफबीटीनुसार, (सोल्युशन फोकस्ड ब्रिफ थेरपी : उपायकेंद्रित संक्षिप्त उपचारपद्धती) नेहमीच समस्येच्या संक्षिप्त इतिहासाचा तपशीलवार धांडोळा घेण्याची गरज नसते. तुम्हाला काय हवं आहे आणि ते मिळवण्यासाठी तुम्ही नेमकेपणानं काय करणार आहात याचा फक्त पुनरुच्चार करा. (ल्युझ आणि बोडमर, २०१३). बस्स. इतकंच करा. या संदर्भात त्या मित्रांची तुलना कशी करता येईल?

'होय, ही सगळीच परिस्थिती संतापजनक आहे. परंतु आपण ती आता बदलू शकत नाही. तिचाच विचार करत बसल्यामुळे आपल्याला ती समस्या सोडवण्याच्या जवळपासही जाता येणार नाही,' असा अगदी सुरुवातीला स्वतःच्या मनाशी विचार केलेल्या वेळीच चौथा मित्र हा उपायकेंद्रित विचाराच्या अतिशय जवळ येतो.

एकदा तुम्हाला समस्याकेंद्रित दृष्टिकोनाची जाणीव झाली की, तुम्हाला अचानकच तो सर्वत्र दिसू लागेल. यातली दुःखद बाब अशी आहे की, हा दृष्टिकोन अतिशय सर्वसामान्य आहे. 'मी फक्त वास्तववादी आहे,' असं म्हणून अजाणतेपणी अनेक लोक त्यांच्या नकारात्मकतेचं समर्थन करत असल्याचं आढळतं. इथेच खरा धोका असतो. तुम्ही ठामपणे समस्याकेंद्रित विचार करता आणि त्याच वेळी आपण उपायकेंद्रित विचार करत असल्याचा तुमचा चुकीचा समज असतो. दुसऱ्या शब्दांत, तुमचा असा विश्वास असतो की, तुमची नकारात्मकता आणि समस्येचाच विचार करणं यांतूनच समस्या सोडवली जाईल.

स्वतःशी प्रामाणिक राहा

तुमच्याकडे समस्याभिमुख दृष्टिकोन आहे का? बहुतांश लोकांना आपल्याकडे असा दृष्टिकोन नाही असं वाटत असलं तरी त्यांच्याकडे असाच दृष्टिकोन असतो. या प्रश्नाचं उत्तर देताना संपूर्ण प्रामाणिकपणा हा असलाच पाहिजे.

तुम्ही कधी असं म्हटलं आहे का की, 'हे माझ्याच बाबतीत का घडतं?' किंवा एखादी गोष्ट किती अन्याय्य स्वरूपाची आहे अशी तक्रार केली आहे का? तुम्ही कधी स्वतःला विशेष प्रकारे दुर्दैवी असल्याचं

समजला आहात का? किंवा तुमच्यातील कोणत्यातरी गोष्टीमुळे विश्वाकडून तुम्हाला नेहमी वाईटच प्रतिसाद मिळतो असा विचार तुम्ही कधी केला आहे का? यात तुम्ही समस्याकेंद्रित विचार करणारे असल्याची शक्यता आहे.

समस्याकेंद्रित असणं याचा अर्थ या स्वभावाच्या व्याख्येनुसार, (किंवा हे आपल्या आवाक्याबाहेरचं आहे वगैरे बोलणं. यावर आपण आधी चर्चा केली आहे.) संबंधित व्यक्ती निष्क्रिय, प्रतिक्रियाशील आणि नकारात्मक असणं असा आहे. काही गुणवैशिष्ट्यांमधून ही गोष्ट दिसून येते :

१. एखाद्या समस्येच्या संदर्भात 'का?' असा प्रश्न विचारणं.
२. तक्रार करणं.
३. आपण पीडित व्यक्ती असल्याची भूमिका घेणं.
४. इतरांवर दोषारोप करणं.
५. स्वतःची कीव करणं.
६. निःपक्षपातीपणाच्या चौकटीत गोष्टी ठेवणं.

उदाहरणार्थ, एके दिवशी सकाळी तुम्ही वजनकाट्यावर तुमचं वजन पाहता आणि ख्रिसमसपासून तोपर्यंत तुमचं वजन दहा पौंड वाढल्याचं तुम्हाला दिसतं. मोठीच समस्या. समस्याकेंद्रित दृष्टिकोनातून तुम्ही असा विचार करता की, 'जीवन माझ्याशीच इतक्या अन्याय्यपणे का वागतंय? आपल्याला लठ्ठ करणारी प्रत्येक गोष्टच इतकी चवदार का असते? ख्रिसमसच्या वेळी सगळेच जण तुम्हाला नको तो कचरा खायला घालतात आणि मग हे असं होतं....माझं चयापचय वाईट आहे, त्यामुळे माझं कधीच काहीही होऊ शकणार नाही. आता मी घातलेल्या कपड्यांमध्ये मी खराब दिसतोय. माझा यावर विश्वासच बसत नाही.'

वर दिलेल्या या वाक्यांमधून तुम्हाला वास्तवाचा स्वीकार करण्यास दिलेला नकार ऐकू येतो का? याच्यातून 'आयुष्य इतकं अन्याय्य का आहे?' या मूळ प्रश्नाचं उत्तर कुठेच दिसत नसल्याचं तुमच्या लक्षात आलं आहे का? मुळातच हा एक वाईट प्रश्न आहे. खरं तर तो प्रश्नच नाही, तर ती फक्त एक तक्रार आहे. तिच्यातून अनेक निकृष्ट गृहितकं निर्माण होतात. यांतलं प्रमुख गृहीतक तर 'जीवन अन्याय्य आहे,' हेच आहे. जर जीवन

अन्याय्य आहे असं मानणं हीच तुमची प्रारंभिक मनोवस्था असेल तर त्याचा अर्थ तुम्ही स्वतःला एक वाईट पद्धतीनं वागवली जाणारी दीनदुबळी, असाहाय्य पीडित व्यक्ती म्हणून समोर आणता आणि या संदर्भात रडत-कुढत राहण्याखेरीज करण्यासारखं इतर काहीही नाही, असा निष्कर्ष काढता.

यामुळे तत्काळ तुम्ही आपले सगळे अधिकार गमावून बसता आणि प्रयत्न केले तर तुम्ही वजन उतरवू शकता, या अत्यंत स्पष्ट वस्तुस्थितीपासूनही दूर जाता.

मात्र, उपाययोजनाकेंद्रित दृष्टिकोन असणं याचा अर्थ संबंधित समस्या जादू केल्यासारखी चुटकीसरशी सोडवता येणं असा नक्कीच नाही. ती एक मानसिक चौकट आहे. तिच्यात मुळातच समस्येवर उपाययोजना आहे यावर त्या व्यक्तीचा विश्वास असतो. उपाययोजनाभिमुख असणं याचा अर्थ तुम्ही जीवनातील अडथळ्यांवर सहजपणे मात करून, लगेच खंबीरपणे समस्येची सोडवणूक करणारी व्यक्ती होता असा होत नाही. त्याचा फक्त इतकाच अर्थ आहे की, 'मी इथे काय करू शकतो?' असा प्रश्न तुम्ही मोकळेपणानं विचारता आणि त्याचा मागोवा घेत समस्येची सोडवणूक करू पाहता.

याच प्रकारे, समस्याकेंद्रित असणं ही गोष्ट नेहमी वाईटच असते असंही नाही. समस्याकेंद्रित लोक हे परिस्थितींचं विश्लेषण करण्यात आणि नेमकी कुठे व का चूक झाली आहे ते पाहण्यात हुशार असतात. परंतु अखेरीस ते उपायकेंद्रित दृष्टिकोनात शिरले नाहीत तर, ते तसाच कितीही वेळ फक्त समस्येवरच विचार करत राहतील. आपल्या अंतर्दृष्टीचं रूपांतर कृतीत करण्याची आणि गोष्टींमध्ये किंवा समस्येत बदल घडवण्याची संधी ते कधीही स्वतःला देणार नाहीत. खूपच मोठ्या प्रमाणात उपाययोजनाकेंद्रित दृष्टिकोन असणं याचा अर्थ तुमच्याकडे समस्येची सूक्ष्म समज कमी असणं असा असू शकतो. म्हणजेच तुम्हाला समस्येतील बारकावे समजतातच असं नाही. त्यामुळे मुळातच जी समस्या तुम्हाला पूर्णपणे समजलेली नसते, तिच्यावर तुम्ही घाईघाईनं उपाय शोधू लागता, कारण तुम्हाला समस्येमुळे निर्माण झालेल्या गैरसोयीला अधिक काळापर्यंत तोंड देणं सहन करता येत नाही.

म्हणून या दोन्ही दृष्टिकोनांमध्ये समतोल साधणं महत्त्वाचं आहे.

समस्येचा विचार करणं उपयुक्त असतं; परंतु त्याचा ठोस कृतीशी मेळ घातला पाहिजे.

समस्येची दखल घेणं, तिला समजून घेणं आणि तिचं विश्लेषण करणं महत्त्वाचं असतंच; परंतु ज्या वेळी तिचा उपायकेंद्रित दृष्टिकोनाशी मेळ घातला जाईल त्या वेळीच ते मूल्यवान ठरतं.

टोकाचा समस्याकेंद्रित दृष्टिकोन असलेल्या व्यक्तीच्या दृष्टीनं ती पाहत असलेली प्रत्येक गोष्ट ही समस्याच असते आणि अगदी तिला कोणी एखादी उपाययोजना सुचवण्याचा प्रयत्न केला तरी त्या उपायात काय चूक आहे ते ती लगेच शोधते. (आपली समस्या तुम्हाला सोडवू न देण्याचा चंग बांधलेल्या एखाद्याबरोबर तुम्ही कधी 'बरोबर आहे, ... पण..' हा खेळ खेळला आहात का? अशी व्यक्ती तुम्ही कोणताही उपाय सुचवला तरी त्यात वर दिलेलं वाक्य म्हणून कित्येक चुका काढून दाखवते.)

दुसरीकडे, आत्यंतिक उपायकेंद्रित दृष्टिकोनाच्या व्यक्तीला अगदी उपाय नसलेल्या गोष्टीसह प्रत्येक गोष्टीतच उपाय दिसतो. यातली आणखी वाईट गोष्ट अशी आहे की, त्यांना झटपट उपाय शोधून काढण्याची तीव्र इच्छा असते. त्यामुळे सहसा असे लोक त्यांना जी समस्या सोडवायची असते तिचं विश्लेषण न करता आणि तिला पुरती समजून न घेताच उपाय शोधण्यास सरसावतात. तुम्हाला याआधीही अशी एखादी व्यक्ती भेटली असेल. नेमकी काय समस्या आहे ते अधिक चांगल्या प्रकारे समजून न घेताच ते सारखे एका उत्तम कल्पनेवरून दुसरीवर असे टुणटुण उड्या मारत राहतात.

हे पुस्तक नकारात्मक विचारसरणीच्या प्रश्नाच्या संदर्भातील आहे. तसेच आत्मघातकी विचार संरचनांवर कशी मात करावी याविषयीही आहे. त्यामुळे तुम्ही बहुधा खूपच उपाययोजनाकेंद्रित असण्याऐवजी आत्यंतिक समस्याकेंद्रित असल्यामुळे संघर्ष करत असण्याची दाट शक्यता आहे.

तुमचा समस्येकडे पाहण्याचा दृष्टिकोन काय आहे? तुम्ही लगेच हात झटकून मोकळे होता आणि संतापता किंवा पराभूत होता की जीवनानं तुम्हाला हा फटका का बसू दिला याचं आश्चर्य वाटून घेता? तुम्ही नकारात्मक भावनांवर इतक्या प्रमाणात लक्ष केंद्रित करता की, तुम्हाला त्यांच्याविषयी आसक्ती वाटू लागते आणि तुम्हाला त्यांच्या पलीकडे पाहणंही अशक्य होतं? असं होतं का? तुम्ही स्वतःला पीडित व्यक्तीच्या भूमिकेत ठेवता आणि इतर कोणीतरी येऊन तुमची कशीतरी सुटका करेल अशी तुमच्याही नकळत आशा बाळगता का?

हे अवघड प्रश्न आहेत आणि वैयक्तिकरीत्या आपण समस्यांना कसं तोंड देतो, हा एक गुंतागुंतीचा विषय आहे. बालपणी आपल्याविषयीच्या आणि आपल्या क्षमतांविषयीच्या विश्वासांची आपल्या मनात पायाभरणी करण्यात आली असेल आणि त्या वेळी आपण हे वर्तन शिकलो असू. कदाचित, जडणघडणीच्या वयात आलेल्या अनुभवांमुळे आपल्याला हे समजलं असू शकेल की, फार अपेक्षा ठेवू नयेत किंवा त्यामुळे समस्या सोडवणुकीच्या आपल्या स्वतःच्या क्षमतेवर आपला फारसा विश्वास नसेल. अधिक व्यापकपणे विचार करायचा झाला तर, जीवन वाईट, अवघड आणि अन्याय्य आहे असा आपला दृष्टिकोन असेल. त्यामुळे ज्या वेळी एखादी समस्या समोर येते, त्या वेळी 'यात नवीन काय आहे?' असाच थोड्याफार प्रमाणात आपला प्रतिसाद असतो.

नकारात्मकता हा एक दृष्टिकोन आहे, हे लक्षात ठेवणं ही आताची एक महत्त्वाची मध्यवर्ती कल्पना आहे. नकारात्मकता हे सत्य नाही; परंतु तो सत्याचा एक विशिष्ट दृष्टिकोन आहे आणि हा दृष्टिकोन आपण निवडलेला असतो. याचा अर्थ विविध प्रकारचे दृष्टिकोन निवडणं शक्य असतं. यानंतर ज्या वेळी कधी तुम्हाला आपल्याला समस्येला तोंड द्यावं लागत असल्याचं आढळेल, त्या वेळी पुढे दिलेला स्टॉइक तत्त्वज्ञानानं प्रेरित असलेला स्वाध्याय करून पहा. हा स्वाध्याय तुम्हाला त्या समस्येवर एखादी उपाययोजना असली तर ती शोधण्याच्या कामावरून तुमचं लक्ष विचलित होऊ न देता समस्येचा स्वीकार करण्यास मदत करेल.

दोन स्तंभांमधील स्वाध्याय असं त्याचं सोपं स्वरूप ठेवा

स्टॉइक तत्त्वज्ञांचा असा विश्वास होता की, जीवनातील ज्या गोष्टी बदलणं शक्य नसतं, त्यांना निश्चितपणे आब राखून, संयमपूर्वक व धैर्यपूर्वक सहन केलं पाहिजे. परंतु त्याबरोबरच ज्या गोष्टींना आपण बदलू शकतो, त्यांच्यावर काम करण्याचे शक्य तितके प्रयत्नही आपण केले पाहिजेत. लवचिकता आणि ताकद या गोष्टींची नेहमीच जपणूक करा, पण शरणागत मनोवृत्ती आणि निष्क्रियता या गोष्टींना कधीही थारा देऊ नका. शांततेच्या प्रार्थनेत (सेरेनिटी प्रेअरमध्ये) तुम्हाला या भावनांचे पडसाद उमटल्याचं दिसेल. ही प्रार्थना अशी आहे :

'ज्या गोष्टींना मी बदलू शकत नाही त्यांना स्वीकारता यावं म्हणून मला शांतता दे ज्यांच्यामध्ये बदल घडवणं माझ्या हातात आहे, त्यांना बदलण्याचं मला धाडस दे आणि या दोहोंमधील फरक जाणून घेण्याची बुद्धी दे.'

आपल्याला ज्या ज्या वेळी समस्येला तोंड द्यावं लागतं, त्या प्रत्येक वेळी दोन स्तंभ तयार करून आपल्या जीवनात आपण हे तंत्र वापरू शकतो. हे करणं सोपं आहे. एक कागद घ्या आणि त्याच्या मधोमध एक उभी रेषा आखून त्याचे दोन स्तंभांत विभाजन करा. पहिल्या स्तंभाला 'बदल घडवणं शक्य असलेल्या गोष्टी' असं शीर्षक द्या आणि दुसऱ्या स्तंभाला 'बदल घडवणं शक्य नसलेल्या गोष्टी' असं शीर्षक द्या. आता तुम्हाला डाचत असलेल्या समस्येविषयी विचार करण्यात काही क्षण घालवा. या समस्येतील विविध पैलूंना अगदी प्रामाणिकपणे दोन्ही स्तंभांमध्ये विभाजित करा.

तुम्हाला हवं असेल तर तुमच्या समस्येचे सर्व घटक बाहेर काढण्यासाठी हा स्वाध्याय करण्याच्या अगदी आधी ब्रेन डम्पिंग करा. सीबीटी तंत्रांबरोबर सांगड घालण्याचा हाही एक विलक्षण उत्तम सराव किंवा स्वाध्याय आहे. इथे तुमच्या सगळ्या मूलभूत विश्वासांना तुम्ही साकार करता.

अशा प्रकारे, एकदा तुमच्या समस्येचं तुम्ही बारकाईनं विश्लेषण केलं (किंवा दुसऱ्या शब्दांत सांगायचं तर, विच्छेदन केलं) की, मग आता प्रक्रियेला सुरुवात करण्याची वेळ आली आहे. संपूर्ण स्वीकृतीच्या कौशल्यांना आणि अमोर फातीला आठवा.'बदल घडवणं शक्य नसलेल्या गोष्टीं'च्या स्तंभातील गोष्टींकरिता तुम्हाला या दृष्टिकोनाचा वापर करावा लागेल. जोपर्यंत तुम्ही एका सीमेपर्यंतची स्वीकृती देत नाही, जे असेल ते स्वीकारत नाही, तोपर्यंत तुम्ही समस्या-केंद्रित पाशात अडकून राहाल. अशा वेळी तुम्ही तक्रार करत, दोष देत किंवा पीडित असल्याचा अभिनय करण्याची जोखीम घेत राहाल.

बदल घडवणं शक्य असलेल्या गोष्टींकरिता तुम्हाला उपाययोजना केंद्रित दृष्टिकोनाची गरज असेल आणि कृती करण्याच्या पद्धतीकडे वळावं लागेल. या स्तंभातील गोष्टींसाठी स्वतःला पुढील प्रश्न विचारा :

'या समस्येचं निर्मूलन करण्यासाठी व्यवहार्यदृष्ट्या मी काय करू शकतो?'

'त्याकरिता मला कोणती तयारी केली पाहिजे आणि कशाचं नियोजन केलं पाहिजे?'

'मी पहिल्यांदा कोणतं पाऊल उचललं पाहिजे?'

'मी कोणती गोष्ट शिकण्याची गरज आहे?'

'मी कोणाकडे मदत मागण्याची गरज आहे?'

'माझ्या मार्गातील हा अडथळा मी कसा काय दूर करू शकतो?'

'मला लगेच कामाला सुरुवात करता यावी याकरिता मी मोठ्या कामाला लहान कामांमध्ये कसा काय विभागू शकेन?'

तुमच्या असं लक्षात येईल की, तुम्हाला दोनऐवजी तीन स्तंभ तयार करण्याची गरज आहे. एक स्तंभ तुमचं कोणत्या गोष्टींवर नियंत्रण नाही त्यांच्याकरिता, दुसरा स्तंभ तुमचं कोणत्या गोष्टींवर नियंत्रण आहे त्यांच्याकरिता आणि तिसरा स्तंभ तुमचं कोणत्या गोष्टींवर अंशतः नियंत्रण आहे त्यांच्याकरिता, असे तीन स्तंभ तुम्हाला आखावे लागतील. उर्वरित सर्व प्रक्रिया सारखीच आहे. काय करणं शक्य आहे ते स्वतःला विचारा आणि नंतर उद्दिष्ट साध्य करण्यासाठी कृती करण्याची बांधिलकी पत्करा. जो भाग तुमच्या नियंत्रणात नाही, त्याला सोडून द्या, तर ज्या भागाविषयी तुम्ही काही करू शकता तो काळजीपूर्वक बाजूला काढा. ती अगदी लहानशी गोष्ट असली तरी हरकत नाही, ती बाजूला काढा.

आपण आता पुन्हा एकदा आपल्या आधीच्या उदाहरणाकडे वळू या. ख्रिसमसनंतर तुमचं वजन वाढलं आहे आणि त्याबद्दल तुम्हाला वाईट वाटत आहे. तुमची दोन स्तंभांमधील यादी पुढीलप्रमाणे असेल :

मी बदल घडवू शकत नसलेल्या गोष्टी

माझ्या वजनात दहा पाउंड वाढ झाल्याची वस्तुस्थिती

गेल्या काही दिवसांतील माझा आहार आणि कृती

मी बदल घडवू शकत असलेल्या गोष्टी

माझा आताचा व भविष्यातील आहार आणि कृती

समस्येविषयी आणि स्वतःविषयी मी कसं बोलावं ते ठरवणं

तुम्ही दुसऱ्या यादीवर नजर टाकल्यावर त्यानंतर कोणत्या कृती तुम्ही केल्या पाहिजेत हे स्पष्ट असेल : अधिक चांगला आहार घेण्याची बांधिलकी पत्करणं, व्यायाम करणं आणि भूतकाळात तुम्ही केलेल्या निवडींबद्दल कशावरही किंवा कोणावरही दोषारोप करण्यास नकार देणं. ज्या गोष्टी तुम्ही बदलू शकत नाही, त्यांना तुम्ही बदलू शकत नाही हे मान्य करण्याकरिता काही वेळ देणं, तुमचं वजन वाढलं आहे आणि होय, बहुधा ती तुमचीच चूक आहे. पण या वस्तुस्थितीभोवतीच घुटमळत राहू नका. नकारात्मकतेतून ज्या वेळी आपल्याला विकास करून घेण्याकरिता अंतर्दृष्टी प्राप्त होते, फक्त त्याच वेळी आणि त्या अर्थानंच नकारात्मकता 'उपयुक्त' असते. तुम्हाला जो धडा शिकता येईल तो शिका आणि पुढे चला. तुम्ही स्वतःला अगदी मारहाण केली किंवा आपली नको इतकी कानउघाडणी केली तरी त्यामुळे तुमच्यासह कोणाचंही भलं होणार नाही. तुमच्या मनात अपराधीपणा, शरमिंदेपणा, दोषारोप किंवा पश्चात्ताप या भावना निर्माण झाल्या तर त्यामुळे तुमच्यासह कोणाचाही कसलाच फायदा होणार नाही.

या स्वाध्यायाचं आणखी एक बदलतं रूप आहे आणि ते आणखी झपाट्यानं समोर येतं. तुम्हाला काय हवं आहे ते शोधून काढा आणि नंतर स्वतःला विचारा, 'मी जे करत आहे, जो विचार करत आहे किंवा माझ्या मनात ज्या भावना निर्माण होत आहेत, त्यांच्यामुळे मी त्या गोष्टीच्या अधिक जवळ गेलो आहे का?'

तुमचं वजन वाढलं असेल आणि त्याबद्दल तुम्ही असंतुष्ट असाल तर तुम्हाला कदाचित वजन कमी करण्याची इच्छा असेल. अशा वेळी तुम्ही ख्रिसमसला दोष देत आहात, चयापचयाविषयी तक्रार करत आहात किंवा तुमच्या कपड्यांमध्ये तुम्ही किती खराब दिसत आहात यावर लक्ष केंद्रित करत आहात, असं तुमच्या लक्षात आलं तर स्वतःला विचारा की, या गोष्टी केल्यामुळे तुम्ही अधिक झपाट्यानं वजन कमी करू शकणार आहात का? आणि तुम्हाला स्वतःविषयी समाधान वाटणार आहे का? नाही ना?

मग या गोष्टी निरुपयोगी आहेत. ते सगळं तसंच सोडून देण्यासाठी मनात शांतता बाळगा. त्याऐवजी तुम्ही म्हणजे अगदी आता वजन कमी करण्याचा विचार करत असलेली व्यक्ती असाल तर तुम्हाला काय वाटेल, तुम्ही काय कराल, कसा विचार कराल याविषयी जिज्ञासापूर्वक विचार करा. त्यानंतर जो विचार केला असेल त्याप्रमाणे कृती करा. होय. त्याकरिता धैर्याची आवश्यकता असेल.

अखेरीस, उपाययोजना-केंद्रित असणं याचा अर्थ नेहमीच समस्याकेंद्रित व्यक्तीहून श्रेष्ठ असणं असा होत नाही. त्याऐवजी स्टॉइक तत्त्वज्ञांना जे समजलं त्याप्रमाणे, दोन्हींपैकी कोणता दृष्टिकोन केव्हा आणि किती प्रमाणात वापरायचा आणि त्यांची कशी, कधी व किती सांगड घालायची, हे समजणं महत्त्वाचं आहे.

सारांश

- प्राचीन स्टॉइक तत्त्ववेत्ते हे वर्तमानात जगण्यात तज्ज्ञ होते.
- अमोर फातीच्या स्टॉइक दृष्टिकोनाचा स्वीकार करणं हा भूतकाळाशी असलेल्या तुमच्या नात्याचा पुनर्विचार करण्याचा एक मार्ग आहे. आपल्या नियतीवर प्रेम करणं असा याचा ढोबळ अर्थ आहे. जे काही घडत असेल त्याला ते जसं आहे तसं स्वीकारणं आणि त्याहून वेगळ्या गोष्टीची इच्छा न धरणं असा याचा अर्थ आहे. याचा सराव करण्यासाठी घटनांकडे शक्य तितक्या तटस्थपणे, उदासीनपणे पहा. त्यानंतर 'छान' किंवा 'ठीक आहे' यांसारख्या एखाद्या साध्या मंत्रानं त्याला प्रतिसाद द्या. कृती आणि उपाययोजना यांवर लक्ष एकवटल्यामुळे आपण प्रतिकूल परिस्थितींचा कायापालट करण्यास सक्षम होतो.
- जीवनात घडू शकणाऱ्या नकारात्मक गोष्टींचा विस्तार करण्यात, त्यांवर मनन करण्यात थोडा वेळ व्यतीत करणं म्हणजेच नकारात्मक कल्पनाचित्र मनश्चक्षूंसमोर आणणं होय. यामुळे आपल्याकडे असलेल्या महत्त्वाच्या गोष्टींविषयी आपल्या मनात कृतज्ञता आणि प्रशंसेची भावना निर्माण होते. आपल्याला

भविष्यासाठी स्वतःला सज्ज करण्याची मुभा मिळते. तसंच मानसिक लवचिकतेची निर्मिती होते.

- 'जर असं झालं तर' या तंत्रासह आपण आपल्या मनातील भीती लिहून काढतो आणि स्वतःला विचारतो, 'जर असं खरंच झालं तर काय होईल?' त्यानंतर जास्तीतजास्त वाईट काय होऊ शकतं त्याचा आपण धांडोळा घेतो. मग या गोष्टी आपण सहन करू शकू असं आपल्याला वाटतं आणि काहीही झालं तरी त्या तितक्याशा वाईट नाहीत, हे आपण आपल्यालाच दाखवून देतो. त्याप्रमाणेच 'मेमेन्टो मोरी' हे लॅटिन वाक्यही लक्षात ठेवा. 'तुम्ही मरणारच आहात हे लक्षात ठेवा,' असा याचा अर्थ आहे. जीवनात कोणत्या गोष्टी महत्त्वाच्या आहेत, याची आठवण करून देण्यासाठी हे वाक्य लक्षात ठेवणं आवश्यक आहे.
- समस्या-केंद्रित विचारसरणी काय चुकीचं आहे त्याच्यावर लक्ष केंद्रित करते. उपाय-केंद्रित विचारसरणी चुकीच्या गोष्टी कशा बरोबर करता येतील यावर लक्ष केंद्रित करते आणि परिस्थितीत बदल घडवून आणण्यासाठी कोणती कृती केली पाहिजे ते पाहते. विचारांना कृतीची जोड देऊन समतोल साधला पाहिजे. समस्येवर लक्ष एकवटण्याबरोबरच ती सोडवण्याकरिता कोणती उपाययोजना केली पाहिजे यावरही लक्ष एकवटलं पाहिजे - या दोहोंमध्ये समतोल साधला पाहिजे.
- शांतता-प्रार्थना लक्षात ठेवा. तुम्ही कशात बदल घडवू शकता आणि कशात बदल घडवू शकत नाही हे ओळखण्याकरिता दोन स्तंभांचा स्वाध्याय करून पहा. तुम्ही जे बदलू शकत नाही, ते तुम्हाला बदलता येत नाही, ही गोष्ट स्वीकारा. जिथे शक्य असेल तिथे कृती करा.
- तुम्हाला काय हवं आहे आणि तुम्ही कशाला महत्त्व देता ते स्वतःला विचारा. त्यानंतर स्वतःला पुढील प्रश्न विचारा : 'मी जे करत आहे, जो विचार करत आहे किंवा मला जे वाटत आहे, ते सगळं मला माझ्या लक्ष्याच्या जवळ नेत आहे का?'

प्रकरण ५

विषारी सकारात्मकतेचा सापळा टाळा आणि तुमच्या भावनांची जाणीव करून घ्या

क्रेग या व्यक्तीनं प्रत्यक्षात त्याचं जीवन पूर्णपणे बदलून टाकलं आहे. विशीत असताना सुरुवातीच्या कालखंडात त्याला तीव्र नैराश्य, चिंताग्रस्तता, कमी आत्मसन्मान यांच्या भयानक त्रासाला तोंड द्यावं लागलं होतं. त्यानंतर त्याने तिथल्या सामुदायिक योगवर्गात प्रवेश घेतला. तिथे त्याला पहिल्याच दिवशी खूपच बरं वाटू लागलं. काही वर्षांतच त्याने 'न्यू एज'ची असंख्य आकर्षक स्वयंसाहाय्यता पुस्तकं वाचून काढली. त्यानंतर तो आकर्षणाच्या साकारीकरणाच्या नियमांच्या वर्गांना गेला आणि तिथे महत्त्वपूर्ण माहिती शिकून आला. त्यापाठोपाठ तो शाकाहारी झाला. त्याला अटळ सत्य वाटत असलेला एक नियम त्याने आत्मसात केला. 'तुम्ही जो विचार करता, तेच किंवा तसेच तुम्ही होता' हा तो नियम होता.

क्रेगच्या दृष्टीनं हे ब्रह्मांड म्हणजे विशुद्ध जाणीव आणि प्रेम आहे. तुम्ही जर तुमच्या विश्वासाची आणि सर्जनात्मक सकारात्मकतेची पातळी ही या गोष्टींच्या विश्वाच्या पातळीशी मेळ साधणारी राखली तर, तुमच्या सभोवताली वाहत असलेल्या चांगल्या गोष्टींशी तुम्ही सदा सर्वकाळ संलग्न व्हाल. जर तुम्ही नकारात्मक विचार केला, तर विश्वही तीच नकारात्मकता तुमच्याकडे प्रतिबिंबित करेल. कालौघात क्रेगच्या लक्षात आलं की, त्याला प्रतिकूलतांचे आलेले सगळे अनुभव हे त्याच्या स्वतःच्या मनातील आत्मप्रेमाची उणीव आणि विश्वाकडे असलेल्या वैपुल्याविषयी त्याच्या मनात असलेला संशय व शंका यांचा परिणाम होता.

या प्रकारे विचार करणं त्याच्या पथ्यावर पडलं. त्याच्या बहिणीचा मृत्यू झाला. त्या वेळी क्रेगच्या मनात प्रचंड प्रमाणात नकारात्मकता निर्माण झाली. तो बेसावध असतानाच या नकारात्मकतेनं त्याच्यावर जणू काही हल्ला चढवला होता. तो तिच्यात पूर्णपणे बुडून गेला. त्यानंतर त्याने स्वतःला सांगितलं की, जीवन कधीही चुका करत नाही. ती नक्कीच कुठेतरी अधिक चांगल्या अवस्थेत असेल. त्यामुळे जे घडलं ते ठीक होतं. ऊर्जा कधीही नाहीशी होत नाही, ती फक्त तिचं रूप बदलते. त्यामुळे तिच्या मृत्यूचा शोक करत बसण्यात काहीच अर्थ नव्हता... त्याने मनाची अशा प्रकारे कितीही समजूत घातली असली तरीही तो मानसिकदृष्ट्या उद्ध्वस्त झाला होता. आपल्या मनातील प्रचंड शोकमग्न अवस्थेला आणि त्याविषयीच्या भावनांना त्याने स्वतःपासूनही लपवलं होतं. त्याच्या एका भागाचं प्रकाशाच्या दिशेला जाण्यात रूपांतर झालं होतं. परंतु त्याचा अर्थ अंधाऱ्या भागातील कोणत्याही अनुभवापासून स्वतःचा बचाव करणं असाही होता हे तो अद्याप स्वीकारू शकला नव्हता.

जणू काही, काही घडलेलंच नसावं असं त्याने दाखवलं. लोकांनी त्याच्या बहिणीच्या मृत्यूविषयी त्याच्याकडे चौकशी केल्यावर आणि आता तो कसा आहे, असं विचारल्यावर तो त्यांना शरीर नश्वर आहे असं सांगून आत्म्याच्या पारलौकिक, अविनाशी स्वरूपावर आणि मृत्यूविषयीच्या तिबेटी तत्त्वज्ञानांवर आधारित पुस्तकांमधील आध्यात्मिक ज्ञानावर व्याख्यान देऊ लागला. कोणत्याही गोष्टीविषयी अनासक्त राहण्यातून त्याला कसा अत्यानंद प्राप्त होत आहे, याविषयी तो त्यांना सांगू लागला. त्याचे इतर कुटुंबीय शोक करत असल्याचं दिसलं तरी तो शोक करण्यापासून अलिप्त राहत होता. शिवाय, तो त्यांनी शोक करू नये म्हणून त्यांना प्रेरणादायक वाक्यं, विधानं पाठवू लागला. मात्र, त्याचा उलटा परिणाम होत होता आणि ते अधिकच अस्वस्थ होत होते. एके दिवशी त्याने त्याच्या आईला असं सूचित केलं की, ती आपल्या मुलीच्या मृत्यूचा इतका शोक करते, कारण तिची आध्यात्मिक प्रगती अगदीच निकृष्ट स्वरूपाची आहे. असा निरुद्देशपणे इकडे-तिकडे वेळ वाया घालवून उदास राहण्याऐवजी तिने अधिक प्रमाणात ध्यान केलं पाहिजे. त्याच्या या वक्तव्यानं त्याच्या आईला रडू फुटलं. ही गोष्ट क्रूरपणाची असली तरी क्रेगला अगदी त्या वेळेपर्यंत या तत्त्वज्ञानामुळेच त्याच्या शोकग्रस्त अवस्थेला तोंड देण्याकरिता धैर्य लाभलं होतं.

क्रेगचा एकच गुन्हा होता. तो म्हणजे त्याला आपण अगदी प्रामाणिकपणे चांगलं झालं पाहिजे असं वाटत होतं. त्याला फक्त आणि फक्त चांगलं व्हायचं होतं. तो स्वतःकडे खंबीर, सुज्ञ आणि आनंदी व्यक्ती म्हणून पाहत होता. कोणाला अशी व्यक्ती व्हायला आवडणार नाही? पण त्याऐवजी त्याला आपण दुर्बल, मूर्ख आणि अतिशय दुःखी झाल्याचं लक्षात आल्यावर आता या सगळ्या भावनांचं काय करावं ते त्याला सुचत नव्हतं. या संदर्भात 'न्यू एज'च्या त्याच्या काही मित्रांबरोबर तो बोलला. शिवाय, त्याने स्थानिक समुपदेशकाशीही सल्लामसलत केली. त्यांनी त्याला फक्त अर्थगर्भ विरोधाभासी झेन तत्त्वज्ञानातील काही गोष्टींचा हवाला दिला. त्यांनी त्याला सांगितलं, 'प्रत्येक गोष्ट घडण्यामागे कोणतं तरी कारण असतंच.' किंवा 'अशा वेळी चांगल्या वेळा आठवण्याचा प्रयत्न कर.' नकारात्मकता स्वीकारणं शक्य नसतं. तिच्यात कितीही कमी-जास्त प्रमाणात गुंतणं याचा अर्थ तुम्ही वाईट व्यक्ती असता, या त्याच्या मनातील भीतीवरच त्यांनी असं बोलून नकळतपणे शिक्कामोर्तब केलं होतं. क्रेगच्या दृष्टीनं 'वाईट व्यक्ती' याचा अर्थ अज्ञानी, अविकसित आणि मूर्ख लोक, असा होता आणि त्याला तसं बिलकूल व्हायचं नव्हतं.

त्याच्या बहिणीच्या मृत्यूला काही महिने उलटून गेल्यानंतर एके दिवशी क्रेग पुन्हा एकदा नैराश्याच्या खोल गर्तेत अडकला. हे कसं काय घडलं होतं? ती सगळी वैयक्तिक सकारात्मक वाढ आणि तो सगळा विकास कुठे गेला होता? ती सगळी सकारात्मकता आणि उत्साह कुठे गेला होता? तो लगेच ऑनलाइन गेला आणि सगळ्या समाजमाध्यमांची (सोशल मीडियांची) खाती (अकाउंट्स) त्याने पालथी घातली. याच अकाउंट्सनी त्याला एके काळी कितीतरी प्रेरणा आणि स्फूर्ती दिली होती. (इन्स्टाग्रामवर हॅशटॅग गुडवाइब्जओन्ली या हॅशटॅगवर एक कोटी चाळीस लाख पोस्ट आहेत हे तुम्हाला माहीत आहे का?)

तो पुन्हा एकदा कमालीचा नैराश्यग्रस्त झाला. आता तो बहिणीच्या मृत्यूचा शोक करत असल्यामुळे निराश झाला नव्हता, तर आपला स्वतःचा शोक ही लाजिरवाणी गोष्ट असल्याचं त्याला वाटत असल्यामुळे तो नैराश्याच्या गर्तेत सापडला होता. त्याला प्रत्येक गोष्ट कुचकामी, अपरिपूर्ण आणि सदोष, दरिद्री व चीड आणणारी वाटू लागली. क्रेग स्वतःकडे

तिरस्कारानं पाहू लागला. जर तो अधिक ज्ञानी, अधिक जागृत आणि आध्यात्मिकदृष्ट्या अधिक सुज्ञ असता तर या परिस्थितीतून स्वतःला बाहेर काढू शकला असता. परंतु सत्य असं होतं की, क्रेग या सगळ्या विचित्र सापळ्यात अडकला होता, कारण मुळातच आपल्या अधिकृत अनुभवाचा बळी देऊन त्याने या सगळ्या गोष्टी शोधून काढल्या होत्या. त्याने आपल्या वास्तविक अनुभवाला स्वीकारलं नव्हतं.

सकारात्मकता प्रभावी असते, परंतु....

विषारी सकारात्मकता हे सकारात्मक आणि आशावादी दृष्टिकोनाचं एक अति सामान्यीकरण आहे. तो एक प्रकारचा आकलनात्मक पूर्वग्रह आहे, कारण तो नकारात्मक समजल्या जाणाऱ्या मानसिक अवस्थांचा, घटनांचा, विचारांचा किंवा भावनांचा स्वीकार करणं नाकारतो. (काह्न, २०२१ 'व्हेन पॉझिटिव्हिटी टर्न्स टॉक्सिक' द वॉलरस)

सकारात्मकता ही विलक्षण सुंदर गोष्ट आहे. सकारात्मकतेच्या ताकदीवर विश्वास नसता तर हे पुस्तक मुळात मी लिहिलंच नसतं. काही लोक असं म्हणतील की, आपल्यापैकी अत्यंत यशस्वी लोक हे निराशावादी किंवा वास्तववादी नसतात, तर ते 'पेला अर्धा भरलेला आहे' या दृष्टिकोनानं जगणारे असतात. मात्र, तुम्ही जर स्वयंसाहाय्यतेच्या जगातील सकारात्मकतेच्या 'पॉझिटिव्ह वाइब्ज ओन्ली' प्रकारच्या ब्रँडला तोंड देत असाल तर जगाविषयीचा हा अतिरेकी गोड-गोड, उज्ज्वल दृष्टिकोन स्वीकारणं ही खरोखरच चांगली गोष्ट आहे का, असा विचार तुमच्या मनात नक्कीच आला असेल.

तुम्ही विषारी सकारात्मकतेच्या खोलात शिरलात तर ती मुळातच मोठ्या प्रमाणात नकारात्मक असल्याचं तुम्हाला दिसून येईल. तिच्यात अनुभवांच्या बाबतीत नकार, काटछाट आणि अनधिकृतता यांचा वापर करण्याचा समावेश असतो. म्हणून सकारात्मकता स्वतः विषारी नसते, तर आपला प्रामाणिक व खरोखरचा अनुभव हा दुसराच काहीतरी असला पाहिजे यावर आपण दिलेला भर विषारी असतो. विषारी सकारात्मकता आपल्याला मुखवटा घालते. आपल्या खऱ्या भावनांची मुस्कटदाबी करते आणि हाच अनधिकृत दृष्टिकोन इतरांपर्यंतही पोहोचवते. क्रेगच्या प्रकरणात

आपण पाहिलं आहे त्याप्रमाणे अशा वेळी आपल्याला अपेक्षित असलेल्या परिणामांच्या बरोबर विरुद्ध प्रकारचे परिणाम आपल्याला मिळतात.

ग्रोस आणि लेवेन्सन यांनी सन १९७७मध्ये केलेल्या एका रोचक अभ्यासात प्रयोगातील सहभागी व्यक्तींचे दोन गट केले. त्यांनी त्यांना एक अस्वस्थ करणारा वैद्यकीय प्रक्रियांविषयीचा चित्रपट दाखवला आणि त्या वेळी त्यांच्या शारीरिक तणावाच्या प्रतिक्रियांचं निरीक्षण केलं. एका गटाला त्यांच्या भावना मोकळेपणानं व्यक्त करण्यास सांगण्यात आलं, तर दुसऱ्या गटाला, समोर काहीही चाललं असलं तरी त्यांना त्याची पर्वा वाटत नसल्याप्रमाणे वागण्यास सांगण्यात आलं. प्रत्यक्षात, पहिल्या गटाच्या तुलनेत या दुसऱ्या गटानं अधिक प्रमाणात शारीरिक उत्तेजना दाखवली. याचा अर्थ, नकारात्मक भावनांना दडपलं तर त्यामुळे प्रत्यक्षात त्या अधिक प्रबळ होतात.

माणूस हा एक क्लिष्ट प्रकारचा 'संपूर्ण' प्राणी आहे, हे यामागचं सत्य आहे. त्याच्यात चांगल्या आणि वाईट, सुष्ट आणि दुष्ट अशा दोन्ही गोष्टी व प्रवृत्ती असतात. कार्ल युंगनं एकदा असं म्हटलं होतं की, 'मी चांगला असण्यापेक्षा संपूर्ण आहे.' मानवी छायेच्या कल्पनेचा निर्माता म्हणून युंगला आपण दुर्लक्षित केलेल्या, दडपून टाकलेल्या आणि मालकी नाकारलेल्या मानसिक सामग्रीविषयी आकर्षण वाटत होतं. ही सगळी सामग्री अखेरीस जाते तरी कुठे? याचं त्याला कुतूहल वाटत होतं. क्रेगच्या प्रकरणात त्याने तिरस्कृत मानलेल्या भावना या त्याचं नैराश्य उफाळून येईपर्यंतच्या फक्त काही काळापुरत्या भूमिगत झाल्या होत्या. त्यांनी त्याला गाढ दुःखाच्या गर्तेत कोसळण्यास भाग पाडलं.

आपल्यामधील नकारात्मक भागांना आपण नाकारतो, त्यामागे अनेक कारणं असतात :

- आपण कंटाळवाणे किंवा अप्रसन्न व्यक्ती आहोत असं इतरांना वाटू नये असं आपल्याला वाटतं.
- इतरांना आपल्यामुळे दुःख व्हावं असं आपल्याला वाटत नाही.
- आपण संभ्रमित झालो होतो, गोंधळून गेलो आहोत, आपला गैरसमज झाला आहे, आपण चुकलो आहोत किंवा आपण

सदोष आहोत हे स्वीकारण्याची आपली इच्छा नसते. म्हणजे हा आपला अहंकार असतो.

- आपण घाबरलो आहोत, दुर्बल आहोत किंवा कोणत्याही प्रकारे असुरक्षित आहोत हे आपल्याला मान्य करायचं नसतं.
- एकदा आपण नकारात्मकतेचा स्वीकार केला की, ती आपलं मन भरून टाकेल आणि आपलं तिच्यावरचं नियंत्रण नाहीसं होईल, अशी आपल्याला काळजी वाटते.

शरमिंदेपणावर संशोधन करणारा प्रख्यात लेखक ब्रेने ब्राऊन याच्या मते, या नकारात्मक भावना मौन, गोपनीयता आणि निवाडा किंवा मूल्यमापन करणं या गोष्टींमध्ये रुजतात. क्रेगच्या प्रकरणात त्याची 'सकारात्मक विचारसरणी' ही अबोल, अव्यक्त नियमांच्या संचासह आलेली आहे.

मौन : तुम्ही विमनस्क झाला आहात ही गोष्ट अगदी स्वतःशीही कबूल करू नका किंवा बोलू नका. तिच्याविषयी कुठेही वाच्यता करू नका.

गोपनीयता : या अनुभवाच्या वस्तुस्थिती सगळ्यांपासूनच लपवून ठेवा, त्यामुळे त्या तुमच्या खासगी यातना होतील.

निवाडा किंवा मूल्यमापन करणं : अशा प्रकारची भावना मनात आल्यामुळे स्वतःवर कठोर टीका करा.

क्रेगनं स्वतःच्या मनात स्वतःची विशिष्ट प्रतिमा रुजवली होती आणि तिच्याविषयी त्याच्या मनात अभिमानाची भावना होती. परंतु गोपनीयरीत्या तो स्वतःला असं सांगत होता की, 'माझ्या मनात संपूर्ण विषारी आणि नकारात्मक भावनांचा किती प्रचंड गोंधळ निर्माण झाला आहे आणि मी किती नकलीपणानं आणि बनावटपणे वागत आहे हे त्यांना समजलं तर ते मला नक्कीच सोडून देतील.' तुम्हीही स्वतःला यासारखं काही सांगितलं आहे का? इतर लोक आपल्याला नाकारतील या भीतीपोटी तुमच्या खऱ्या भावना तुम्हाला खरोखरच कधीही व्यक्त करता आलेल्या नाहीत का? हे लक्षात घ्या की, हे तुम्ही आधीच तुमचं स्वतःचं केलेलं मूल्यमापन असतं किंवा तुम्हीच तुमचा केलेला निवाडा असतो.

आपला सकारात्मक आणि नकारात्मक अशा कोणत्याही स्वरूपाचा संपूर्ण खरा अनुभव नाकारण्याची किंमत आपल्याला खूपच मोठ्या प्रमाणात चुकती करावी लागते. आपण अनधिकृतपणे जगतो आणि आपल्याला खरोखरच काय हवं असतं, आपण खरोखरच काय विचार करतो आणि आपल्याला काय वाटतं याच्याशी आपला संपर्क पूर्णपणे तुटतो. म्हणजेच आपण खरोखरचे जे कोणी असतो, त्या आपल्या स्वतःशीच आपला संपर्क तुटतो. आपल्याला इतरांपासून तुटल्यासारखं, वेगळं पडल्यासारखं वाटतं. मनात खरोखरची असुरक्षितता असताना आपण मोकळेपणानं वागू शकत नाही, त्यामुळे आपल्या शरमिंदेपणाच्या भावनेत आपण अगदीच एकाकी असतो.

आणखी काय सांगावं, आपण हा दृष्टिकोन इतरांपर्यंतही पोहोचवतो. आपण इतरांना सांगतो की,

'आनंदी विचारांचा विचार करा.' पण ते प्रत्यक्षात असं ऐकतात की : 'तुम्ही जर बनावटपणे कायमच आनंदी व्यक्ती असल्याचं ढोंग करत राहिलात, तरच तुम्ही माझ्या संपर्कात, माझ्याभोवती राहू शकाल.' काहीही झालं तरी तुम्हाला जर तुमच्या स्वतःच्या नकारात्मक भावना सहन होत नसतील तर त्यांच्या नकारात्मक भावना तुम्ही काळजीपूर्वक आणि युक्तीनं हाताळू शकाल यावर इतर कोणी कसा काय विश्वास ठेवू शकेल? अखेरीस, अशा प्रकारे आपण अधिक अप्रामाणिकपणाला आकर्षित करतो. आपलं जग वाढत्या प्रमाणात काळजीपूर्वक निवडलेलं, सजवलेलं आणि नियंत्रित होतं. ते आनंदी 'दिसतं,' पण प्रत्यक्षात आपल्याला जीवनात अधिकाधिक निरर्थकता आणि पोकळी जाणवत राहते.

आधीच्या प्रकरणांमध्ये आपण विकृत, रोगट आणि आत्मपराभूत स्वरूपाचे विचार शोधण्यावर आणि त्यांना मुळापासून उखडून फेकण्यावर भरपूर काम केलं आहे. परंतु याचा अर्थ, सारं काही खूपच छान आहे, तुमच्या मनात येईल ती प्रत्येक गोष्ट तुम्ही करू शकता आणि तुम्ही म्हणजे आठवड्यातील सातही दिवस चोवीस तास आनंदोल्लासानं आणि उत्साहानं भरून गेलेली व्यक्ती आहात असं सहजपणे समजून तुम्ही या विचारांच्या सगळ्या विरुद्ध विचारांना खुडून बाजूला काढलं पाहिजे, असा नाही. कोणत्याही परिस्थितीत, लंबकाला झोका घेऊन एकाच दिशेला खूपच लांब अंतरापर्यंत पोहोचू देणं बरोबर नाही.

चांगलं विरुद्ध संपूर्ण

अंधाऱ्या आणि प्रकाशमय अशा दोन्ही बाजूंसह आपलं संपूर्ण स्वत्व स्वीकारणारी व्यक्ती होणं हे तुमचं उद्दिष्ट असलं पाहिजे.

याकरिता जे असेल ते स्वीकारण्याची परिपक्वता असावी लागते. त्या गोष्टी अपरिपूर्ण, सदोष, अस्वस्थ करणाऱ्या किंवा मनाचा गोंधळ उडवणाऱ्या असल्या तरीही त्यांचा स्वीकार केला पाहिजे. कोणतीही व्यक्ती शंभर टक्के असुरक्षित किंवा दुबळी नसते. जीवनाच्या धाग्यांमध्येच नकारात्मकतेची उभारणी होते. नकारात्मकता नसेल तर आपल्याला कृतज्ञता म्हणजे काय ते समजणार नाही. आपल्यात सुधारणा घडवून आणण्यासाठी आपल्याला आव्हान मिळणार नाही. आपल्या वर्तनाच्या नैसर्गिक परिणामांना आपण कधीही तोंड देऊ शकणार नाही. सगळ्या निवडी आपल्यासाठी चांगल्या नसतात, या वस्तुस्थितीला आपण कधीही सामोरे जाऊ शकणार नाही. आपण मर्त्य आहोत. आपण दुखावले जातो. आपण चुका करू शकतो. काही वेळा तर आपण 'वाईट व्यक्तीही' असतो.

या सगळ्यांचा स्वीकार करणं याचा अर्थ नकारात्मक विचार करणं असा होत नाही. या सगळ्याला नकार देणं आणि आपण फक्त सकारात्मकच आहोत असा विचार करणं ही गोष्ट आपला चांगल्या व वाईट गोष्टींसह आपल्या संपूर्णत्वाचा स्वीकार करण्याहूनही अधिक नकारात्मक असते.

ज्या वेळी विषारी सकारात्मकता शिगेला पोहोचलेली असते, त्या वेळी सर्वसामान्यपणे पुढे दिलेल्या भावना आढळतात. तुम्ही स्वतःसाठी किंवा इतरांसाठी असे वाक्प्रयोग वापरता का याचा विचार करा. जर तसं असेल तर या विचारांमध्ये तुमच्या खरोखरच्या, संपूर्ण अनुभवाला स्थान मिळवून देण्यासाठी पुढे दिल्याप्रमाणे प्रश्न विचारून किंवा विधानं करून स्वतःलाच आव्हान द्या :

> *'सकारात्मक राहा.'* – 'तुला नेमकं कसं वाटतंय? आता तुला नेमका कसा अनुभव येतोय? मी कोणताही निवाडा न करता ऐकतोय.'
>
> *'अपयश हा पर्याय नाही.'* – 'अपयशातून शिकायचं असतं. तो जीवनाचा एक भाग आहे.'

'सगळं ठीक होईल.' – 'तुझ्या बाबतीत अगदी आता नेमकं काय घडतंय?'

'प्रत्येक ढगाला रुपेरी कडा असते/प्रत्येक गोष्ट घडण्यामागे काहीतरी कारण असतं – काही वेळा वाईट गोष्टी घडतात.' आपल्याला पाठबळ मिळालं आहे असं वाटण्यासाठी तुम्हाला कशाची गरज असते?

'तुला ते समजलंय.' – 'काहीही झालं तरी मी तुला पाठबळ देण्यासाठी इथे आहेच. तुला अडचण आली तर दयाळूपणा आणि पाठबळ मिळालंच पाहिजे.'

'फक्त चांगल्या मनोभावाचा अनुभव आला पाहिजे (गुड व्हाइब्ज ओन्ली)' – प्राचीन रोमन नाटककार टेरेन्सनं ही गोष्ट उत्तम प्रकारे मांडली आहे. तो लिहितो : 'होमो सम, ह्युमनी निहिल अ मी ॲलिएनम पुटो.' याचा अर्थ असा आहे : 'मी माणूस आहे आणि कोणताही माणूस माझ्याहून वेगळा आहे किंवा मला परका आहे असं मला वाटत नाही. दुसऱ्या शब्दांत, सगळ्या मनोभावांना व्यक्त होण्याची मुभा आहे, कारण ते सगळेच मनोभाव, त्या सगळ्याच भावना या मानवी अनुभवाच्या समृद्ध त्रिमितीय कापडाचा अविभाज्य भाग असतात.'

स्वतःला सातत्यानं आठवण करून देत राहा की, विषारी सकारात्मकतेमुळे कसलाच लाभ होत नाही. तिच्यामुळे जीवन अधिक सोपं आणि सुसह्य होत नाही. ती अधिक अनुकूल फलितं मिळवून देण्याची हमी देत नाही. जीवनाच्या सगळ्या अस्ताव्यस्त, गोंधळाच्या आणि अस्वस्थ, गैरसोयीच्या भागांमधून सहजपणे पुढे जाण्याकरिता ती तुम्हाला कोणत्याही प्रकारचा 'चिट कोड' (जिंकण्यासाठीचा बनावट संकेतांक) देत नाही. खरं तर ती काही करत असलीच तर, जीवनातील कष्टप्रद भाग सहन करणं अधिक अवघड करते. सजग जाणिवेतून आपण जे काही बाहेर काढतो, ते नाहीसं होत नाही. ते फक्त इतरत्र कुठेतरी कटुता निर्माण करतं. जिथे त्याच्यावर प्रक्रिया करण्यासाठी आपल्या समरसतापूर्ण जाणिवेचा लाभ आपण त्याला मिळवून देऊ शकत नाही, अशा कुठेतरी ते चिघळल्यासारखं बाहेर पडतं. अशा प्रकारे ज्या नकारात्मकतेचा आपण स्वीकार करत नाही तिला

आपल्याला काहीही शिकवण्याची किंवा कोणत्याही मार्गानं आपली जीवनं समृद्ध करण्याची संधीच मिळत नाही. यात काय सकारात्मक आहे?

विषारी सकारात्मकतेला सोडून देणं

पायरी १ : अस्वस्थतेशी मैत्री करा

विषारी सकारात्मकता हा समस्येतून तातडीनं बाहेर पडण्याचा आणि दिलासा मिळवण्याचा एक सोपा मार्ग आहे, असं अगदी प्रथमदर्शनी वाटतं. तुमच्या अस्वस्थतेशी थेट मुकाबला करण्यासाठी धैर्य आणि प्रामाणिकपणा लागतो. तुम्ही स्वतःला दिलासा देण्यास, तुमचं म्हणणं नाकारण्यास, अमान्य करण्यास किंवा नकारात्मक भावना शांत करण्यास, आतुर झाला असाल तर, थांबा आणि तुम्ही काय करत आहात ते लक्षपूर्वक पहा. त्याऐवजी तुमच्या अप्रसन्न भावनेबरोबर 'मित्रत्वानं बसण्याचा' प्रयत्न करा. म्हणजेच तुमची अप्रिय भावना सहजपणे सहन करण्याचा प्रयत्न करा. तिला नष्ट करण्याचा, तिच्यात सुधारणा करण्याचा, तिला कमजोर करण्याचा किंवा तिच्यावर विजय प्राप्त करण्याचा प्रयत्न करू नका, पण तिला बळीही पडू नका. फक्त तिच्या शेजारी बसून राहा. (तटस्थपणे तिच्याकडे पहा.) तुमच्या भावनेला नाव द्या आणि मग तिला सोडून द्या. तुमचं मन तिच्यापासून सुटका करून घेण्यासाठी सगळीकडे कसं धावत सुटलेलं आहे त्याचं निरीक्षण करा आणि त्याला पुन्हा वर्तमानकाळात घेऊन या आणि वास्तवाच्या सत्यापर्यंत आणा.

'मी दुःखी आहे. माझ्या ....(मृत नातेवाइकाचं नाव टाका)च्या मृत्यूमुळे मला खूप खूप अगदी मनापासून वाईट वाटतंय. मी खूपच गोंधळून गेलोय आणि दुखावला गेलोय,' असा विचार करा. त्यानंतर त्या भावनेचं मूल्यमापन किंवा तिचा निवाडा करू नका. तिचं विश्लेषण करू नका किंवा जे समोर आलं असेल त्यात सुधारणा करण्याचा प्रयत्नही करू नका. फक्त ती भावना जशी असेल तशी तिला सोडून द्या.

पायरी २ : संयम बाळगा

विषारी सकारात्मकता ही एक झटपट उपाययोजना आणि तत्काळ दिलासा मिळवून देणारी गोष्ट असल्यासारखं वाटतं. पण तुमच्या भावनांवर काम

करण्यास वेळ लागतो. घाई करू नका आणि झटपट आनंदी उपाययोजना शोधण्याचा अतिरेकी प्रयत्न करू नका. अवघड भागांना सोडून देऊन सुखद अखेरीपर्यंत पोहोचण्याचा प्रयत्न करू नका, कारण या अवघड भागांमध्येच तुम्हाला आवश्यक धडे शिकता येतात आणि प्रगती करून घेता येते. परिपक्व झाल्यावरच बीज रुजतं. जखमा शक्य तितक्या लवकर भरून येतात, पण त्याकरिता लागणारा आवश्यक वेळ त्या घेतातच. त्याप्रमाणेच भावनाही येतात आणि जातातही, पण त्यांच्या ठरलेल्या वेळापत्रकाप्रमाणेच त्या येतात आणि जातात. तिथे घाई करून चालणार नाही. त्यांना सोईस्कर मार्ग मिळवून देणं हे आपलं कर्तव्य असल्याप्रमाणे वागा. पण त्यांना धरून ठेवू नका किंवा त्यांना झटपट घालवून देण्याचा प्रयत्नही करू नका.

'अगदी आता मी दुःखी आहे. मला उद्या कसं वाटेल ते मला माहीत नाही. ही गोष्ट कायम अशीच टिकून राहणार नाही हे मला माहीत आहे, परंतु ती जितका काळ टिकणं आवश्यक आहे तितका काळ तिला टिकून राहू देण्याची माझी इच्छा आहे,' असं स्वतःला सांगा.

पायरी ३ : उत्पादक आणि अनुत्पादक नकारात्मकतेत फरक करा

सकारात्मकता आणि नकारात्मकता यांच्यामध्ये समतोल साधणं ही क्लिष्ट गोष्ट नाही. जर सकारात्मकतेची नकारात्मक बाजू असेल, तर नकारात्मकतेचीही सकारात्मक बाजू असते. तुम्ही या सगळ्या गोष्टींची उत्पादकता आणि उपयुक्तता यांच्या संदर्भात रचना करून या दोहोंमधून तुमचा मार्ग काढू शकता :

उत्पादक नकारात्मकता – ज्या भावनेचं मूल्यमापन केलेलं नसतं किंवा तिच्याविषयीचं आपलं मत मांडलेलं नसतं, जिच्याविषयी शरमिंदेपणा बाळगला जात नाही किंवा जिला विरोध केला जात नाही, ती विशुद्ध, प्रामाणिक नकारात्मक भावना असतो. जी नकारात्मकता अंतर्दृष्टी, अध्ययन किंवा धडे, लवचिकता अगर प्रेरणादायक कृती यांना उत्तेजन देते ती उत्पादक नकारात्मकता असते.

अनुत्पादक नकारात्मकता – ही दुय्यम प्रकारची नकारात्मकता आहे. ती प्रामाणिक भावनेभोवती उगम पावते आणि तिला कोणताही लाभ मिळवून

न देता दीर्घ काळ टिकवून ठेवते व तिची कटुता वाढवते. पर्यायांना मर्यादा घालणारी, कृतीला प्रतिबंध करणारी आणि निष्क्रियता, नैराश्य व कार्यक्षमतेची हानी करण्याकडे नेणारी नकारात्मकता असं हिचं वर्णन करता येतं.

आता पुन्हा एकदा क्रेगच्या उदाहरणाकडे वळू या. त्याला दुसऱ्यांदा नैराश्याचा मोठा झटका आल्यावर तो असं विचारू शकतो की, हा झटका उत्पादक स्वरूपाचा आहे की अनुत्पादक स्वरूपाचा आहे? त्याला आपल्या मनात त्या वेळी प्रत्यक्षात दोन भावना निर्माण झाल्याचं दिसेल. पहिली भावना ही दुःखाची असेल आणि दुसरी भावना ही शरमिंदेपणा, संताप आणि त्रस्तता यांची संमिश्र भावना असेल. दुय्यम भावना कुठेही जाताना दिसणार नाहीत, उलटपक्षी, त्या त्याला अधिक वाईट वाटून घ्यायला लावत असल्याचं दिसेल. परंतु ज्या वेळी तो प्राथमिक भावनेवर लक्ष केंद्रित करेले, त्या वेळी सुरुवातीचं दुःख त्याला दुखावेल, घायाळ करेल, त्याला वाईट वाटून घ्यायला लावेल. परंतु जर त्याने त्या भावनेचा कोणताच निवाडा केला नाही किंवा कसलंच मूल्यमापन केलं नाही आणि तिच्याविषयी शरमिंदेपणा बाळगला नाही तर तिच्यामुळे आपल्याला जितकं वाईट वाटेल असं त्याला आधी वाटलेलं असतं, तितकं वाईट वाटत नसल्याचं त्याला दिसेल.

खरं तर एकदा आपल्याला जे वाटतंय ते त्याने पूर्ण स्वीकारलं की, त्याला जे वाटत असतं ते फार काळ टिकत नाही हे त्याच्या लक्षात येईल आणि त्याला आश्चर्य वाटेल. त्याच्या दुःखाला त्याने एकदा स्वीकारलं की, ते त्याला प्रत्यक्षात नवीन, वेगळ्या गोष्टींकडे घेऊन जाईल. त्याला प्रामाणिकपणे जसं वाटत असेल त्या अवस्थेत त्या भावनेसोबत बसून त्याने काही आठवडे घालवले की, त्याच्या मनात आणखी काहीतरी ढवळत असल्यासारखं त्याच्या लक्षात येईल. त्याच्या मनात कसलीतरी हालचाल सुरू असल्याचं त्याला जाणवेल. आपल्या बहिणीची आठवण राहावी असं काहीतरी करण्याची इच्छा त्याच्या मनात निर्माण झाली असेल. अद्यापही तो सारं काही ठीक असल्याची बतावणी करत असेल तर त्याने स्वप्नातही कधी कल्पना केली नसेल अशी कुठली तरी गोष्ट केली पाहिजे, असं त्याला वाटेल.

विषारी सकारात्मकतेला सोडून देण्यास शिकणाऱ्या अनेक लोकांप्रमाणे क्रेगच्या हे लक्षात येईल की, आनंदीपणा किंवा आनंदी असल्याचं दाखवणं

ही नैराश्यावरची उपाययोजना नाही, तर प्रामाणिक दुःखीपणा किंवा प्रामाणिकपणे दुःखाचा स्वीकार करणं ही यावरची खरी उपाययोजना आहे. विषारी सकारात्मकतेचा काहीच उपयोग होत नाही. त्याप्रमाणेच साचलेल्या नैराश्याचा आणि उदासपणाचाही काहीही उपयोग नसतो. त्याऐवजी तो या दोहोंच्या मधला मार्ग शोधेल. तो जे असेल त्याचा स्वीकार करेल. त्यामुळे त्यावर प्रक्रिया करून त्याला सोडून देणं त्याला शक्य होईल.

पायरी क्र. ४ : आपल्या मूल्यांशी पुन्हा एकदा जोडले जाऊन समस्या सोडवणुकीकडे वळा

आपल्याला लाभ मिळवून देण्याकरिताच भावना अस्तित्वात असतात. त्या काही कारणामुळे निर्माण होतात. आपल्याला सुरक्षित ठेवण्यासाठी, आपल्याला लोकांशी व जीवनाशी संलग्न करण्यासाठी आणि अर्थपूर्ण जीवन जगू देण्यासाठी त्या निर्माण होतात. आपली ऐकण्याची इच्छा असेल तर, अगदी भयानक, वाईट, गैरसोयीच्या किंवा लज्जास्पद अशा सगळ्या भावना आपल्याला काही ना काही शिकवतात. जीवनात कधीही फक्त जगण्यासाठी म्हणून दुःख भोगण्याची गरज नसते. त्याऐवजी तुम्ही माणूस आहात आणि तुमच्या अनुभवांमधून अर्थ आणि उद्दिष्ट यांचा शोध घेणं हे काम तुमच्यावर सोपवण्यात आलं आहे. तुमची मूल्यं आणि तत्त्वं यांना तुम्ही नेहमीच जागृत ठेवलं, त्यांचं स्मरण ठेवलं तर आपल्या दुःखांना तुम्ही अर्थ देऊ शकाल आणि त्यांना एक उद्दिष्ट देऊन एखाद्या सुंदर अभिव्यक्तीत रूपांतरित करू शकाल.

तुम्ही हे स्वीकारलं आणि अस्वस्थ करणाऱ्या भावनांबरोबर शांतपणे बसून राहिलात की, त्यांच्यातील छुप्या कृपाशीर्वादाचा शोध घ्या. 'प्रत्येक गोष्ट ही कोणत्या ना कोणत्या कारणामुळेच घडते,' या दृष्टिकोनातून नव्हे, तर तुमच्या मार्गात आलेल्या प्रत्येक गोष्टीतून तुम्ही अतिशय औदार्यपूर्वक काहीतरी उत्तम निर्माण करू शकता असा दृष्टिकोन बाळगून हे करा. तुमच्या मूल्यांशी तुमच्या अनुभवांची तुलना करा. उदाहरणार्थ, स्वातंत्र्य आणि स्वायत्तता ही तुमची मूल्यं असतील तर, घाबरगुंडी उडवणाऱ्या कर्करोगाच्या भीतीला तुम्हाला परस्परावलंबित्वाचं व मदत मागण्याच्या शक्तीचं मूल्य शिकवण्याची मुभा द्या. दुसरीकडे, तुम्हाला असं आढळेल की, तुमच्या व्यक्तिनिष्ठ सीमांचा भंग करत असलेल्या एखाद्या व्यक्तीकडून येत असलेल्या

नकारात्मक अनुभवांमुळे तुम्हाला त्याआधी कधीही जी मूल्यं आपल्याकडे आहेत याचा पत्ताच लागला नव्हता, ती मूल्यं तुमच्याकडे असल्यावर शिक्कामोर्तब झालं आहे. आत्मसन्मान आणि स्वमूल्य या संदर्भातील तत्त्वं तुमच्याकडे असल्याचं तुम्हाला समजेल.

जोपर्यंत तुम्ही नकारात्मक भावनांचा संपूर्ण अनुभव घेत नाही, त्यांची पूर्ण जाणीव करून घेत नाही, तोपर्यंत नकारात्मक भावनांमधून काही शिकण्याची प्रेरणा तुम्हाला मिळणार नाही आणि त्यांच्याकडून तुम्ही काहीही शिकणार नाही. दुःखद भागातून सुटका करून घेऊन त्यांच्यात दडलेल्या कृपाशीर्वादाच्या भागाकडे तुम्ही घाईघाईनं जाऊ शकत नाही. मुळातच पहिल्यांदा नकारात्मक भावना सहन केल्यावरच तुम्हाला त्यात दडलेले कृपेचे, आशीर्वादाचे भाग दिसू लागतात. उदाहरणार्थ, बौद्धिक प्रभुत्व, सत्य आणि आध्यात्मिक विकास या गोष्टींना क्रेग महत्त्व देतो. परंतु जर त्याने खरोखरच्या भावनांचा स्वीकार केला तर त्या त्याला काही गोष्टी शिकवतील. यातला औपरोधिक भाग असा आहे की, काही वेळा मागे जाणं हा पुढे जाण्याचा उत्तम मार्ग असतो. त्याप्रमाणेच जीवन कसं असलं पाहिजे याविषयीची तुमच्या अहंकाराची कल्पना सोडून देण्याची इच्छा असणं हा वाढ व विकास करून घेण्याचा उत्तम मार्ग असतो. क्रेगनं आपल्या भावनांचा स्वीकार केला तर त्या त्याला या गोष्टी कुठली ना कुठली शिकवण देतील.

तुमची वैयक्तिक मूल्यं आणि आत्यंतिक प्रिय म्हणून तुम्ही हृदयाशी कवटाळून धरलेली तत्त्वं ओळखा. त्यानंतर तुम्हाला कृती करण्यासाठी आणि समस्या सोडवण्यासाठी त्यांना स्फूर्ती देऊ द्या. जर तुम्ही अवघड परिस्थितींमधून जात असाल तर, तुमचं जीवन कशामुळे अर्थपूर्ण होतं त्याची स्वतःला आठवण करून द्या. त्यानंतर तुम्हाला जे वाटतं त्याला तुमच्या दृष्टीनं महत्त्वाच्या असलेल्या गोष्टीच्या अधिक जवळ आणण्यासाठी कृती करा. उदाहरणार्थ, तुमच्या भूतकाळाविषयी तुम्हाला वाटत असलेल्या सखोल पश्चात्तापाला तुम्हाला तोंड द्यावं लागेल. परंतु त्या वेळी स्वतःला याची आठवण करून द्या की, तुम्ही आज जे कोणी आहात तेही तुम्हाला महत्त्वाचं वाटत आहे. भूतकालीन अनुभवांमुळे तुम्ही आज जी कोणी व्यक्ती आहात ती झाला असाल. तुम्ही आज जी व्यक्ती आहात तशी व्यक्ती होणं ही तुमच्या दृष्टीनं महत्त्वाची गोष्ट आहे, याची स्वतःला आठवण करून द्या. कृती करा आणि

स्वतःला माफ करून टाका. उद्या आपल्याला पश्चात्ताप करावा लागेल अशा प्रकारे आज आपण वागणार नाही अशी मनाशी शपथ घेऊन टाका.

तुमच्या मूल्यांना अधिक बारकाईनं समजून घेण्याचा आणि जीवनात त्यांना कृतीत उतरवण्याचा मार्ग म्हणून नकारात्मक भावनांचा विचार करा. स्वतःला विचारा : 'आज मी ज्या गोष्टींना महत्त्व देतो त्याच गोष्टींना महत्त्व देणाऱ्या व्यक्तीला आज मला येत असलेला अनुभवच आला असता, तर त्या वेळी तिने काय केलं असतं?'

प्रामाणिकपणे अधिक चांगल्या भावनेची जाणीव करून घेण्याचा एक फारसा प्रशंसा न झालेला मार्ग

विषारी सकारात्मकता ही खरोखरच चांगल्या भावनांची जाणीव करून घेण्याशी संबंधित नाही. ती आपल्या मनात चांगल्या भावना जाणवल्या पाहिजेत, या इच्छेशी अधिक संबंधित आहे. खरं तर सकारात्मक भावनाच आल्या पाहिजेत अशी अपेक्षा आणि त्यांच्यावर आपला अधिकारच आहे असं समजणं याच्याशी त्या निगडित आहेत. या अवास्तव अपेक्षेमुळेच खरोखरच्या जीवनाला सामोरं जाणं अधिक आवडेनासं, अप्रिय होतं. अशा अवास्तव अपेक्षा नसत्या तर ते अधिक सोपं झालं असतं. आयुष्य कसं असलं पाहिजे याविषयीचे आपले काही दृष्टिकोन असतील, त्या संदर्भातील आपली काही ध्येयं असतील तर (तुम्हाला विकृत विचारसरणी म्हणजे काय हे माहीत आहे ना?) अगदी सर्वसामान्य आणि तटस्थ घटना नकारात्मक नसल्या तरीही आपण त्यांना 'नकारात्मक' घटना असं लेबल लावण्याची शक्यता असते. त्याचं कारण एकच असतं. ते म्हणजे सकारात्मक गोष्टी कशा दिसल्या पाहिजेत याविषयीच्या आपल्या मनातील कृत्रिम प्रतिमेशी त्या जुळत नाहीत. म्हणून नेहमीच्या सर्वसामान्य दिवसाप्रमाणेच एखाद्या दिवशी सकाळी आपण उठतो. परंतु आपल्याला व्यवस्थित चैतन्यशील आणि उत्साही असल्यासारखं वाटत नाही. आपलं काम आपल्यात जोश व चेतना निर्माण करत नाही आणि आपल्या जोडीदाराबरोबरच्या प्रणयात आपल्याला अपेक्षित आनंद मिळत नाही, त्यामुळे आपण काहीतरी चुकीचं घडलं आहे असं समजतो.

विषारी सकारात्मकतेत एक प्रकारचे दुर्दैवी दुष्प्रभाव असतात. तिच्यामुळे आपण कृतघ्न होतो. आपल्या अंतर्यामी, आपल्या मनात कमालीचं समाधान असलं पाहिजे आणि आपलं जीवन अतिशय आरामदायक असावं अशी आपली कल्पना असेल आणि आपण सतत आपल्या या कल्पनेतील जीवनाशी आपल्या वास्तव जीवनाची तुलना करत असू, तर आपण कायमच असंतुष्ट राहण्याची शक्यता असते. तुम्हाला खरोखरच समाधानात राहायचं असेल आणि अगदी आता या क्षणी (तुमच्या सगळ्या समस्या दूर झाल्यानंतर नव्हे) आनंदाच्या भावनेची जाणीव करून घ्यायची असेल, तर तुमच्याकडे जे काही असेल त्यावर कृतज्ञतापूर्वक लक्ष एकवटण्याचा प्रयत्न करा.

ही गोष्ट करणं खूपच सोपं आहे असं वाटत असलं तरी ते केल्यामुळे आपलं काम होतं. रोज सकाळी तुम्हाला कृतज्ञता वाटत असलेल्या पाच गोष्टींची यादी करून सकाळची सुरुवात करा. काही वेळा आपल्याकडे आधीच खूपच छान आणि सकारात्मक आयुष्यं असतात. फक्त आपल्याला लाभलेल्या कृपाशीर्वादाची जाणीव आपल्याला उरलेली नसते. आपण त्यांच्याविषयी उदासीन होतो आणि आपल्याला त्यांची फारशी किंमत वाटत नसते. प्रत्यक्षात विलक्षण भेटवस्तू असलेल्या परंतु आता तुम्हाला 'सर्वसामान्य' वाटत असलेल्या अशा तुमच्या आयुष्यातील पाच गोष्टींचा तुम्ही अगदी आता विचार करू शकता का?

भावनिक नियमन

आपल्याला अधिक चांगल्या प्रकारे नकारात्मक आणि विकृत विचारसरणी ओळखता येऊ लागली आणि अवास्तव, बेगडी सकारात्मक विचारसरणीच्या विरोधात आपलं संरक्षण करण्यास आपण शिकलो की, सकारात्मक आणि नकारात्मक या गोष्टींच्या पलीकडे जाणारं एक कौशल्य आपण विकसित करू लागल्याचं आपल्या लक्षात येतं. यालाच भावनिक नियमन असं म्हणतात.

ज्या वेळी आपण भावनिक नियमन करण्यास सक्षम होतो, त्या वेळी आपल्यासमोर सातत्यानं उलगडत असलेल्या आपल्या स्वतःच्या भावनिक अनुभवांविषयी आपण जागरूक होतो आणि त्यांच्यावर प्रभुत्व मिळवण्यास सक्षम होतो. आपण विनाशकारी किंवा विकृत विचारसरणीत गुंतण्यास

नकार देतो. त्याच वेळी नकारात्मक भावनांमधून आपण कोणती चांगली गोष्ट मिळवू शकतो, असा प्रश्न स्वतःला विचारून नकारात्मक भावनांना कधी व कशा सहन करायचं आणि कधी व कसं पकडून ठेवायचं म्हणजेच धारण करायचं तेही आपण शिकतो. शिवाय, आपल्याला कधी शांतता, समाधान, हर्षोल्लास, आशा या भावना जाणवतात तेही आपल्याला समजतं. त्याबरोबरच या भावना निर्माण झाल्या की, त्यांची कशी रुजवणूक करावी आणि आनंद घ्यावा याचीही आपल्याला जाणीव होते.

संतापाच्या भावनेचा विचार करा.

संताप किंवा राग ही सकारात्मक भावना आहे की नकारात्मक भावना आहे? असो, कारण ही गोष्ट त्या त्या परिस्थितीवर आणि इतर काही घटकांवर अवलंबून असते.

तुम्ही कार्यालयात काम करत असता आणि एखाद्या संतापजनक ग्राहकाला हाताळत असता. तुम्हाला मोकळेपणानं तुमचा राग व्यक्त करता येत नाही किंवा त्याला आपल्या मनावर पकड मिळवू देता येत नाही. त्याऐवजी, तुम्हाला संतापाची दखल घेऊन त्याला बळी न पडण्याची निवड करावी लागते. तुम्हाला शक्य असेल तितक्या प्रमाणात व्यावसायिकपणे वागावंच लागतं.

परंतु तुमच्या वैयक्तिक जीवनात जर कोणी तुमचा अपमान केला आणि आपली सीमा ओलांडण्याचा प्रयत्न केला तर या वेळीही तुम्हाला राग येतो. पण आता आपला काही राग व्यक्त करणं ही उचित गोष्ट असू शकतं, कारण अशा वेळी तुम्ही आपल्या आणि समोरच्या व्यक्तीच्या मर्यादा काय आहेत ते तिला दाखवून देता. तुमचा स्वाभिमान जपता आणि समोरच्या व्यक्तीला माघार घ्यायला लावू शकता.

आता या दोन्ही परिस्थितींमध्ये संतापणं ही सर्वसामान्य आणि नैसर्गिक भावना आहे. मात्र, तरीही दुसऱ्या परिस्थितीच्या तुलनेत पहिल्या परिस्थितीत संतापाची भावना व्यक्त करणं फारसं उपयुक्त नाही. या दोन्ही परिस्थितींमध्ये उच्चतर जाणीव तुमच्या मनावर नियंत्रण ठेवते आणि तुम्हाला विचारते, 'मला काय वाटतंय? का? अशी भावना निर्माण होण्याचं कारण काय आहे आणि मी तिच्यावर कृती केली तर तिचे परिणाम काय होतील? इथे मला काय मिळवायचं आहे? या भावनेला तशीच निघून जाण्यास मी कशी काय मदत करू शकेन?'

हा भावनिक आत्मनियमनाचा आवाज आहे. इथे 'चांगल्या भावनांना उत्तेजन देणं आणि वाईट भावनांना दडपून टाकणं आणि अशा प्रकारे या दोन्ही भावनांचं नियमन करणं', असा प्रकार केला जात नाही. ही भावनेवरील प्रतिक्रियात्मक भावना (मेटॅ इमोशन) आहे. ही मेटॅ इमोशन तुम्हाला भावनिक अवस्थेची जाणीव करून घेण्याची, तिच्यावर नियंत्रण ठेवण्याची आणि या संदर्भात तुम्हाला अर्थपूर्ण वाटेल अशी कृती करण्याची मुभा देते.

म्हणून कोणत्या गोष्टी एखाद्या भावनेला सकारात्मक किंवा नकारात्मक ठरवतात हे पुढील गोष्टींच्या मिश्रणावर अवलंबून असतं :

१. आपली स्वतःची उद्दिष्टं
२. आपला संदर्भ
३. आपण ज्यांच्या आधारे जगतो ती मूल्यं आणि तत्त्वं

जर आपल्यावर आपलं नियंत्रण नसेल, आपण जागरूक नसू, आपल्या मूल्यांची आणि तत्त्वांची आपल्याला जाणीव नसेल आणि आपल्या उद्दिष्टांना व मूल्यांना महत्त्व देऊन आपण कृती करत नसू तर, आपल्याला अगदी सकारात्मक भावनांची जाणीव झाली तरीही आपण खऱ्या अर्थानं आत्मनियमनावर प्रभुत्व मिळवलं आहे असं म्हणता येणार नाही.

सगळ्यात पहिल्यांदा आवश्यक असलेली गोष्ट अशी आहे की – भावनिक नियमन म्हणजे भावनांची दडपणूक, विषारी सकारात्मकता किंवा तुम्हाला खरोखरच कसं वाटतं त्याकडे दुर्लक्ष करणं नव्हे. त्याउलट, काही गोष्टींची जाणीवपूर्वक निवड करणं म्हणजे भावनिक नियमन होय. या गोष्टी अशा :

- आपण कोणत्या भावनांकडे लक्ष देऊन त्यांना उत्तेजन देणार आहोत?
- त्या आपल्या मनात कधी निर्माण होतात?
- आपण त्यांना बाह्यतः कशा प्रकारे व्यक्त करतो?
- आपण अंतर्गतरीत्या त्यांचा कसा अनुभव घेतो?

मला भावना जाणवतात की नाही, याचं उत्तर शोधणं असा पर्याय इथे असूच शकत नाही याची नोंद घ्या. आपल्याला सर्वांनाच त्या जाणवतात. भावना हे जीवनाचं वास्तव आहे. परंतु आपण त्या केव्हा, कुठे आणि कशा प्रकारे व्यक्त करतो यावर मोठ्या प्रमाणात नियंत्रण ठेवणं शक्य असतं. आपली उद्दिष्टं आणि मूल्यं लक्षात घेऊन आपण वर दिलेल्या सगळ्या गोष्टींची निवड करू शकतो. उदाहरणार्थ :

> वाढदिवसाची अतिशय खराब भेटवस्तू मिळाल्यावर : 'मी लगेच निराशा व्यक्त न करण्याचं ठरवलं, कारण त्या व्यक्तीबरोबरची मैत्री मला महत्त्वाची वाटते. त्यामुळे मला त्याच्या भावना दुखावण्याची इच्छा नाही.'
>
> नोकरीच्या महत्त्वाच्या मुलाखतीला जाण्याआधी : 'मी आत्मविश्वासाच्या आणि उत्साहाच्या भावनांना मोठ्या प्रमाणात उत्तेजन देण्याचं काम करतो. असं केल्यामुळे माझी मुलाखत घेणाऱ्यावर मी माझी छाप पाडू शकतो, कारण मला कामावर घेतलं जावं हे माझं उद्दिष्ट असतं.'
>
> रविवारी सकाळी माझी रोजनिशी लिहिण्यासाठी मी काही वेळ एकटा बसलेला असताना : 'माझ्या मनातील दुःखाची भावना लगेच तिथल्या तिथे व्यक्त करायला मला आवडतं, कारण मला त्या भावनांवर प्रक्रिया करून त्यांना सोडून द्यायचं असतं आणि व्यक्ती म्हणून माझा विकास करून घ्यायचा असतो.'

उद्दिष्टं आणि मूल्यं एक चौकट पुरवतात. आपल्या जागरूकतेसह व जाणिवेसह आपल्या भावनात्मक प्रतिसादाची तीव्रता, गुणवत्ता आणि कालावधी ठरवण्यास ती आपल्याला मदत करतात. म्हणून आपल्याला असं दिसतं की, क्रेग हा विषारी सकारात्मकतेच्या तावडीत सापडला होता. त्यामुळे तो स्वतःशी आणि इतरांशी भावनिकदृष्ट्या अप्रामाणिकपणे वागत होता. परंतु त्याऐवजी त्याने भावनिक नियमन दर्शवणाऱ्या गोष्टी केल्या असत्या तर ते सगळं कसं असलं असतं?

तीव्रता : क्रेगला त्याच्या दुःखाला तोंड देता आलं असतं; परंतु परिस्थितीनुसार त्यापैकी किती दुःख स्वतःपुरतं ठेवायचं आणि किती इतरांना दाखवायचं हे त्याला ठरवता आलं असतं. उपचाराच्या दरम्यान आपण पूर्णपणे दुर्बल, संवेदनशील असल्याचं त्याला प्रामाणिकपणे दाखवता आलं असतं आणि आपलं सगळं दुःख प्रामाणिकपणे संपूर्ण तीव्रतेसह व्यक्त करता आलं असतं. त्याच्या मित्रांसमोर त्याने बऱ्याचशा खुलेपणानं आणि प्रामाणिकपणे ते व्यक्त केलं असतं. परंतु आपल्या कामावरच्या सहकाऱ्यांसमोर त्याने ते कमी प्रमाणात आणि सावधपणे व्यक्त केलं असतं.

गुणवत्ता : 'दुःखीपणा' किंवा 'उदासपणा' ही एक मोठी भावना आहे. तिच्यात कित्येक सूक्ष्म छटा आणि बारकावे असतात. परिस्थितीनुसार क्रेग त्या कमी-जास्त प्रमाणात दाखवू शकतो. 'न्यू एज'मधील योगवर्गातील त्याच्या मित्रांबरोबर तो त्याच्या शोकाच्या कडवट, उदास आणि सचिंत स्वरूपाच्या कमी-जास्त प्रमाणातील भावना व्यक्त करू शकला असता. परंतु त्याच्या आईबरोबर बोलताना, मृत्यू ही एक अनाकलनीय अन्याय्य दुर्घटना असल्याविषयी त्याला बोलता आलं असतं. त्याच्यावर उपचार करणाऱ्या डॉक्टरबरोबर बोलताना त्याच्या मनातील दुःखाच्या ओबडधोबड, अर्धकच्च्या आणि सगळ्या प्रकारच्या भावना तो मोकळेपणानं व्यक्त करू शकला असता आणि त्याच्या बहिणीच्या बालपणीच्या आठवणी त्याला सांगू शकला असता. सहकाऱ्याबरोबर बोलताना त्याने अधिक औपचारिक स्वरूपाच्या भावना व्यक्त केल्या असत्या. अशाच प्रकारे वेगवेगळ्या लोकांबरोबर तो वेगवेगळ्या प्रकारे बोलला असता. या सगळ्या भावना 'खऱ्या'च असल्या असत्या. फक्त वेगवेगळ्या क्षणी आपल्या उद्दिष्टांनुसार वेगवेगळ्या प्रकारच्या भावनांवर लक्ष एकवटण्याची आणि त्यांना नियंत्रित करण्याची निवड तो करू शकला असता.

कालावधी : आपल्या भावनांमध्ये आपण किती काळ गुंतून पडणार आहोत याचं नियंत्रणही क्रेग आपल्याकडे घेऊ शकला

> असता. उदाहरणार्थ, आपल्या जिवलग मित्राबरोबरच्या संभाषणात तो आपल्या मनातील कित्येक दुर्बल, संवेदनशील भावना उघड करू शकला असता; परंतु आपल्या भावनांना मोकाट, अनियंत्रितपणे तसंच पुढे, पुढे वाहवत जाऊ न देण्याची निवड तो करू शकला असता. त्याऐवजी काही मिनिटांनंतर त्याने आपलं बोलणं थांबवलं असतं आणि त्याच्या मित्राला बोलू दिलं असतं.

आपल्या भावनांवर इतकं नियंत्रण असणं ही गोष्ट खूपच विचित्र असल्यासारखी वाटू शकेल; परंतु काहीही झालं तरी भावना स्वतःच अल्पजीवी, अल्पकालीन आणि संदर्भावर अवलंबून असतात या वस्तुस्थितीचा विचार करा. काही कारणामुळेच भावना निर्माण होतात आणि त्यांचं काही विशिष्ट कार्य असतं हे लक्षात ठेवा. म्हणून हे कार्य काय असलं पाहिजे याची जाणीवपूर्वक निवड करण्यात काहीही वावगं नाही. त्याप्रमाणेच सर्व भावना या आपल्या आकलनात्मक मूल्यमापनातून आणि आपल्या मूलभूत विश्वासांना सक्रिय करूनच समोर आणल्या जातात. आपल्या हे लक्षात आलं किंवा आलं नाही तरी हे घडतंच. मग या महत्त्वाच्या प्रक्रियेला मार्गदर्शन करण्याच्या इच्छेपोटी आपल्या मूलभूत, महत्त्वाच्या विश्वासांची निवड आपण का करू नये?

भावनांचं जीवनचक्र

सर्व भावना एका ठरावीक कालमर्यादेत कार्य करतात अशी कल्पना आपण करू शकतो. त्यांचं जीवनचक्र असं असतं : १) प्रारंभिक घटना किंवा परिस्थिती, त्यापाठोपाठ २) आपण त्या घटनेवर जाणीवपूर्वक लक्ष एकवटतो. त्यापाठोपाठ ३) आपल्या विशिष्ट दृष्टिकोनातून आपण त्या घटनेचं मूल्यमापन करतो आणि त्यापाठोपाठ ४) त्या मूल्यमापनानुसार (त्या प्रत्यक्ष घटनेनुसार नाही) आपल्या मनात भावनांची जाणीव निर्माण होते. इथूनच भावनांच्या नष्ट होण्याच्या दिशेच्या प्रवासास सुरुवात होते. एक तर त्या नैसर्गिकरीत्या नष्ट होतात किंवा दीर्घ काळ टिकून राहून नंतर नष्ट होतात. त्यांच्यामुळे तत्काळ कृती करण्याची प्रेरणा मिळू शकते किंवा ती दडपली जाऊ शकते

आणि तिला 'सावलीकडे' म्हणजेच मनाच्या पार्श्वभागी पाठवलं जाऊ शकतं. नंतरच्या काळात केव्हाही ती उफाळून येण्यास मुक्त असते.

उदाहरणार्थ, तुम्ही दुसऱ्या दिवशी सकाळी एका दीर्घ प्रवासाकरिता विमानाचं तिकीट काढलं आहे असं समजा. तुम्ही विमान प्रवासाच्या निर्णयाचं मूल्यमापन करता. त्याअंतर्गत 'मला विमानप्रवास मुळीच आवडत नाही. जर विमान कोसळलं तर काय होईल? वगैरे विचार तुम्ही करता. त्याच्यातून तुमच्या मनात चिंता, विव्हळता, व्याकूळपणा, घबराट या भावना निर्माण होतात.

या प्रक्रियेत काही ठिकाणी आपण आपल्या भावनांचं नियमन करण्याचं पाऊल उचलू शकतो. तुमच्या आगामी विमानप्रवासाविषयी मनात निर्माण झालेल्या चिंतेचं नियमन करण्याचा प्रयत्न तुम्ही करत असाल तर ते कसं असेल ते आता पाहू या.

परिस्थितीची निवड : असं करताना सुरुवातीच्या परिस्थितीला किंवा घटनेला तोंड देण्याच्या आधी आपल्याला अपेक्षित असलेल्या भावनिक उद्रेकांनुसार कोणत्या परिस्थितीची निवड करायची हे आपण ठरवतो.

आपल्या या उदाहरणात, आपल्या मनात घबराट किंवा व्याकूळता निर्माण करणाऱ्या आणि घबराटीची मानसिक स्थिती अधिक गंभीर करणाऱ्या परिस्थितींची निवड करणं टाळणं हा यावरचा एक सरळ, स्पष्टपणे दिसणारा उपाय असेल. विमान कोसळेल आणि मग अपघाताची चौकशी सुरू होईल असा प्रसंग नजरेसमोर आणणं तुम्ही टाळू शकाल. तुमच्या ज्या मित्राच्या मनात तुमच्यासारखीच शंका असेल त्याला भेटणं तुम्ही जाणीवपूर्वक टाळू शकाल. विमान उड्डाणाच्या आधी तुम्ही त्याच्याशी बोललात तर त्यामुळे तुमच्या मनातील भीतीलाच तो खतपाणी घालेल हे तुम्हाला निश्चितपणे माहीत असतं. दुसरी एक शक्यता म्हणजे आपण विमानप्रवासाला कसा प्रतिसाद देतो हे माहीत असल्यामुळे सरळ विमानप्रवास टाळणं किंवा आपल्या मुक्कामाच्या ठिकाणी जाण्यासाठी वाहतुकीच्या एखाद्या वेगळ्या पद्धतीची निवड करणं.

परिस्थितीतील बदल : यात आपण परिस्थितीत बदल घडवण्याची किंवा तिला पर्याय शोधण्याची निवड करू शकतो. याचा अर्थ, इथे आपण सुरुवातीच्या घटनेत किंवा परिस्थितीत बदल घडवण्याचा प्रयत्न करतो.

आपल्या उदाहरणाचा विचार करता, आपण असं म्हणू शकतो की, तुम्ही विमानातून प्रवास करता. मात्र, या परिस्थितीतून कमी चिंताग्रस्तता निर्माण होण्याकरिता तिच्यात तुम्ही बदल घडवून आणू शकता. तुम्ही मनःशांती मिळवून देणारं एक सौम्य औषध (ट्रॅन्क्विलायझर) घेऊ शकता आणि विमानातील मधली सीट मिळवू शकता. त्याबरोबरच विमानप्रवासावरून लक्ष विचलित करणाऱ्या इतर अनेक गोष्टी करू शकता. तसंच आवश्यकता असेल तर विमान न लागण्याकरिता काही औषधं घेऊ शकता. तुम्ही प्राणायाम करू शकता आणि मनःशांतीकरिता काही मंत्र म्हणू शकता.

लक्ष एकवटण्याचा प्रभावी उपयोग : तुम्ही परिस्थितीच्या विशिष्ट पैलूंवर लक्ष एकवटण्याची निवड करू शकता. आपण पाहिलेल्या दुसऱ्या पायरीच्या दरम्यान आपण हे लक्ष एकवटणार असतो.

आपल्या उदाहरणात असं समजू या की, तुम्ही विमानात बसला आहात आणि अतिशय उत्तम प्रयत्न करूनही तुमच्या मनात चिंताग्रस्तता निर्माण झाली आहे. त्या क्षणांमध्ये तणावावर लक्ष केंद्रित न करण्याची आणि तसं करून तणावात आणखी वाढ न करण्याची तुम्ही जाणीवपूर्वक निवड करू शकता. त्याऐवजी तुम्ही आपल्या शेजारच्या व्यक्तीशी संभाषण करण्याचा प्रयत्न करता. लक्ष गुंतवून ठेवणारे खेळ खेळता किंवा बुद्धीला चालना देणारे काही खेळ खेळता. त्यामुळे तुमचं मन चिंताग्रस्तता निर्माण करणाऱ्या विषयांवरून दुसरीकडे वळतं. तुमच्या अवधानाचा एक निश्चित आवाका असतो. तो तुम्ही इतर विषयांवर खिळवून ठेवला तर त्यामुळे तुमचं लक्ष चिंता निर्माण करणाऱ्या विषयांकडे वळत नाही.

आकलनात्मक बदल : परिस्थितीच्या विविध पैलूंना आपण देत असलेल्या अर्थांमध्ये जागरूकपणे बदल करण्याची निवड करण्याचा हा पर्याय आहे. ही गोष्ट तिसऱ्या पायरीवर म्हणजे आपण मूल्यमापन करतो त्या पायरीवर घडते.

आपल्या उदाहरणात, विमानप्रवासाविषयीचे विचार हे अत्यंत नकारात्मक आहेत. 'हे टाळणं शक्य नाही, पण हे असह्य आहे', 'कदाचित मी यात मरून जाईन', 'जगातील इतर कोणत्याही गोष्टीपेक्षा मला विमानप्रवासाविषयी नावड आहे, किंवा खरं तर मला ती तिरस्करणीय गोष्ट वाटते.' अशा स्वरूपाचे हे विचार आहेत. परंतु तुम्ही वेगळं मूल्यमापन

करण्याची निवड करू शकता. 'अगदी या क्षणी माझ्या भीतींना तोंड देण्याइतका मी धाडसी आहे.' किंवा 'ह्या! हा किती हास्यास्पद विचार आहे! ही तर माझ्या मनातील अगदीच तर्कविसंगत, हास्यास्पद भीती आहे!' असा विचार तुम्ही करू शकता. किंवा तुम्ही असाही विचार करू शकता की : 'विमानप्रवास ही त्रासदायक व अस्वस्थ करणारी गोष्ट आहे; परंतु तो केला तर काही आकाश कोसळणार नाही.'

प्रतिसादात्मक बदल : आपल्या भावनांना शारीरिक, प्रायोगिक किंवा वर्तनात्मक पातळीवर दिल्या जाणाऱ्या प्रतिसादात बदल घडवून आणण्याची निवड करणं म्हणजे प्रतिसादात बदल करणं होय. वर दिलेल्या चौथ्या पायरीवर हे घडून येतं. प्रतिसादाची ही अंतिम पायरी आहे.

आपल्या उदाहरणाचा विचार करता, तुम्ही अतिशय चिंताग्रस्त झाल्याचं तुम्हाला आढळेल. परंतु तरीही या प्रतिसादाला कसा प्रतिसाद द्यायचा याची निवड तुम्ही करू शकता. असं समजू या की, तुमच्या मनातील घबराट तुमच्या लक्षात आली आहे. त्याबद्दल तुम्हाला स्वतःविषयी सहानुभूती वाटत आहे. तिचं कोणत्याही प्रकारे मूल्यमापन न करता किंवा तिला विरोध न करता, तुम्ही तिचा स्वीकार करता. आता आपल्या मनात भीतीचा एक कल्लोळ निर्माण होईल या भीतीपोटी तुम्ही विमानातील एखाद्या साहाय्यक कर्मचाऱ्याला बोलावून घेता आणि त्याला तुमची परिस्थिती व्यवस्थित समजावून सांगता. स्वतःचं मानसिक धैर्य गोळा करण्यासाठी काही मिनिटांकरिता तुम्हाला जाता येईल, अशी एखादी एकांताची जागा आहे का, असं तुम्ही त्याला किंवा तिला विचारता.

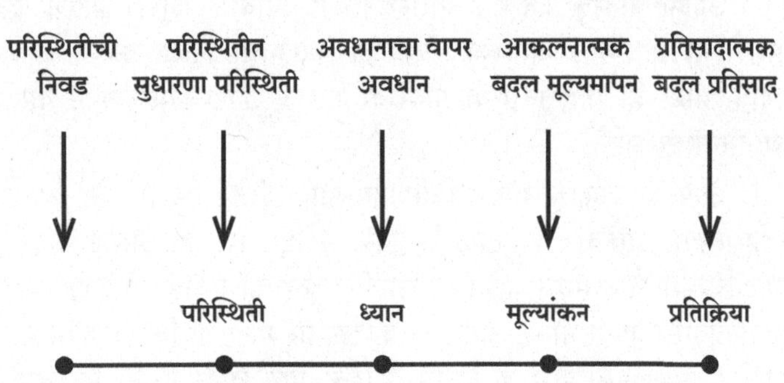

भावनेचा एक पैलू कुठे संपतो आणि दुसरा पैलू कुठे सुरू होतो ही गोष्ट स्पष्टपणे सांगता येत नाही हे तुम्ही सांगू शकाल. मात्र, ही गोष्ट फारशी महत्त्वाची नाही. तुमच्यासमोर उलगडत असलेल्या भावनेची तुम्हाला जाणीव आहे आणि तुमचं तिच्यावर नियंत्रण आहे ही गोष्ट महत्त्वाची आहे. हे कोणत्याही टप्प्यावर घडलं तरी त्यानुसार त्या भावनेवर प्रभुत्व मिळवण्यासाठी तुम्ही पावलं उचलता, ही गोष्ट महत्त्वाची आहे.

एकदम नजर टाकल्यावर, वर दिलेली प्रक्रिया क्लिष्ट असल्यासारखी वाटेल; परंतु ती स्वतःच शिकणं सोपं आहे. ते कसं करता येईल ते पुढे दिलं आहे :

पायरी १ : जागरूक व्हा

स्वतःला पुढीलपैकी काही प्रश्न विचारा :

> 'मला कोणता अनुभव येत आहे?'
> *'मला हा अनुभव का येत आहे किंवा याआधी काय घडलं होतं?'*
> *'ही भावना मला साहाय्य करत आहे की ती मला अडवत आहे? तिचा सर्वांगीण परिणाम काय आहे?'*
> *'या परिस्थितीतील माझी उद्दिष्टं आणि मूल्यं काय आहेत?'*
> *'या उद्दिष्टांवर आणि मूल्यांवर ही भावना कसा प्रभाव टाकते?'*

पायरी २ : संदर्भाचा विचार करा

भावना या एखाद्या पोकळीत निर्माण होत नाहीत. त्या बाह्य जगात घडत असलेल्या परिस्थितीचा एक भाग असतात आणि सहसा सामाजिक व भौतिक परिस्थितीत चपखल बसलेल्या असतात. तुम्ही कोणत्या परिस्थितीत आहात तिचा विचार करा आणि स्वतःला पुढील प्रश्न विचारा :

> *'या संदर्भात माझी भावना कशी चपखल बसते?'*
> *'माझ्या परिस्थितीचा एखादा पैलू बदलण्याजोगा आहे का? असेल तर, कसा?'*

'माझं उद्दिष्ट साध्य करण्यास किंवा माझ्या मूल्यांशी सुसंगत ठरण्यास मदत व्हावी म्हणून मी काही बदल करू शकतो का?'

पायरी ३ : परिस्थितीत बदल करा

जर संपूर्ण परिस्थिती बदलणं शक्य नसेल तर तिला कोणत्या ना कोणत्या प्रकारे आकार दिला जातो आणि तिच्यात काही बदल घडवून आणला जातो. ते कसं करता येईल याचा जिज्ञासूपणे विचार करा. स्वतःला पुढील प्रश्न विचारा :

'इतरांसमोर माझ्या भावना व्यक्त करणं माझ्या हिताचं किंवा मला लाभदायक ठरणारं आहे का?'
'जर तसं असेल तर मी त्या जास्तीतजास्त उत्तम प्रकारे कशा व्यक्त कराव्यात?'
'माझ्या उद्दिष्टांचा आणि मूल्यांचा विचार करता, अगदी आता मी परिस्थितीत केलेले कोणते बदल माझ्याकरिता उत्तम ठरतील?'
'मला अनुकूल ठरणारा गतिमान बदल घडवून आणण्यासाठी एखादी वस्तू, व्यक्ती किंवा कल्पना दूर करणं शक्य आहे का?'

पायरी ४ : तुम्हाला हव्या असलेल्या गोष्टीवर तुमचं लक्ष एकवटा

फक्त परिस्थितीकडे पाहू नका, तर तुम्ही त्या परिस्थितीकडे कसे पाहत आहात त्याचा विचार करा. तुम्ही कशावर लक्ष एकवटत आहात आणि कशावर ते एकवटत नाही? जिज्ञासा बाळगा आणि पुढील प्रश्न विचारून तुमच्या डोक्यात व बाह्य जगात काय घडत आहे त्याकडे लक्ष द्या :

'माझं अवधान प्राथमिकरीत्या कुठे चाललं आहे?'
'लक्ष एकवटण्याची मला मदत होत आहे की, त्यामुळे माझ्या मार्गात अडथळा येत आहे?'
'एखाद्या वेगळ्या गोष्टीवर लक्ष एकवटण्याकरिता मला याची मदत होऊ शकेल का?'

'माझ्या सध्याच्या परिस्थितीत असं काय आहे, की ज्याच्यावर मी लक्ष एकवटलं तर त्यामुळे माझ्या मनातील सकारात्मक भावना वाढण्यास किंवा माझ्या उद्दिष्टापर्यंत पोहोचण्यास मला मदत होईल?'
'अगदी या क्षणी नकारात्मक भावनांपासून माझं लक्ष विचलित करणारी अशी एखादी गोष्ट आहे का?'

पायरी ५ : परिस्थितीचं मूल्यमापन करण्याच्या तुमच्या पद्धतीत सुधारणा करा

तुमच्या मनात परिस्थितीविषयी निर्माण झालेल्या भावना हा तुम्ही त्या परिस्थितीविषयी काय विचार करता त्याचा थेट परिणाम असतो. तुम्ही परिस्थितीची कशा प्रकारे रचना करत आहात याविषयी एकदा तुम्ही जागरूक झालात की, पुढील प्रश्न स्वतःला विचारा आणि ते तुम्हाला काही अंतर्दृष्टी मिळवून देतात का ते पहा :

'तुम्ही परिस्थितीविषयी सध्या ज्या पद्धतीनं विचार करता आहात, त्या पद्धतीमुळे तुमचं उद्दिष्ट साध्य करण्यास तुम्हाला मदत होते का?'
'भावना आणि परिस्थिती या दोहोंकडे वेगळ्या पद्धतीनं पाहणं शक्य आहे का?'
'ही गोष्ट खरोखरच तितकीशी वाईट आहे का?' (म्हणजे तुम्ही अचूकपणे आणि उपयुक्तपणे भावनेच्या तीव्रतेचं मूल्यमापन केलं आहे का?)

पायरी ६ : तुम्हाला येत असलेल्या अनुभवाला आणि त्याविषयीच्या तुमच्या भावनेला व्यक्त करण्याच्या पद्धतीत बदल घडवा

तुम्ही ज्या प्रकारे तुमची भावना व्यक्त करता त्याचा तुमच्या भोवतालच्या लोकांवर, तुमच्या पर्यावरणावर आणि प्रत्यक्ष परिस्थितीवर प्रभाव पडेल. स्वतःला पुढील प्रश्न विचारा :

'माझा अनुभव सांगण्याची मला इच्छा आहे का आणि जर तसं असेल तर मी तो कसा सांगावा?'

'जर मला तो सांगण्याची इच्छा नसेल तर, मी माझ्या दृष्टीनं तो अनुभव अधिक सोपा कसा काय करू शकेन?'

'अगदी आता मला काय बदलण्याची इच्छा आहे?'

तुमच्या लक्षात येईल त्याप्रमाणे या प्रश्नांच्या साहाय्यानं तुम्ही भावनेच्या कालक्रमानुसार पुढे चालला आहात. कृतीची किंवा परिस्थितीची पुनर्रचना करण्यात हस्तक्षेप करण्यासाठी तुमच्या उद्दिष्टांना आणि मूल्यांना स्पष्ट करू शकणाऱ्या संधींचा आणि क्षेत्रांचा तुम्ही शोध घेत आहात. एखादी गृहीत धरलेली घटना घडण्याच्या आधी किंवा ती घडल्यानंतर अगर ती घडत असताना तुम्ही हे करू शकाल. साहजिकच, तुम्ही जितक्या लवकर हस्तक्षेप कराल तितके तुमच्यासमोर अधिक पर्याय असतील. तुम्ही ज्या प्रक्रियेत आहात, त्यांच्यामध्ये भावनांवर शक्य तितक्या लवकर नियंत्रण मिळवलं तर ती प्रक्रिया अधिक सोपी होईल या गोष्टीची नोंद घेणं महत्त्वाचं आहे. एखादी भावना व्यक्त होत असताना तिला काळजीपूर्वक टाळण्यापेक्षा तिच्यात बदल घडवून आणण्यासाठी अधिक कष्ट घ्यावे लागतात, त्यामुळे मुळातच तिला टाळणं सोपं असतं, ही गोष्ट लक्षात घेणं महत्त्वाचं आहे. प्रतिबंध हा नेहमीच उपचारापेक्षा अधिक चांगला असतो.

प्रत्येक परिस्थितीत लक्षणीय बदल घडवून आणण्याची संधी असणार नाही. प्रत्येक टप्प्यावर तुम्ही किती बदल घडवू शकता, या संदर्भात परिस्थितीनुसार भिन्नत्व असू शकेल. परंतु तुम्ही वर दिलेल्या मूलभूत प्रक्रियेचं पालन केलं तर तुम्ही तुमच्या भावनिक वास्तवावर नियंत्रण मिळवत आहात आणि तिला तुमच्या दृष्टीनं अत्यंत उपयुक्त असलेल्या दिशेनं नेण्यात कितीही अडथळे, अडचणी आणि मर्यादा असल्या तरी तिला त्या दिशेनं नेत आहात.

आता याचा एक संक्षिप्त आढावा घेऊ या :

१. तुमच्या भावना, मूल्यं आणि उद्दिष्टं यांच्याविषयी जागरूक व्हा.
२. तुमच्या संदर्भाचा विचार करा आणि तुम्ही त्याच्याशी कशा अन्योन्यक्रिया करत आहात ते पहा.
३. परिस्थितीत बदल घडवण्यासाठी पावलं उचला.

४. तुमचं अवधान कुठे चाललं आहे त्याकडे लक्ष द्या आणि त्यात बदल घडवा.
५. परिस्थितीचं मूल्यमापन करण्याच्या आणि तिला अर्थ देण्याच्या तुमच्या पद्धतीत बदल करा.
६. अनुभव घेण्याच्या आणि भावना व्यक्त करण्याच्या तुमच्या पद्धतीत बदल करण्यासाठी पावलं उचला.

एक संक्षिप्त उदाहरण पाहू या :

१. दुसऱ्या दिवशी प्रेझेन्टेशन द्यायचं आहे, असं सांगितल्यानंतर तुमच्या मनात भीती आणि स्वतःच्या क्षमतेविषयी शंका निर्माण होते. तुम्ही धाडसाला आणि आत्मविश्वासाला महत्त्व देता आणि कामाच्या ठिकाणी चांगली कामगिरी करणं हे तुमचं सर्वांगीण उद्दिष्ट आहे.
२. तुम्ही संदर्भाची जाणीव करून घेता. कामाच्या ठिकाणी तुम्हाला मोठ्या प्रमाणात पसंती दिली जाते आणि तुमच्यावर अधिक जबाबदाऱ्या सोपवल्या जातात. परंतु तुमच्या मनातील भीतीमुळे तुम्ही त्यांच्यापैकी काही संधींपासून दूर राहता.
३. परिस्थितीतील कोणत्या गोष्टी तुम्ही बदलू शकता याची तुम्हाला जाणीव होते. तुम्ही प्रेझेन्टेशन देण्यास नकार देऊ शकता, परंतु त्यामुळे तुमच्याविषयी वाईट मत निर्माण होऊ शकतं.
४. तुम्ही प्रेझेन्टेशनची तयारी केल्यावर तुमच्या असं लक्षात येतं की, तुमचे विचार तुमच्या मनात खूपच उलथापालथी निर्माण करतात आणि अक्षरशः थैमान घालू लागतात. तुम्ही जाणीवपूर्वक तुमचं लक्ष इतरत्र वळवता. उदाहरणार्थ, आतापर्यंत तुम्हाला मिळालेले अनुकूल शेरे, तुम्ही चांगलं काम करत असल्याबद्दल तुमच्या सहकाऱ्यांकडून तुम्हाला मिळालेले पुरावे.
५. तुम्ही परिस्थितीचं पुनर्मूल्यांकन करण्याची निवड जाणीवपूर्वक करता. 'ही असमाधानकारक आणि जोखमीची घटना आहे,' अशा मूल्यांकनाऐवजी तुम्ही 'मला एक रोमहर्षक संधी देण्यात आली आहे. मी किती सुदैवी आहे!' असं या घटनेचं पुनर्मूल्यांकन करता.

६. आपल्या मनातील भीतीविषयी तुमच्या वरिष्ठाबरोबर संक्षिप्तपणे बोलावं आणि त्याच्याकडून प्रेझेन्टेशनच्या तयारीसाठी एक किंवा दोन दिवसांची मुदत मागून घ्यावी असं तुम्ही ठरवता. तुम्ही अतिशय पद्धतशीरपणे आणि युक्तीनं तुमच्या मनातील भीती त्याला सांगता आणि तुम्ही प्रेझेन्टेशन करण्याची गोष्ट गांभीर्यानं घेतली असून तिची योग्य प्रकारे तयारी करण्यासाठी तुम्हाला काही कालावधी हवा आहे असं त्याला वाटावं याची दक्षता घेऊन त्या प्रकारे ती गोष्ट त्याच्या कानांवर घालता. (अशा प्रकारे, वरिष्ठाबरोबरची बैठक हे लघू उपचार सत्र होऊ नये याची तुम्ही काळजी घेता.)

सहसा पाचव्या पायरीचा सगळ्यात प्रभावी उपयोग होतो. म्हणून जर तुम्हाला ऐन वेळी या प्रक्रियेतील इतर काहीही आठवत नसेल तर स्वतःला एक प्रश्न विचारा : 'सध्या मी या समस्येबद्दल ज्या प्रकारे विचार करत आहे, ती माझी विचार करण्याची पद्धत या वेळी मला उपयुक्त आहे का?' फक्त या एकाच प्रश्नामुळे परिस्थितीत सुधारणा करता येण्याजोग्या इतर पद्धतींचे दरवाजे तुमच्या समोर उघडले जातात.

भावनिक नियमनावर प्रभुत्व मिळवण्यात आपण वाकबगार होतो, त्या वेळी आपल्या भावना आपल्या नियंत्रणात नाहीत हे आपण शिकतो. आपण आपल्या भावनांवर शंभर टक्के नियंत्रण मिळवतो, असं म्हणणं तंतोतंत खरंही नाही. खरं म्हणजे एका व्यापक परिस्थितीचा भाग म्हणून आपल्या भावना उद्भवतात. आपल्या विश्वासांमुळे आणि विचारप्रक्रियांमुळे त्या निर्माण झालेल्या असतात आणि टिकून राहतात किंवा शाश्वत होतात. अगदी नेमकेपणानं बोलायचं झालं तर आपण कधीही आपल्या भावनांवर नियंत्रण ठेवू शकत नाही, तर आपल्या पर्यावरणावर, विचारांवर, प्रतिसादांवर आणि अंतर्गत व बाह्य अशा दोन्ही प्रकारे आपल्या भावनांचं आपण कसं व्यवस्थापन करू शकतो यावर आपण नियंत्रण ठेवू शकतो. या गोष्टीच आपल्या भावनांवर परिणाम करतात.

सारांश

- विषारी सकारात्मकता हा आकलनात्मक विकृतीचा एक प्रकार आहे. ते सकारात्मक आणि आशावादी दृष्टिकोनाचं एक अति सर्वसामान्यीकरण आहे. त्यात तुमच्या स्वतःच्या अनुभवांना नकार देणं, त्यांच्यात काटछाट करणं आणि त्यांना रद्दबातल ठरवणं या गोष्टी समाविष्ट असतात. शरमिंदेपणा, मौन आणि मतप्रदर्शन किंवा मूल्यमापन करणं या गोष्टींमुळे विषारी सकारात्मकतेत वाढ होते. प्रत्यक्ष सकारात्मकता ही गोष्ट कधीही विषारी नसते; परंतु आपल्या वास्तवाचा इन्कार करणं, त्याला नाकारणं ही गोष्ट विषारी असते. माणूस हे चांगल्या आणि वाईट अशा दोन्ही गोष्टींचा समावेश असलेला समग्र सजीव आहे.
- आपण वापरत असलेल्या वाक्यांकडे आणि संज्ञांकडे जाणीवपूर्वक लक्ष पुरवून आपण 'चांगल्या'ऐवजी 'समग्र किंवा संपूर्ण' गोष्टीची निवड करू शकतो. अस्वस्थतांशी, गैरसोईंशी मैत्री करणं, या प्रक्रियेत असताना संयम बाळगणं, उत्पादक व अनुत्पादक नकारात्मकतेत फरक करणं आणि जीवनात आपण महत्त्व देत असलेल्या व साध्य करू इच्छित असलेल्या गोष्टींशी पुन्हा संलग्न होणं या गोष्टींच्या साहाय्यानं आपण हे करू शकतो. 'मी महत्त्व देत असलेल्या गोष्टींनाच महत्त्व देणारी व्यक्ती मला येत असलेल्या अनुभवासारखा अनुभव घेत असताना कशी वागली असती?' असा प्रश्न स्वतःला विचारा.
- कृतज्ञता-रोजनिशी लिहिणं हा सकारात्मकतेची प्रामाणिक भावना निर्माण करण्याचा एक उत्तम मार्ग आहे.
- चांगल्या भावनांची निर्मिती करण्याऐवजी नकारात्मक भावनांपासून सुटका करून घ्या. अशा प्रकारे आपण भावनात्मक आत्मनियमनाचा सराव करू शकतो आणि आपल्यासमोर कायमच येत असलेल्या भावनात्मक अनुभवावर जागरूकपणे प्रभुत्व मिळवू शकतो.
- संदर्भ आणि आपली स्वतःची उद्दिष्टं व मूल्यं यांच्यामुळे भावना चांगली किंवा वाईट ठरते. ज्या वेळी कोणत्या भावनांकडे केव्हा,

कसं व किती काळापर्यंत लक्ष द्यावं हे आपण ठरवतो, त्या वेळी आपण भावनांचं नियमन करतो.

- भावनांचं स्वतःचं जीवनचक्र असतं. आपण या चक्राच्या कोणत्याही टप्प्यावर भावनांचं व्यवस्थापन करू शकतो. घटना घडण्याच्या आधी, नंतर किंवा घटना घडत असताना त्यादरम्यान अशा प्रकारे केव्हाही आपण ते करू शकतो. लक्ष एकवटून, आपल्या आकलनात्मक मूल्यमापनाच्या साहाय्यानं आणि अखेरीस आपल्या भावनात्मक प्रतिसादाच्या साहाय्यानं आपण ते करू शकतो. सर्वसामान्यपणे तुम्ही जितक्या लवकर हस्तक्षेप कराल, तितकं परिस्थिती बदलणं अधिक सोपं असेल.
- स्वतःला प्रश्न विचारा : 'या समस्येविषयी मी ज्या प्रकारे विचार करत आहे, ती पद्धत सध्या माझ्यासाठी काम करते का? आताच्या परिस्थितीत ती माझ्याकरिता उपयुक्त आहे का?'

प्रकरण ६

तरीही नकारात्मक विचारसरणी मुळातच येते कुठून?

तुमच्या नकारात्मक विचारसंरचना ओळखण्यावर आणि त्यांचं पुनर्लेखन करण्यावर तुम्ही जितकं अधिक काम कराल, तितक्या अधिक चांगल्या प्रकारे तुम्हाला तुमच्यातील या भागाला आणि त्यांची मुळं खरोखरच किती खोलवर पोहोचली आहेत या गोष्टीला समजून घेता येईल. काही लोकांचा कल इतक्या मोठ्या प्रमाणात नकारात्मक विचारांकडे, नैराश्याकडे आणि पराभूत मानसिकतेकडे वळण्याचा का असतो? काही लोकांना आयुष्यभर नैराश्याशी आणि उदास मानसिकतेशी संघर्ष करत का राहावं लागतं आणि त्याच वेळी इतर लोक अदम्य आशावादीपणानं कार्यरत असल्याचं का दिसतं?

हे मोठे प्रश्न आहेत. मानसशास्त्र दीर्घ काळापासून या प्रश्नांची उत्तरं देण्याचा प्रयत्न करत आहे. या पुस्तकात आपण मानसशास्त्रीय पातळीवरून संभाव्य उत्तरांवर लक्ष केंद्रित केलं आहे. महत्त्वपूर्ण आणि विकृत अंतर्गत संवाद एका विशिष्ट मानसिक गाळणीच्या साहाय्यानं घटनांची रचना करण्यास आपल्याला कसं प्रोत्साहन देतं ते आपण पाहिलं आहे. आपल्या भोवतालच्या प्रत्येक गोष्टीचं विश्लेषण करण्यासाठी आपण वापरत असलेल्या दृष्टिकोनावर आपले विचार आणि मूलभूत विश्वास कसा परिणाम करतात तेही आपण पाहिलं आहे. पण या संदर्भात आता असा प्रश्न निर्माण होतो की, हे विचार नेमके कुठून येतात? आणि मुळातच या गाळण्या कशामुळे विकृत होतात?

आपण वेगवेगळ्या पातळ्यांवरून या समस्येविषयी विचार करू शकतो.

शारीरिक – संप्रेरक (हार्मोन्स), जीन्स (आनुवंशिकता), मज्जाप्रक्षेपक (न्युरोट्रान्समीटर्स), तुम्ही घेत असलेला आहार आणि तुम्ही करत असलेला (किंवा करत नसलेला) व्यायाम.

भावनिक – प्रत्येक गोष्टीला रंगरूप देत असलेल्या घटनांविषयीच्या तुमच्या विशिष्ट भावना आणि प्रतिसाद.

आकलनात्मक किंवा धारणात्मक – एखादी घटना किंवा गोष्ट समजून घेण्याची, स्पष्टीकरण देण्याची तुमची पद्धत, जगाविषयीच्या आणि स्वतःविषयीच्या तुमच्या संकल्पना आणि समजुती.

मानसशास्त्रीय – तुमची भावनात्मक आणि आकलनात्मक प्रक्रिया कशा प्रकारे एकत्र येऊन अंतर्गत योजना आणि कथनं यांना आकार देतात ती पद्धत.

सामाजिक – तुमच्या भोवतालच्या लोकांशी आणि विशेषतः तुमच्या निकटच्या कुटुंबीयांशी व प्रारंभी पालकांशी तुम्ही कशा प्रकारे वैचारिक, भावनिक आणि वर्तनात्मक अन्योन्यक्रिया करता, त्या तुमच्या पद्धती.

उत्क्रांतिविषयक – तुमच्या पूर्वजांकडून तुम्ही मिळवलेल्या स्वास्थ्यविषयक समायोजनाच्या किंवा जुळणीच्या पद्धती.

सांस्कृतिक – तुमच्या जीवनाचं व्यापक सामाजिक आणि पर्यावरणीय महत्त्व.

आध्यात्मिक – दैवी किंवा अलौकिक अगर पारलौकिक गोष्टींच्या संदर्भात तुमच्या जीवनाचा व्यापक अर्थ.

ऐतिहासिक – व्यापक कालमापनाच्या संदर्भात तुमच्या जीवनाचा विकासात्मक संदर्भ.

राजकीय – अर्थकारण, कायदा आणि तुमच्या अंतर्गत प्रवाहित होत असलेल्या व्यापक सक्रिय ऊर्जा यांच्याबरोबर अन्योन्यक्रिया करण्याची तुमची पद्धत.

या प्रत्येक स्तरावर मोठ्या प्रमाणात निराशावादी व नकारात्मक असलेल्या जीवनमार्गानं किंवा आपण स्वतः जागरूकपणे केलेल्या निवडीचं आणि सामर्थ्याचं समर्थन करणाऱ्या जीवनमार्गानं आपण प्रभावित होऊ शकतो. या पुस्तकात प्रामुख्यानं आकलनात्मक, भावनात्मक आणि मानसशास्त्रीय आयामांवर लक्ष केंद्रित करण्यात आलं असलं तरी इथे मांडण्यात आलेल्या गोष्टी हीच संपूर्ण कथा नाही हे समजणं फारसं कठीण नाही. तुम्ही जर मध्ययुगीन कालखंडातील गरीब शेतकरी असतात आणि तुम्हाला कुपोषणाचा व आजाराचा त्रास सहन करावा लागला असता, तर या पुस्तकात देण्यात आलेली तंत्रं तुम्हाला बिलकूल उपयोगी पडली नसती.

व्यक्तीच्या नकारात्मक विचारसरणीला कोणती गोष्ट कारणीभूत ठरते या प्रश्नाकडे आपण वळलो तर त्याचं उत्तर असेल – प्रत्येक गोष्ट!

पण तरीही आपण मानसशास्त्रीय, आकलनात्मक आणि भावनात्मक पैलूंवर लक्ष केंद्रित केलं आहे; कारण, अगदी मोकळेपणानं सांगायचं झालं तर जीवनाच्या या क्षेत्रांवर आपलं सर्वाधिक नियंत्रण असतं. या अखेरच्या प्रकरणात आपण नकारात्मकतेच्या आणखी दोन स्रोतांकडे वळणार आहोत आणि आपल्या दैनंदिन जीवनांवर होणारे त्यांचे परिणाम सौम्य करण्याचा प्रयत्न करणार आहोत. 'नकारात्मकतेचा पूर्वग्रह' हा यांपैकी पहिला घटक आहे आणि आपल्या जीवनात नकारात्मकता निर्माण करण्यातील किंवा कमी करण्यातील नातेसंबंधांची ताकद हा दुसरा घटक आहे. (यात विशेषतः विषारी नातेसंबंध कशा प्रकारे नकारात्मकता निर्माण करतात आणि तिला शाश्वत करतात हे आपण पाहणार आहोत.) यामुळे आपण करणार असलेलं नकारात्मक विचारांचं परीक्षण व्यापक होईल आणि आपण त्यात उत्क्रांतिविषयक कारणांचा व सामाजिक कारणांचा अनुक्रमे समावेश करू शकू.

तुमची नकारात्मकता कदाचित 'अंगभूत' असू शकेल

नकारात्मक प्रेरणांची अधिक तत्परतेनं नोंद करणं आणि त्यांच्यावर अधिक झपाट्यानं लक्ष केंद्रित करणं आणि सकारात्मक प्रेरणांकडे दुर्लक्ष करणं किंवा त्यांना कमी लेखणं ही मानवी प्रवृत्ती असते. या प्रवृत्तीलाच नकारात्मकतेचा पूर्वग्रह असं म्हटलं जातं. याचा असा अर्थ आहे की, आपण नकारात्मक अनुभवांना आनंददायक अनुभवांपेक्षा अधिक स्पष्टपणे व ठळकपणे लक्षात

ठेवतो. आपल्या प्रशंसेपेक्षा आपण अपमानावर अधिक विचार करत राहतो. आपल्याला लाभ झाल्यावर जितका आनंद होतो, त्याच्यापेक्षा नुकसान झालं तर अधिक दुःख होतं. आपण नेहमीच सकारात्मक विचारांपेक्षा नकारात्मक विचारांना अधिक मानसिक वेळ देतो. दुसऱ्या शब्दांत, आपल्या मनात नकारात्मकतेविषयीचा पूर्वग्रह असतो. हा पूर्वग्रह ज्या विविध प्रकारे उसळी मारून समोर येतो, ते जवळजवळ सगळे प्रकार संशोधनातून उघड झाले आहेत.

- अत्यंत नकारात्मक बातमी नक्कीच अधिक खरी किंवा वास्तव असते, यावर विश्वास ठेवण्याकडे आपला कल असतो.
- आपल्या मनात लाभ मिळवण्यापेक्षाही नुकसान किंवा हानी टाळण्याची प्रेरणा अधिक प्रमाणात असते.
- सकारात्मक माहितीपेक्षा नकारात्मक माहितीवर आधारित निर्णय घेण्याकडे आणि सकारात्मक अनुभवांपेक्षा नकारात्मक अनुभवांमधून अधिक परिणामकारकपणे शिकण्याकडे आपला अधिक कल असतो.

असा विचार करा की, एखाद्या आकर्षक रेस्टॉरंटमध्ये तुम्ही गेला आहात आणि तुम्ही सूप मागवलं. तुम्हाला त्याच्यात माशी सापडली. त्या रेस्टॉरंटमधील इतर सगळ्या गोष्टी अतिशय सुंदर, टापटीप आणि दृष्ट लागाव्यात इतक्या चांगल्या आहेत. परंतु ती एक छोटीशी माशीच तुमचं लक्ष प्रचंड प्रमाणात वेधून घेते. इतर सगळ्या दृष्टींनी खूपच सुंदर असलेल्या एखाद्या डेटवर तुम्ही गेलात, तरीही तुमचा मेंदू तुम्ही बोललेल्या एखाद्या लाजिरवाण्या वाक्यावर किंवा शब्दावर तुमचं लक्ष एकवटतो किंवा दुसऱ्या व्यक्तीच्या दातात अडकलेल्या पालकाच्या तुकड्यावरच तुमचं लक्ष केंद्रित होतं. प्रशस्तिपत्रातील इतर सगळ्या प्रशंसनीय गोष्टी तुम्ही नजरेआड करता आणि एखाद्या टीकात्मक गोष्टीवरच तुमची नजर खिळून राहते. (तुम्हाला 'गोष्टींना न पाहिल्यासारखं करण्याचा-डिस्काउंटिंग' आकलनात्मक पूर्वग्रह माहीत आहे ना?)

ही प्रवृत्ती म्हणजे फक्त मानसशास्त्रीय प्रक्रिया किंवा वाईट दृष्टिकोनाचा परिणाम नाही, असं दिसून आलं आहे. ही गोष्ट व्यक्तिमत्त्वाशी संबंधित नाही. त्याऐवजी नकारात्मक गोष्टीवर लक्ष केंद्रित करण्याच्या या पूर्वग्रहाची

मुळं ही उत्क्रांतीमध्ये आहेत. आपल्या पूर्वजांपैकी ज्यांनी अधिक मोठ्या प्रमाणात नकारात्मक बाबींवर लक्ष एकवटलं, त्यांना ज्यांनी तसं लक्ष एकवटलं नव्हतं त्यांच्या तुलनेत तग धरून जिवंत राहण्याचा लाभ अधिक प्रमाणात मिळाला होता. पर्यावरणातील संभाव्य धोक्यांविषयी एखादी व्यक्ती अति संवेदनशील असेल तर, तिच्याकडे कितीही चुकीच्या किंवा खोट्या सकारात्मकता असल्या तरी ज्या वेळी जीवन-मरणाचा प्रश्न समोर येतो, त्या वेळी ती वाचण्याच्या शक्यता अधिक असतात. मात्र, त्यांच्याकडे दुर्लक्ष करणारे लोक त्याच्यातून वाचण्याच्या शक्यता कमी असतात.

परंतु नकारात्मकतेविषयीच्या आपला पूर्वग्रहाची मुळं उत्क्रांतीत आहेत

याचा अर्थ सदा सर्वकाळ आपल्या मनात नकारात्मकता असणं हीच आपली नियती आहे आणि आपण नकारात्मकतेनंच वागणार व विचार करणार ही काळ्या दगडावरची रेघ आहे असा मात्र नाही. नकारात्मक विचार करणारे लोक हे आपल्या मुलांना सकारात्मकतेऐवजी नकारात्मकतेवर अधिक प्रमाणात लक्ष केंद्रित करायला लावून त्यांना नकारात्मकतेच्या पूर्वग्रहाचे आनुवंशिक गुणधर्म पुढे नेण्यास प्रोत्साहित करतात. ही प्रवृत्ती इतकी गाढ आणि अंगभूत आहे की, सकारात्मक प्रेरकांच्या तुलनेत नकारात्मक प्रेरकांना प्रतिसाद देण्याची कृती प्रचंड म्हणावी इतक्या मोठ्या प्रमाणात असते. अगदी तान्ह्या बाळांच्या बाबतीतही हे खरं असतं.

आपण आधी म्हटलं आहे त्याप्रमाणं आपल्या नकारात्मकतेच्या पूर्वग्रहाचं मूळ उत्क्रांतीत असलं तरी याचा अर्थ तीच आपली नियती आहे, नकारात्मकता हा आपला पूर्वनिर्धारित गुणधर्म आहे असा मात्र नाही. आपण जागरूकतेनं प्रयत्न करून आपल्या अंगभूत पूर्वग्रहांचे परिणाम सौम्य करू शकतो, त्यांना सुरुवातीलाच रोखू शकतो किंवा आव्हान देऊ शकतो आणि आपल्या या प्राथमिक भागाला कोणत्याही बाबतीत निर्णायक भूमिका बजावू न देण्याची दक्षताही घेऊ शकतो. नकारात्मकतेचा पूर्वग्रह हा आपल्या पूर्वजांसाठी अतिशय चांगला ठरला होता. आपल्या पर्यावरणातील धोक्यांपासून तो आपल्यालाही सुरक्षित व दक्ष ठेवतो. खरं तर अद्यापही तो त्याचं हे कार्य पार पाडत आहे.

परंतु याचा अर्थ आपण त्याचं विश्लेषण करू शकत नाही, त्याची पुन्हा तपासणी करू शकत नाही आणि आपल्या उच्च, जागरूकतेनं स्वीकारलेल्या पर्यायात त्याला सहभागी होण्यापासून रोखू शकत नाही, असा मात्र नाही. एखाद्या दृश्यातील वाईट गोष्टी पाहण्याकडे तुमचा नेहमीच नैसर्गिकरीत्या कल असतो ही गोष्ट तुम्हाला माहीत आहे, ही नकारात्मकतेचा पूर्वग्रह समजून घेण्यातील महत्त्वाची बाब आहे. त्यामुळे तुम्ही त्याच्याविषयी काही ना काही करू शकता. योग्य जागी डॉक्टरनी चापटी मारल्यावर तुमच्या गुडघ्याला झटका बसतो, तशी नकारात्मकता ही प्रतिक्षिप्त क्रिया नाही.

एका सर्वसामान्य व्यक्तीचा विचार करा. असं समजा की, ती तिच्या जोडीदाराबरोबर सर्वसामान्य पद्धतीनं जगत आहे. त्या व्यक्तीचा जोडीदार काहीतरी चुकीची गोष्ट करून तिला दुखावतो. लगेच ती व्यक्ती बचावाच्या पवित्र्यात जाते, कारण त्यामुळे झालेल्या तिच्या अवमानावरच तत्काळ तिचं लक्ष एकवटतं. ही एकमात्र नकारात्मक कृती लवकरच तिच्या मनात ठाण मांडून बसते. तिच्या जोडीदारानं तोपर्यंत केलेल्या असंख्य सकारात्मक गोष्टी क्षणार्धात नाहीशा झाल्यासारखं वाटतं. फक्त त्या एका नकारात्मक गोष्टीनं त्या सगळ्यांना ग्रहण लागलेलं असतं. नकारात्मकतेवर एकवटण्यात आलेलं हे लक्ष ही आकलनात्मक विकृती आहे. अशा वेळी अखेरीस ती व्यक्ती असं म्हणते, 'तू नेहमीच असं करतोस /करतेस', 'तुला माझी बिलकूल पर्वा नाही.' (अर्थातच हा सर्वसामान्यीकरणाचा आणि मन वाचण्याचा पूर्वग्रह आहे.) हे सूप पिताना माशी सापडल्यामुळे त्या रेस्टॉरंटमधील समग्र अनुभव अतिशय वाईट होता, तिथे काहीच चांगलं नव्हतं, असं म्हणण्यासारखंच आहे.

संताप, नाराजी वाढत जाते. शब्दानं शब्द वाढत जातो. भरपूर गैरसमज होतात आणि नातं संपुष्टात येतं. मात्र, त्या व्यक्तीनं नकारात्मकतेच्या पूर्वग्रहाला समजून घेतलं असतं आणि तिच्या स्वतःच्या विचारप्रक्रियेवर या पूर्वग्रहाचा मोठाच परिणाम होत असल्याचं तिच्या लक्षात आलं असतं तर सगळ्या गोष्टी वेगळ्या प्रकारे घडल्या असत्या. अशा वेळी ती व्यक्ती असं म्हणू शकली असती की, 'आता मी खरोखरच रागावलो आहे. मला फक्त नकारात्मकताच दिसत आहेत. जे घडलं ते वाईट होतं, परंतु मला असं दिसतंय की, सध्या माझं लक्ष फक्त त्याच गोष्टीवर खिळलं आहे. पण माझ्या नात्यात कित्येक चांगल्या गोष्टी आहेत...'

आता विचार करा की, ती जर असं बोलली असती तर त्यांच्या संभाषणाला किती वेगळं वळण लागलं असतं. अजाणतेपणी जोडीदाराकडून फक्त वाईट गोष्टींची अपेक्षा बाळगून त्याच्यातील वाईट गोष्टींचाच शोध घेतल्यामुळे त्यांचं नातं तुटलं आहे.

परंतु ही गोष्ट फक्त नात्यांनाच लागू पडत नाही आणि पूर्वग्रह तिथेच काम करत नाही. प्रसिद्ध लेखक, संशोधक आणि मज्जासास्त्रज्ञ कान्हेमन आणि टिवर्स्की यांनी त्यांच्या नोबेल पारितोषिक विजेत्या संशोधनातून असा शोध लावला होता की, निर्णय घेताना लोक सकारात्मक गोष्टींपेक्षा नकारात्मक गोष्टींना अधिक महत्त्व देतात. त्यांच्या संशोधनातून त्यांना असा निष्कर्ष काढण्यास मदत झाली की, लाभ अगर नफा मिळवण्याच्या इच्छेपेक्षा लोकांच्या मनात नुकसान होण्याची अधिक भीती असते. उदाहरणार्थ, वीस डॉलर मिळवण्यापेक्षा वीस डॉलर्स गमावले तर लोक अधिक मोठी व तीव्र प्रतिक्रिया व्यक्त करतात.

याचा अर्थ, नेहमीच आहे त्या स्थितीत राहण्यास प्राधान्य देण्याकडे लोकांचा कल असतो. याचं एकच साधं कारण असतं. ते म्हणजे बदल झाला तर अनेक संभाव्य तोटे होण्याची शक्यता असते. त्यामुळे होणारे लाभ हे हानीहून अधिक असू शकतील असं लोकांना वाटत नाही. नकारात्मकतेचा पूर्वग्रह नातेसंबंधांवर परिणाम करू शकतोच. शिवाय, जोखमींवर आणि बक्षिसांवर प्रक्रिया करण्याच्या आपल्या पद्धतीवरही तो परिणाम करतो.

उदाहरणार्थ, आपण जिथे राहत असतो तिथेच राहावं की घर बदलावं, या संदर्भातील किंवा आपण आहे तीच नोकरी करावी की इतरत्र नोकरी पत्करावी याविषयीचा निर्णय आपल्याला घ्यायचा असतो. अशा वेळी आपल्यासमोर असलेल्या पर्यायांचा आपण तटस्थपणे संतुलित विचार करत नाही. आपल्याला आपल्या निर्णयामुळे होऊ शकणाऱ्या लाभाऐवजी आपल्या निर्णयांमुळे होणाऱ्या संभाव्य हानींवर आपण अधिक भर देतो. परिणामी, आपण आपल्या पूर्वीच्याच जागी किंवा नोकरीत चिकटून राहतो आणि आपल्या समोरची चांगली संधी गमावून बसतो.

आणखी एक उदाहरण पाहू या. आपल्याला नवीन नोकरीत दुप्पट वेतन मिळणार असतं आणि ते काम करताना तुम्हाला अधिक मजाही वाटणार असते. परंतु त्याकरिता तुम्हाला पहिल्यांदा महिन्याभराचं खडतर

प्रशिक्षण घ्यावंच लागणार असतं आणि त्यात आपण अपयशी ठरण्याची शक्यताही असते. आपल्या सध्याच्या नोकरीत फारसं वेतन मिळत नसतं आणि ते काम थोडंसं कंटाळवाणंही असतं; परंतु तरीही तिथे अधिक कष्ट घेण्याची किंवा कोणतीच जोखीम पत्करण्याची गरज नसते. वस्तुनिष्ठपणे बोलायचं झालं तर, नवीन नोकरी करणं ही बहुधा अधिक चांगली निवड असू शकते. परंतु जर आपण नकारात्मकतेच्या पूर्वग्रहाला बळी पडलो तर आपण संभाव्य हानीकडे अतिशयोक्त स्वरूपात पाहतो. एका महिन्याचं प्रशिक्षण घेणं आणि त्यात उत्तीर्ण व्हावं लागणं ही गोष्ट खूपच जोखमीची आहे, असं वाटल्यामुळे आपण त्या नोकरीतून मिळणाऱ्या संभाव्य लाभाला (खूपच मोठ्या प्रमाणातील पैसा व काम करताना मिळणारं समाधान.) कमी लेखतो. आपण असा विचार करून स्वतःसमोर विकृत चित्र उभं करतो. या संदर्भात नकारात्मकतेचा पूर्वग्रह असल्याचं आपण जाणीवपूर्वक ओळखू शकलो तर, आपण त्याला बाजूला सारू शकतो. आपण नकारात्मकतांवर अकारणच लक्ष केंद्रित करत नाही ना, याची खात्री करून घेऊ शकतो.

नकारात्मकतेच्या पूर्वग्रहावर मात करणं

यातली चांगली गोष्ट अशी आहे की, नकारात्मकतेवर लक्ष केंद्रित करण्याच्या मानवी प्रवृत्तीला दूर करण्याच्या कित्येक प्रभावी तंत्रांचा आपण आधीच विचार केला आहे. (बहुधा आपण ती आचरणात आणण्याचा प्रयत्नही केला असेल, अशी आशा करू या.) नकारात्मक काल्पनिक दृश्यं मनश्चक्षूंसमोर आणणं आणि कृतज्ञता-रोजनिशी लिहिण्यास सुरुवात करणं ही त्यांपैकी काही तंत्रं विशेषतः तुम्हाला पुनर्मूल्यांकन करण्यास मदत करतात. त्यामुळे तुमच्या भोवतालच्या फक्त वाईटच नव्हे, तर चांगल्या गोष्टींचीही तुम्हाला जाणीव होते.

यावरची उपाययोजना स्पष्ट आहे. आपोआप आणि अभावितपणे सकारात्मक गोष्टी शोधण्यासाठी तुमच्या मेंदूवर तुम्ही अवलंबून राहू शकत नसाल तर, तुम्हाला सकारात्मकतेकडे जाणीवपूर्वक तुमचं लक्ष वळवावं लागेल आणि अशा वेळी खरोखरच सकारात्मकता तिथेच तर असते!

सकारात्मक क्षण साजरे करण्यासाठी थांबा आणि त्यांची पूर्णपणे नोंद घ्या. गुलाबाचा सुवास घेण्यात कोणताही उत्क्रांतिविषयक लाभ नाही. परंतु

तुम्ही तसं केलं तर तुमचं जीवन मोठ्या प्रमाणात सुधारेल. वर्तमान क्षणात जगा, तिथे खऱ्या अर्थानं राहा. तुमच्या सभोवताली प्रत्यक्ष घडत असलेल्या सगळ्या सुंदर गोष्टींचा आनंद घ्या. जर एखादी सकारात्मक घटना घडत असेल तर तिला ग्रहण करण्यासाठी तुमची मानसिक शक्ती तुम्ही त्या दिशेला वळवत असल्याची आणि तिच्याकडे बारकाईनं लक्ष देत असल्याची कल्पना करा. 'ही गोष्ट सकारात्मक आहे. मी तिचा आनंद घेत आहे,' असा विचार करा. तुमचं मन तुमच्यासाठी असं करणार नाही. त्याऐवजी तुम्ही स्वतः जाणीवपूर्वक असं करा. जाणीवपूर्वक चांगल्या गोष्टी पाहण्याची निवड करा.

जागरूकता, सावधानता, सकारात्मकता आणि कृतज्ञता या सगळ्या गोष्टींचा कल एकमेकींबरोबर जाण्याकडेच असतो. ज्या वेळी आपण दक्ष असतो आणि त्या क्षणात जागरूक असतो, त्या वेळी तो क्षण किती आकर्षक आणि सुंदर आहे त्याची आपल्याला जाणीव होऊ लागते. त्या वेळी आपल्या मनात फक्त कृतज्ञतेची आणि समाधानाची जाणीव असते.

काही लोक असा दावा करतात की, 'आनंदी राहणं ही निवड करण्याची गोष्ट आहे.' तुम्हाला आनंदी राहण्याची इच्छा असणं, आनंदी राहायचं आहे असं ठरवणं हेच आनंदी राहण्याचं गुपित आहे, असंही ते सांगतात. ही गोष्ट खरी असण्याची शक्यता नाही; कारण आपण कशावर लक्ष केंद्रित करावं ते आपण ठरवू शकतो. त्याप्रमाणेच आपल्या जीवनाचे अनेक कृपाशीर्वाद आपल्यापर्यंत पोहोचू न देणारे पूर्वग्रह दूर करण्याचंही आपण निग्रहपूर्वक ठरवू शकतो. आपल्या नेहमीच्या पद्धतीच्या पलीकडे जाऊन जग जितकं नकारात्मक आहे त्याहून ते अधिक नकारात्मक असल्याचं दाखवण्यासाठी विश्लेषण करायचं नाही, असा निर्णयही आपण घेऊ शकतो. मग आधीपासून तिथे असलेला आनंद उपभोगू देण्यापासून आपल्याला दूर ठेवणाऱ्या या सगळ्या- आपण स्वतःच स्वतःवर लादलेल्या गाळण्या आणि पूर्वग्रह दूर करण्याची निवड करणं हाच आनंद असतो.

तुमच्याशी असलेल्या तुमच्या नात्यासह सगळ्या विषारी नात्यांचा पुनर्विचार करा

रोजच्या दिवसाचा बराचसा भाग हा आपोआप आणि नकळतपणे पार पडणारा असतो. आपण काय करत आहोत याचा फारसा विचार न करता

किंवा त्याची जाणीव करून न घेता, आपण त्याच जुन्या संकल्पनांचा आणि सवयींचा वापर करतो. नकारात्मकतेची सवय ही आपल्या सुरुवातीच्या जडणघडणीच्या वयातच आपल्यावर ठसते. आपली संस्कृती आणि समाज ती आपल्यावर ठसवतो आणि आपल्या स्वतःच्या कथनांच्या व मूलभूत विश्वासांच्या संचांमुळे ती अखंड राहते.

परंतु लोक पोकळीत राहत नाहीत. तुमचे स्वतःचे विचार, भावना आणि मूलभूत विश्वास कितीही वैयक्तिक आणि खासगी असले तरी ते तुमच्या भोवतालच्या सामाजिक वातावरणात रुजलेले असतात. इतरांशी असलेली तुमची नाती ही सातत्यानं त्यांच्याशी अन्योन्यक्रिया करत राहतात आणि त्यांचा अधिक चांगला किंवा अधिक वाईट असा परस्पर-परिणाम होतो. या सगळ्याचा अर्थ असा आहे की, 'नकारात्मक विचारसरणी' ही पत्त्यांच्या बंगल्यासारखी असते. एक पत्ता खेचला की संपूर्ण बंगला म्हणजे इतर सगळे पत्ते कोसळतात, कारण ते एकमेकांच्या आधारानंच उभे असतात.

तुमच्या सभोवतालच्या लोकांच्या विशिष्ट विचार संरचनांशी आणि सवयींशी तुमची विशिष्ट विचार संरचना आणि तुमच्या सवयी यांचा संबंध असतो. तुमच्या जीवनात नकारात्मकता पार पाडत असलेल्या भूमिकेविषयी तुमच्या मनात अधिक जाणीव निर्माण झाली की, तुमचे नातेसंबंध आणि सर्वसामान्य पर्यावरण या सगळ्या गोष्टी परस्परांशी कशा जोडल्या गेल्या आहेत ते तुमच्या लक्षात येतं. हे अधिक स्पष्टपणे सांगायचं असेल तर, तुम्हाला नकारात्मकतेची समस्या भेडसावत असेल तर इतरांशी असलेल्या तुमच्या नात्यांमध्ये जवळजवळ निश्चितपणे नकारात्मकता असलीच पाहिजे.

इथे एक उदाहरण पाहू या. आपल्या मनातील सगळ्या नकारात्मक मूलभूत विश्वासांचं गुंतागुंतीचं जाळं काढून टाकण्यासाठी ॲनी तिच्या मानसोपचारतज्ज्ञाबरोबर अतिशय परिश्रमपूर्वक प्रयत्न करत आहे. आपल्या मनातील नकारात्मक आत्मसंवादामुळे आपल्या आनंदात कसा व्यत्यय येत आहे आणि तिच्या विकृत विचारप्रक्रियांमुळे ती कशी दुःखी होत आहे ते तिला स्पष्टपणे जाणवत आहे. ती मोठे प्रयत्न करते आणि प्रामाणिकपणे आपल्यात बदल घडवते. अवघड भावनांना शमवण्यास शिकते. त्यानंतर ती स्वतःकडे आणि जगाकडे पूर्णपणे नवीन दृष्टिकोनातून पाहू लागते. परंतु कशी कोण जाणे, ती या गोष्टींना चिकटून राहू शकत नाही. ती पुनःपुन्हा

आपल्या जुन्या विचारांकडे वळत असल्याचं तिला आढळतं आणि असं का होतं ते तिला समजत नाही.

एके दिवशी तिचा मानसोपचारतज्ज्ञ तिला हळुवारपणे एक गोष्ट सुचवतो. तो तिला विचारतो की, तिचा पती हेच यामागचं कारण असू शकेल का? मानसोपचाराच्या प्रत्येक साप्ताहिक सत्रातून तिच्या वर्तनाविषयीच्या अंतर्दृष्टी घेऊन ती घरी जाते आणि त्यानंतरचा संपूर्ण आठवडा तिच्या पतीसमवेत वाद घालत, भांडत घरीच घालवते. तिचा पती वाईट व्यक्ती आहे असं नाही. पण त्याऐवजी ॲनी तिच्या मनावर ठसलेल्या सगळ्या नकारात्मक वर्तनसंरचना त्याच्याबरोबर वागताना वापरते.

ते दोघं रोज मोठ्या प्रमाणात तक्रारी करतात आणि एकमेकांचे दोष शोधतात व दोषारोप करतात. त्यानंतर काही संतप्त व एकमेकांच्या मनांना लागणाऱ्या बोलाचाली झाल्यावर एकमेकांवर चिडणं, फुरंगटून बसणं, एकमेकांविषयीचा दुरावा, संताप आणि खालच्या स्तरावरचे शिव्याशाप, मनस्ताप, संताप अशा सगळ्या गोष्टी घडतात. याचा अर्थ, दिवसात क्षणोक्षणी या सगळ्यामुळे संताप, मनस्ताप आणि नकारात्मता वाढत जाते. ॲनीचं एकुलतं एक उपचारसत्र या सगळ्या गोष्टींना कसं काय तोंड देऊ शकणार आहे?

ॲनीला काहीही सुधारणा करता येत नाही किंवा सत्राच्या दरम्यान झालेली सुधारणा टिकवून ठेवता येत नाही, त्यामागे हेच कारण आहे. तिच्या भोवतालच्या परिस्थिती, नातं आणि वातावरण या गोष्टी तिच्या नकारात्मकतेला टिकवून ठेवतात आणि आणखी नकारात्मकता निर्माण करतात. ती आपल्या समस्येकडे भावनिक, मानसशास्त्रीय आणि आकलनात्मक अशा पातळ्यांवरून पाहते आणि सामाजिक व नातेसंबंधविषयक पातळ्यांकडे साफ दुर्लक्ष करते. तिच्या मानसोपचारतज्ज्ञाबरोबर ॲनी करत असलेलं काम निरुपयोगी आहे असं मुळीच नाही. पण त्याचा उपयोग जितका व्हायला पाहिजे तितका होत नाही. यातली महत्त्वाची गोष्ट अशी आहे की, ॲनी किंवा तिचा पती यांच्यापैकी कोणीही विषारी स्वभावाचं नाही. पण त्यांच्यातील नातं विषारी स्वरूपाचं आहे. (याचा अर्थ, त्यांची परस्पर वर्तनाची संरचना विषारी आहे.)

आता असं समजू या की, एकदा हे लक्षात आल्यानंतर ती पुन्हा तिच्या मानसोपचारतज्ज्ञाकडे जाते. तो तिला व्यूहरचनात्मकरीत्या विचार

करण्यास उत्तेजन देतो. ती काय बदलू शकते आणि तिने कोणत्या गोष्टीशी जुळवून घेण्यास शिकणं आवश्यक आहे ते तो तिला सांगतो. ही संरचना तिच्या जीवनात कशी उपयुक्त ठरली असती? हे आपण पुढे पाहू या.

पण यातली महत्त्वाची गोष्ट अशी आहे की, ॲनीप्रमाणे आपला दृष्टिकोन बदलण्यासाठी आपण स्वतःला असा प्रश्न विचारू शकतो की, 'आपल्या जीवनात सध्या कोणत्या विषारी संरचना आहेत? आणि त्या इतर लोकांबरोबर वागताना कशा प्रकारे समोर येतात? **जर नातेसंबंध या वर्तनाच्या सहभागी संरचना असतील तर तुमच्या जीवनातील कोणती नाती ही सध्या नकारात्मक संरचनेचा भाग आहेत?' आपण याविषयी नंतर पाहू या.**

व्यक्ती नव्हे, तर संरचना विषारी असते

आपण पुढे जाण्याआधी इथे एक फरक स्पष्ट केला पाहिजे. तो म्हणजे **'विषारी व्यक्ती'** कधीही अस्तित्वातच नसते. परंतु एखादी व्यक्ती इतरांशी कशा प्रकारे संबंध ठेवते ती गोष्ट निश्चितपणे विषारी असू शकते. काहीही झालं तरी, तुम्ही हे पुस्तक वाचत आहात, त्यामागे तुमच्याकडे नकारात्मक विचाराची संरचना असण्याची शक्यता असू शकते. परंतु म्हणून तुम्ही स्वतःला नकारात्मक व्यक्ती असं म्हणवून घ्याल तर तुम्ही असं म्हणाल की, वर्तनाची ही संरचना म्हणजेच तुम्ही आहात. याचा अर्थ तुम्ही बदलू शकत नाही. जर तुम्ही स्वतःला नकारात्मक विचारसरणीची संरचना असलेली व्यक्ती म्हणवून घेत असाल तर, तुम्ही नियंत्रणात आहात आणि बदलू शकता. हा यातला मोठा फरक आहे. व्यक्ती बदलू शकते, संरचना बदलू शकत नाही.

स्वयंसाहाय्यतेच्या क्षेत्रात अशी एक पद्धत लोकप्रिय झाली आहे की, विषारी वर्तन करणारी आपल्या जीवनातील कोणतीही व्यक्ती शोधून काढायची आणि तिला जबरदस्तीनं बाजूला काढायचं. आता ही गोष्ट अगदी शंभर टक्के खरी आहे की, एखादी व्यक्ती तुम्हाला अपशब्द वापरत असेल. तुम्हाला अपमानास्पद वागणूक देत असेल. तुमच्या मानसिक आरोग्यावर आणि हितकारक गोष्टींवर नकारात्मक परिणाम करत असेल. परंतु तिच्या भूमिकेवर विशेष लक्ष केंद्रित करणं याचा अर्थ आपल्या भूमिकेकडे दुर्लक्ष करणं असा होतो. अशा प्रकारे जर ॲनीच्या लक्षात आलं की, तिचा पती

तिचा अवमान करतो, तिला अपशब्द वापरतो आणि तिने त्याला 'विषारी' हे लेबल लावून त्याला सरळ सोडून दिलं तर कदाचित तिला पुन्हा एकदा अगदी नेमकेपणानं अशाच प्रकारच्या नातेसंबंधात आपण अडकल्याचं दिसून येईल. याचं कारण असं असेल की, तिने कधीही स्वतःला समजून घेतलेलं नसेल आणि आपल्या संरचनांना आव्हान दिलं नसेल. त्यामुळे त्याच संरचना ती इतर व्यक्तीच्या बाबतीतही वापरू लागेल.

तुमच्या विशिष्ट विचार संरचना आणि सवयी या तुमच्या भोवतालच्या लोकांच्या विशिष्ट विचारसंरचनांशी आणि सवयींशी संबंधित असतात ही गोष्ट लक्षात ठेवा. आपण असा विचार केला की, दुसरी व्यक्ती मूर्ख असणं, हीच आपल्या बाबतीतील समस्या आहे, तर आपल्या अंगभूत परस्पर-नातेसंबंधविषयक विचार संरचनेला सखोल समजून घेण्यापासून आपण स्वतःलाच वंचित ठेवतो. उदाहरणार्थ, ॲनीच्या असं लक्षात येऊ लागेल की, नकारात्मक विचार करण्याची तिची सवय हा प्रत्यक्षात एका व्यापक नातेविषयक सवयीचा एक भाग आहे. त्यानुसार तिला सातत्यानं कमी लेखणाऱ्या आणि तिला अवमानित करणाऱ्या व्यक्तीचीच आपल्या शृंगारिक जीवनातील जोडीदार म्हणून ती निवड करते, कारण आपण निरुपयोगी आहोत या तिच्या मनातील मूलभूत कल्पनेशी ही गोष्ट सुसंगत असते. जर ती फक्त आपल्या पतीला दोष देईल (अर्थातच, त्याला दोष देणं अगदीच योग्य असल्याचं वाटेल.) तर, ती आपल्या अंतर्यामी असलेल्या संरचनेला कधीच मोडून काढू शकणार नाही.

म्हणूनच नातेसंबंध या सहभागी संरचना असतात ही वस्तुस्थिती कधीही नजरेआड होऊ न देणं महत्त्वाचं असतं. ॲनी त्याला सोडून गेली तर ॲनीचा पतीही पुन्हा एकदा डेटिंगच्या बाजारात जाईल आणि तिथे नवीन महिलांना भेटेल. त्यांच्यापैकी कोणालाही त्याच्यात रुची वाटणार नाही, कारण त्यांना त्याचं वर्तन सहन करण्याची इच्छा असणार नाही. आता तो आपल्या खोलीत एकटाच बसलेला असेल. तरीही तो 'विषारी'च असेल का?

ॲनी कदाचित असं म्हणेल, ''तो अपशब्द वापरतो आणि त्यामुळे मला अगदीच कुचकामी असल्यासारखं वाटतं. आपल्याला काहीच किमत नाही असं वाटू लागतं.'' पण हे अगदी नेमकं सत्य नाही. ॲनीच्या स्वतःच्याच मनात पहिल्यांदा स्वतःविषयी अशी कल्पना आहे की, ती निरुपयोगी आहे. तिला फारशी किंमत नाही. त्यानंतर यावर शिक्कामोर्तब

करणाऱ्या आणि तीच गोष्ट तिच्याकडे प्रक्षेपित करणाऱ्या जोडीदाराची ती निवड करते. आता ना ॲनी, ना तिचा पती विषारी व्यक्ती आहेत. त्याऐवजी त्यांनी परस्परांशी वाटून घेतलेल्या म्हणजेच त्यांच्या सहभागी वर्तनाची संरचना विषारी आहे.

दुसऱ्यांना 'विषारी' असं लेबल लावणं ही गोष्ट अगदीच सोपी आहे. आपण प्रामाणिक असलो तर ही गोष्ट कमालीची भुरळ पाडणारीही आहे, हे आपण मान्यही करू, कारण यात आपण आपल्या नातेसंबंधाची जबाबदारी घेण्याची गरज नसते. परंतु तरीही आपल्यावर आपल्या नात्याची जबाबदारी असतेच. फक्त दोषारोप आपल्या माथी यावा म्हणून आपण जबाबदारी घेण्याचा हा दावा करत नाही, तर आपलं जीवन असं का आहे आणि ते अधिक चांगलं करण्यासाठी काय करता येईल हे समजून घेण्यासाठी तो करतो.

विषारी नातेसंबंध म्हणजे काय?

एक विषारी विचार किंवा भावना ही अतिशय विकृत आणि रोगट असते. ती तुमच्या जीवनाच्या गुणवत्तेची नाट्यमयरीत्या हानी करते. विषारी नातंही असंच असतं. सीबीटीमध्ये तुम्ही निरुपयोगी विचाराला आव्हान देता आणि त्याचं पुनर्लेखन करता. परंतु एका विचारापेक्षा संरचना मोठ्या असतात आणि त्यांच्यात इतर लोकही सहभागी असतात.

सर्व नाती ही काही प्रमाणात एकमेकांपासून भिन्न असतात. काही वेळा त्यांच्यातील तणाव आणि संघर्ष भिन्न असतात, परंतु विषारी नाती ही अधिक द्वेषयुक्त व धुमसणारी असतात. ती नकारात्मकतेचा विस्तार करतात आणि तिची पुनर्निर्मितीही करतात. त्यामुळे त्या नात्यात सहभागी असलेल्या सगळ्याच लोकांच्या दृष्टीनं ती एक विनाशक व रोगट पद्धती असते.

कॅलिफोर्नियातील मानसोपचारतज्ज्ञ मेलिसा लोपेझच्या मते, 'तुमच्या जडणघडणीच्या वयात तुमच्या कुटुंबीयांशी असलेल्या तुमच्या नातेसंबंधांवर आणि तुम्ही तिथे शिकत असलेल्या संरचनांवर ही गोष्ट मोठ्या प्रमाणात अवलंबून असते.'

इतरांबरोबर कसे संबंध ठेवावेत याविषयी आपल्या कुटुंबांकडूनच आपण बहुतांश महत्त्वपूर्ण गोष्टी शिकतो. आपले कुटुंबीय इतरांशी कसे वागतात त्याच्यातून आपण हे शिकतो. आपण त्या वेळी काय निरीक्षण

करतो, आपल्या गरजा एकमेकांना कशा सांगतो, आपल्या गरजा कशा भागवतो या सगळ्यांतून आपण ते शिकतो. दुसऱ्या शब्दांत, इतरांशी संबंध ठेवण्याच्या आपल्या सुरुवातीच्या मॉडेलमधून आपल्याला इतरांशी कसं जुळवून घ्यावं ते समजतं. आयुष्यात आपण अनेक वेळा आपल्या आधीच्या मॉडेलमधून आलेल्या अनुभवांना टाळण्यासाठीही काही पद्धती चोखाळतो. काही वेळा योग्य तर काही वेळा अयोग्य अशा वर्तनाच्या पद्धती आपण स्वीकारतो. पुढे याच पद्धती इतरांशी संबंध ठेवण्यासाठी आपण नकळतपणे वापरत राहतो.

तुमच्यापैकी एकाला किंवा दोघांनाही पुढील अनुभव येत असतील तर तुम्ही विषारी नात्यात आहात हे तुम्हाला समजेल :

- आपलं अवमूल्यन झाल्यासारखं, आपल्याला कमी लेखल्यासारखं, आपला अनादर केल्यासारखं किंवा अवमानित केल्यासारखं वाटणं. अपशब्द वापरले जाणं.
- भावनिकदृष्ट्या अतिशय थकून गेल्यासारखं, गळून गेल्यासारखं आणि पराभूत झाल्यासारखं वाटणं.
- शारीरिकदृष्ट्या किंवा भावनिकदृष्ट्या असुरक्षितपणा जाणवणं.
- नाट्य, तीव्र चिंता आणि संघर्ष असलेल्या सातत्यपूर्ण अवस्थेचा अनुभव येणं.
- आत्मसन्मान व स्वाभिमान गमावल्यासारखं वाटणं.
- नात्याच्या व स्वाभिमानाच्या सीमा सातत्यानं भंग केल्या जात असल्यासारखं वाटणं.
- तीव्र फसवणूक, खोटारडेपणा किंवा लबाडी यांचा अनुभव येणं.
- हिंसाचार आणि आक्रमकता यांचा अनुभव येणं.

अशा प्रकारच्या नातेसंबंधात असताना नकारात्मक विचारसरणीच्या संरचना काढून टाकण्याचा प्रयत्न करणं ही गोष्ट कर्करोगग्रस्त असताना मॅरेथॉनमध्ये धावण्यासारखी असते. याचा अर्थ इतकाच की, ती सोपी गोष्ट नसते. त्याऐवजी तुम्ही पहिल्यांदा नकारात्मकता वाढवणाऱ्या आणि टिकवणाऱ्या नातेसंबंधातून बाहेर पडण्याची गरज असते. त्यानंतर तुमच्यातील त्या संरचनांवर तुम्ही काम केलं पाहिजे.

आपला दृष्टिकोन व्यापक करत असताना तुम्ही पुढे दिलेल्या काही गोष्टी लक्षात ठेवल्या पाहिजेत.

सूचना १ : तुमचं लक्ष नातेसंबंधावरून नातेसंबंधाच्या गतिशीलतेकडे वळवा

सध्याच्या परिस्थितीच्या किंवा मतभेदाच्या पलीकडे पहा आणि पुनःपुन्हा समोर येत असलेल्या संरचनांविषयी जिज्ञासा बाळगा. कोणती गोष्ट पुनःपुन्हा घडत आहे? अधिक मोठं चित्र काय आहे? काही वेळा नकारात्मक वर्तनं ही फक्त एकदाच दिसून येतात. परंतु त्यांच्या चक्रांची पुनरावृत्ती होत असल्याचं आढळतं का ते पहा.

ही गोष्ट चांगली आणि वाईट व्यक्ती शोधण्याविषयीची नाही किंवा कोणावर दोषारोप केला पाहिजे याविषयीचीही नाही. त्याऐवजी 'इथे प्रत्यक्षात, नेमकं काय घडत आहे?' हे विचारण्याची आहे. तुमच्या मनात उत्तर जाणून घेण्याची खरोखरची तळमळ असली पाहिजे. या व्यापक संरचनेकडे पहा आणि ती मुळात कुठून आली असावी, असा प्रश्न स्वतःला विचारा. बालपणी तुमच्या पालकांकडून तुम्हाला ती मिळाली आहे का? तुमच्या भूतकाळातील विशेषतः एखाद्या क्लेशदायक घटनेतून परिस्थितीशी जुळवून घेण्याची ही यंत्रणा तुम्ही उचलली आहे का?

सूचना २ : जबाबदार व्हा, उत्तरदायित्व स्वीकारा

हा शरमिंदेपणा वाटून घेण्याचा किंवा आपला निवाडा अगर मूल्यमापन करण्याचा स्वाध्याय नाही हे लक्षात ठेवून सध्याच्या संबंधांच्या विविध आयामांचा विचार करता, त्यात तुमची भूमिका काय आहे असा प्रश्न विचारा. तुम्ही या संरचनेला काम करण्यास ज्या मार्गांनी सक्षम केलं आहे किंवा निदान तिचं कार्य रोखलेलं तरी नाही, त्या मार्गांशी किंवा पद्धतींशी अतिशय प्रामाणिक राहून याचं उत्तर शोधा. वाईट आणि अवमानकारक वर्तन शोधून काढण्यास सक्षम असणं ही गोष्ट महत्त्वाची आहे. परंतु आपण परिस्थितीचे किंवा एखाद्या व्यक्तीच्या वर्तनाचे बळी असल्याची दुर्बल, पीडित व्यक्तीची आपली ओळख आपण घट्ट कवटाळून बसलो तर परिस्थितीत बदल घडवून आणण्याच्या आपल्या ताकदीचा आपल्याला विसर पडेल.

जीवनातील तुमच्या भूमिकेविषयीचे तुमचे मूलभूत विश्वास काय आहेत? अगदी आता तुमच्या नातेसंबंधांमध्ये या समजुती कशा प्रकारे साकार होत आहेत? तुमचे विचार आणि विश्वास यांनी कशा प्रकारे त्यांची गतिशीलता टिकवून ठेवली आहे आणि ते त्यांना कशा प्रकारे आव्हान देत आहेत?

सूचना ३ : तुमच्या मूलभूत विश्वासांचं परीक्षण करा

आपली इतरांशी असलेली नाती किंवा संबंध ही आपल्या स्वतःशी असलेल्या नात्यांची किंवा संबंधांची प्रतिबिंबं असतात किंवा इतरांशी असलेल्या नात्यांची प्रतिबिंबं आपल्याशी असलेल्या आपल्या नात्यातून दिसून येतात. तुमच्या सध्याच्या नात्यांमधून तुमच्या मनात स्वतःविषयी असलेले कोणते मूलभूत विश्वास दिसून येतात? असा प्रश्न स्वतःला विचारा. उदाहरणार्थ, तुमचं म्हणणं कोणीही गांभीर्यानं घेत नाही अशी तुम्ही सातत्यानं तक्रार करत असाल तर यामधून तुमच्या मनातील स्वतःविषयीचा मूलभूत विश्वास प्रतिबिंबित होतो का याविषयी जिज्ञासापूर्वक विचार करा. तुम्ही स्वतःच स्वतःला गांभीर्यानं घेत नाही का हेही तपासा. तुमच्या जीवनातील तुमच्याविषयी अनादर बाळगणारे लोक हा तुमच्या या कथेतील फक्त अर्धाच भाग असतो. इतर कोणीही तुमच्याविषयी आदर बाळगावा, अशी तुमची पात्रताच नाही, असा मूलभूत विश्वास तुम्ही मनात बाळगत असाल आणि हाच कथेचा दुसरा अर्धा भाग असेल.

तुमच्या या मूलभूत विश्वासात तुम्ही बदल घडवला; परंतु तुमच्या जीवनात अनादर दर्शवणाऱ्या लोकांना तसंच कायम ठेवलं तर तुम्ही निम्मी समस्याच सोडवली असेल. याप्रमाणेच जर तुमच्याविषयी अनादर दर्शवणाऱ्या लोकांना तुमच्या जीवनातून दूर केलं; परंतु तुमच्या मनातील स्वतःविषयीची भावना तशीच ठेवली, तरीही तुम्ही फक्त निम्मीच समस्या सोडवली असेल. अशा वेळी कमी-जास्त दिवसांत पुन्हा एकदा तुमचा अनादर करणारे लोक तुमच्या जीवनात येतील. पुन्हा एकदा तुमचा मूलभूत विश्वास ते तुमच्या बाबतीत प्रतिबिंबित करू लागतील. खरोखरची प्रगती करायची असेल तर तुम्ही दोन्ही भागांमधील समस्या सोडवली पाहिजे.

ज्या वेळी तुम्ही स्वतःच विषारी असता त्या वेळी...

नकारात्मक कुटुंबीय, जोडीदार, मित्र-मैत्रिणी यांना कसं हाताळावं याविषयी तुम्हाला इंटरनेटवर सल्ल्यांचे ढिगारेच्या ढिगारे सापडतील. स्वतःच्याच प्रेमात पडलेले आत्ममुग्ध लोक, ऊर्जा पिशाच्चं आणि विषारी लोक यांना कसं ओळखावं हे सांगणारी चेकलिस्टही तिथे आहे. तुम्हाला आपल्या जीवनातून अशा लोकांना काढून टाकण्याची आवश्यकता असते. परंतु जर तुम्ही स्वतःच विषारी असाल तर? ठीक आहे. आपण असं समजू या की, या विषयात स्वारस्य असलेले फारसे लोक नाहीत.

पण आता आपण या नाजूक विषयावर विचार करू या. या विषयावर बोलणं किंवा विचार करणंही अवघड असू शकेल. यातलं सत्य हेच आहे की, जर आपल्याला नकारात्मक विचार करण्याची समस्या असेल तर आपल्याकडेच 'विषारी व्यक्ती' होण्याची क्षमता असते. अशा वेळी आपण स्वतःच नात्यांमध्ये नकारात्मकता आणण्यात सिंहाचा वाटा उचललेला असतो. तरीही विचारांच्या या संरचनेच्या संदर्भात जागरूक असणं हा कोणावर दोषारोप करण्याचा किंवा शरमिंदेपणा वाटून घेण्याचा विषय नाही. उलटपक्षी, आपण याबाबतीत जितके अधिक जागरूक असू, तितकेच आपण अधिक नियंत्रणात असू.

तुमच्या सभोवतालच्या नातेसंबंधात विषारी व नकारात्मक संरचना आणण्याच्या बाबतीत तुमचा सहभाग असेल तर ते ओळखण्यास मदत करण्याकरिता इथे एक स्वाध्याय देत आहे.

पायरी १ : यादी तयार करा

सवयीनं तुम्ही ज्या सकारात्मक किंवा नकारात्मक, प्रमुख किंवा किरकोळ वर्तनांमध्ये गुंतता, त्यांची यादी तयार करा. त्याकरिता काही प्रमाणात स्वतःविषयीचं ज्ञान आणि प्रामाणिकपणा यांची आवश्यकता असेल; परंतु आधीच्या प्रकरणातील स्वाध्यायांमधून तुम्हाला उपयुक्त अंतर्दृष्टी लाभल्या असतील. एखादंच वर्तन किंवा घटना यादीत समाविष्ट करू नका. तर घटनांमधून सातत्यानं व पुनःपुन्हा दिसून येणाऱ्या संरचना लिहून काढा. उदाहरणार्थ, तुमच्या यादीत पुढील गोष्टींचा समावेश असू शकेल :

हवामानाविषयी तक्रार करणं,
'वाईट मुलांच्या' मागे जाणं किंवा चुकीच्या गोष्टींच्या मागे लागणं,
विचित्र किंवा अवघडलेल्या परिस्थितींमध्ये बाष्कळ विनोद करणं,
इतरांच्या मागे त्यांच्या कुचाळक्या करणं आणि अफवा पसरवणं,
अति काम,
आपल्या यशस्वी कामगिरींना किंवा आपल्याकडच्या चांगल्या गोष्टींना कमी लेखणं व त्यात काटछाट करून सांगणं.

पायरी २ : वर्तन समजून घ्या

यादीवर नजर टाका आणि वर्तनाच्या प्रत्येक संरचनेतून तुम्हाला मिळणारे परिणाम शोधा. ती संरचना चांगली वाटते की, ती किती अपरिहार्य असल्यासारखी वाटते याच्या पलीकडे जाऊन, ती तुमच्या दृष्टीनं उपयुक्त आहे की नाही याचा विचार करा. हे वर्तन मूलतः कुठून आलं असेल आणि त्यामागचा उद्देश काय असू शकेल यावर विचार करा. त्या वर्तनाच्या मुळाशी कोणता मूलभूत विश्वास आहे हे समजून घेणं ही यातली मोठी गोष्ट आहे.

उदाहरणार्थ, आपल्या यशस्वी कामगिरी कमी करून सांगणं ही तुमच्या वर्तनातील संरचना आहे आणि तिचा तुमच्या जीवनावर अतिशय नकारात्मक परिणाम होत असल्याचं तुमच्या लक्षात येऊ शकेल. कधीही चांगलं न म्हणणाऱ्या अत्यंत कडक आणि कठोर पालकांच्या हाताखाली मोठं झाल्याचा हा परिणाम असल्याचं तुमच्या लक्षात येईल. 'तू काही फार खास व्यक्ती नाहीस', हा यामागचा मूलभूत विश्वास असेल. आता तुमच्या वर्तनाच्या सगळ्याच संरचना या मोठ्या आणि गंभीर असणार नाहीत. काही अगदीच किरकोळ व क्षुल्लक असू शकतील.

पायरी ३ : संरचनेला संदर्भासह पाहा

ही अत्यंत महत्त्वाची पायरी आहे. स्वतःला विचारा की, 'तुमच्या अतिशय मोठ्या जगात वर्तनाची ही संरचना कशी चपखल बसते? तुमच्या भोवतालच्या नात्यांकडून ती कशी काय टिकवली जाते आणि शाश्वत ठेवली जाते? एखाद्या विशिष्ट प्रमुख नातेसंबंधाकडून तुमचे स्वतःचे मूलभूत विश्वास कशा प्रकारे मोठे किंवा विस्तारित केले जातात?'

उदाहरणार्थ, तुम्ही तुमच्या कामकाजात्मक जीवनावर दृष्टिक्षेप टाकू शकता. तुम्हाला अतिरेकी काम करण्याचं व्यसन असल्याचं दिसल्यावर तुम्हाला उचित आर्थिक भरपाई न देता तुमच्या वरिष्ठ अधिकाऱ्याला तुमच्या या वृत्तीचा गैरफायदा घेण्यात आनंद वाटत असल्याचं तुमच्या लक्षात येईल. उलटपक्षी, नकळतपणे 'तू फारशी खास व्यक्ती नाहीस,' असं दाखवून देण्याच्या प्रक्रियेत तो भाग घेत आहे आणि तिचाच विस्तार करत आहे, असंही तुम्हाला आढळेल.

पायरी ४ : अंतर्गत आणि बाह्य असे दोन्ही प्रकारचे बदल करा

एकदा तुम्हाला तुमचे मूलभूत विश्वास समजले आणि इतर लोकांच्या वर्तनाच्या अधिक मोठ्या संरचनांमध्ये ते कसे चपखल बसतात हे तुमच्या लक्षात आलं की, तुम्ही बदल करण्यास सुरुवात करू शकता. हे दोन्ही पातळ्यांवर करा.

१. तुमच्या अंतर्गत विचारप्रक्रियेत एक लहानसा बदल करण्याची बांधिलकी पत्करा, परंतु त्याबरोबरच –
२. तुमचं पर्यावरण किंवा नातेसंबंध बदलण्यासाठी एक पाऊल पुढे टाका.

उदाहरणार्थ, तुम्ही स्वाभिमानावर काम करण्यास सुरुवात करू शकाल. 'मी काही खास व्यक्ती नाही,' या मूलभूत विश्वासावर काम करण्यासाठी त्याच्या विरुद्ध प्रकारचं प्रतिपादन करणारं एखादं वाक्य रोज सकाळी मंत्र म्हणून म्हणू लागा. त्याच वेळी कामाच्या ठिकाणी तुम्ही कामाला अधिक मर्यादा घालू लागा आणि कामाच्या वेळेखेरीज अधिक वेळ थांबून अतिरिक्त काम करणं मान्य करू नका. शिवाय वेतनवाढीच्या संदर्भातही विचारा.

अर्थातच, अति काम करणं ही संचरना कुचाळक्या करणं आणि अफवा पसरवणं या वर्तनांच्या तुलनेत कमी हानिकारक आहे. प्रशंसेस फारशा पात्र नसलेल्या काही सवयींच्या बाबतीत प्रामाणिक असणं ही गोष्ट मात्र अधिक कठीण असू शकते. अति खाणं, आळशी असणं, जबाबदारी टाळणं, लहान–मोठी व्यसनं, सूड घेणं... या संरचनांना तोंड देणं अवघड असतं, परंतु त्यांना तोंड देण्याइतके आपण धाडसी असलो तर त्यांच्यामुळे आपल्याला वाढीच्या व विकासाच्या सगळ्यात मोठ्या संधी मिळतात.

पायरी ५ : स्वतःचा अभिमान बाळगा

थोडा वेळ थांबून तुम्ही घडवून आणलेले बदल लहान असले तरी त्यांचा आढावा घेणं ही गोष्ट महत्त्वाची असते. तुमचे हे विजय साजरे करा. अशा प्रकारचा बदल करणं ही सोपी गोष्ट नसते. ज्याचं श्रेय स्वतःला दिलंच पाहिजे, त्याचं श्रेय स्वतःला जरूर द्या. त्यानंतर बदलाच्या प्रक्रियेला एक प्रकारचा संवेग प्राप्त झाल्याचं तुम्हाला दिसेल. पुढच्या वेळी तीच प्रक्रिया आणखी सोपी झालेली असेल.

सारांश

- नकारात्मकतेच्या समस्येला आपण विविध पातळ्यांवर समजून घेऊ शकतो. यात शारीरिक, मानसशास्त्रीय पातळ्यांपासून ते आध्यात्मिक, उत्क्रांतिविषयक किंवा सांस्कृतिक अशा विविध पातळ्यांचा समावेश असतो. मानसशास्त्रीय आणि भावनिक पातळी ही बदल घडवून आणण्याच्या दृष्टीनं सोपी पातळी असते.
- नकारात्मकतेचा पूर्वग्रह ही विकसित मानवी प्रवृत्ती आहे. तिच्यामुळेच आपल्या पूर्वजांना प्रतिकूल परिस्थितींमध्ये व्यवस्थितपणे जगता व तग धरून राहता आलं होतं. ही सकारात्मक प्रेरणांकडे दुर्लक्ष करून किंवा त्यांना कमी लेखून, नकारात्मक प्रेरणांची अधिक तत्परतेनं नोंद घेण्याची आणि त्यांच्यावर तातडीनं लक्ष केंद्रित करण्याची प्रवृत्ती आहे. आपल्याला तिची जाणीव असेल तर, आपण वैयक्तिक नातेसंबंधांवर आणि निर्णयप्रक्रियेवर होणाऱ्या तिच्या परिणामांना सौम्य करू शकतो.

- सकारात्मकतेचा आपोआप, नकळतपणे शोध घेण्यासाठी तुमच्या मेंदूवर तुम्ही अवलंबून राहू शकत नसाल तर तुम्हाला सकारात्मकतेकडे जाणीवपूर्वक तुमचं लक्ष वेधावं लागेल. कृतज्ञता-रोजनिशी लिहिण्याचा वापर करा आणि सकारात्मकतेवर जाणीवपूर्वक लक्ष केंद्रित करण्याची निवड करा.
- कोणताही माणूस हे एक एकाकी बेट असू शकत नाही. तुमच्या विशिष्ट विचारसंरचनांचा आणि सवयींचा तुमच्या भोवताच्या लोकांच्या विशिष्ट विचारसंरचनांशी आणि सवयींशी संबंध असतो. नातेसंबंध या सहभागी संरचना असतात. विषारी व्यक्ती अशी कुठलीही गोष्ट अस्तित्वातच नसते. फक्त विषारी संरचना, वर्तनं आणि नातेसंबंध या गोष्टीच अस्तित्वात असतात.
- सर्व नातेसंबंध हे प्रसंगांनुरूप अवघड असतात किंवा होतात, परंतु विषारी नातेसंबंध नकारात्मकतेची व्याप्ती वाढवतात व तिला विस्तारित करतात आणि तिची पुनर्निर्मितीही करतात. त्यांच्याशी संबंधित असलेल्या सगळ्या घटकांसाठी ते हानिकारक आणि रोगट ठरतात. विशिष्ट, स्वतंत्र वर्तनांऐवजी पुनःपुन्हा समोर येत असलेल्या गतिमानतेवर व संरचनांवर लक्ष केंद्रित करा. जबाबदार व्हा. उत्तरदायित्वाचा स्वीकार करा आणि तुमचे मूलभूत विश्वास तुमच्या नातेसंबंधातून साकार होत आहेत का, असा प्रश्न स्वतःला विचारा.
- जर तुमच्या नातेसंबंधांमध्ये तुम्ही स्वतः विषारी संरचना आणत असाल तर त्या वर्तनांची यादी करा. ती करत असलेली कार्यं समजून घ्या. त्या संरचनांचे संदर्भ तपासा आणि त्यानंतर अंतर्गत व बाह्य अशा दोन्ही प्रकारे त्यांच्यात बदल घडवण्याची बांधिलकी पत्करा.

सारांश मार्गदर्शिका

प्रकरण १ : आत्मसंवादाची पुनर्रचना करा आणि त्यावर नियंत्रण ठेवा

- तुम्ही जसा विचार करता, तशी तुमच्या जीवनाची निर्मिती होते. नकारात्मकता जगातील प्रत्येक गोष्टीला विषारी करते.
- नकारात्मकता बदलण्यासाठी काही प्रमाणात विचारांविषयी विचार करण्याची म्हणजेच मेटॅकॉग्निशनची गरज असते आणि त्याआधी कधीही न केलेली एखादी गोष्ट करण्याकरिता झेप घेण्याचा विश्वास असावा लागतो. कोणीही आपली विचार संरचना बदलू शकतो. त्यासाठी फक्त प्रामाणिक जागरूकता आणि जाणीवपूर्वक, प्रेरक कृती करण्याची इच्छा असावी लागते.
- आपले मानसिक शॉर्टकट, समजुती, पूर्वग्रह आणि चाकोरीबद्ध कल्पना या वेळेची व परिश्रमाची बचत करण्याच्या दृष्टीनं खूपच उत्तम असतात; परंतु त्या नेहमीच शंभर टक्के अचूक नसतात. ज्या वेळी आपल्याला आलेल्या एका अनुभवातील निष्कर्ष आपण न घेतलेल्या दुसऱ्या अनुभवावर लादतो, त्या वेळी असा निष्कर्ष लादून आपण चूक करतो. हा 'खाईन तर तुपाशी नाहीतर उपाशी' ('सगळंच किंवा मुळीच नाही') या नावानं ओळखला जाणारा मानसिक आजार आहे.
- शब्दांमध्ये ताकद असते आणि बोलण्यातून आपली विचारसंरचना प्रतिबिंबित होते. दुर्बलता व हतबलता व्यक्त करणारी भाषा

ही निष्क्रिय, स्वतःची कीव करणारी आणि आपण कोणत्या तरी गोष्टीचे किंवा परिस्थितीचे बळी असल्याचं दाखवणारी, स्वतःविषयी साशंकता व्यक्त करणारी, संतप्तता, आत्मविश्वासाचा अभाव, भीती दर्शवणारी, समर्थनं करणारी व पळवाटा शोधणारी किंवा निराशावादी असते. तिच्यातून आत्मसंतुष्टी देणाऱ्या भाकिताची निर्मिती होते.

- तुमच्या अंतर्गत संवादाच्या शाब्दिक व भाषेच्या सवयींविषयी जागरूक व्हा. त्यानंतर काय करता येईल त्यावर लक्ष केंद्रित करा. भावना व विचारांच्या सूक्ष्म छटा आणि करड्या रंगाच्या (दोन टोकांच्या गोष्टींमधील मधल्या प्रकारांच्या) छटा स्वीकारा. आपल्या प्रिय व्यक्तीशी संभाषण केल्याप्रमाणे स्वतःशी संभाषण करा.
- सातत्यानं टिकून राहिलेले सदोष, चुकीचे विश्वास, आकलन किंवा विचार म्हणजे आकलनात्मक विकृती होय. उदाहरणार्थ, ठरावीक मानसिक गाळणी वापरूनच प्रत्येक गोष्टीकडे पाहणं, वैयक्तीकरण, चटकन निष्कर्षावर उडी मारणं, दुसऱ्याचं मन वाचणं, घटनेचे अतिशयोक्तिपूर्ण, भयावह परिणाम गृहीत धरणं किंवा विधानांमध्ये 'अमुक असं असलं पाहिजे'चा किंवा लेबलचा वापर करणं.
- सकारात्मक विश्वासांमध्ये फक्त विकृतीच नसतात असं नाही, तर ही विचारसरणी शांत, आशावादी, जिज्ञासू, कृतज्ञ, स्थिर आणि आत्मविश्वासू राहण्यास मदत करते.
- तुमच्या अंतर्गत टीकाकाराला आव्हान देण्यासाठी तुमच्या विचारांना तुमच्यावर वर्चस्व गाजवू न देण्याची बांधिलकी पत्करा. विचारांवर विचार असंच लेबल लावून त्यांच्यापासून अंतर राखा. ते म्हणजे वास्तव नाहीत. स्वतःविषयी समरसता, सहानुभूती बाळगा.
- बदल हे तुमच्या आरामशीर, निवांत क्षेत्राच्या बाहेर घडतात. म्हणून कधीतरी तुम्हाला झेप घेऊन काहीतरी नवीन करून पाहण्याची गरज भासेल हे लक्षात ठेवा.

- **प्रकरण २ : आत्मविश्लेषण करा : एबीसी पद्धत आणि विचारांची रोजनिशी**
- आपल्या नकारात्मक विचार संरचनांचं पुनर्लेखन करायचं असेल तर, समस्या निर्माण करण्यासाठी वापरलेल्या विचारसरणीचाच वापर करून आपण ती समस्या सोडवू शकत नाही.
- आपण घटनेला चालना देणं, विश्वास, परिणाम, वादविवाद आणि नवीन घटना (ॲक्टिव्हेटिंग इव्हेंट, बिलीफ, कॉन्सिक्वेन्स, डिस्प्युटेशन आणि न्यू इव्हेंट) या एबीसीडीई पद्धतीचा वापर करू शकतो. विचारांच्या रोजनिशीत आपण लिहीत असलेल्या कथांचा आपण मागोवा घेऊ शकतो. अचूकता, उपयुक्तता आणि आपल्या मूल्यांशी सुसंगतता या निकषांवर नवीन पर्याय चांगला आहे की नाही हे आपण ठरवू शकतो.
- एकदा तुम्ही सध्याचे विचार ओळखले की, संबंधित गोष्टींविषयी विचार करण्याचा एखादा वेगळा मार्ग आहे का आणि ठोस कृतीच्या साहाय्यानं ती कल्पना प्रत्यक्षात कशी आणता येईल ते स्वतःला विचारा. नवीन विचारासाठी पुरावा शोधा. आत्मसहानुभूतीचा आणि समरसतेचा सराव करा आणि ठाम विधानं करण्याऐवजी प्रश्न विचारून शिकण्याकडे वळा.
- दृष्टिकोनात बदल करून आणि मानसिक अंतर राखून नकारात्मकता सोडून देता येते. निराशावाद, नकारात्मकता आणि खिन्न शून्यवाद या सगळ्या परिस्थितीशी जुळवून घेण्याच्या आणि एकदाच उद्देशपूर्ती करण्याच्या यंत्रणा आहे हे लक्षात ठेवा. परंतु अगदी आता आपण वेगळ्या, अधिक निकोप पद्धतींनी प्रतिकूलतांशी (आणि प्रतिकूलता तर नेहमीच असतात.) जुळवून घेण्याच्या पद्धतींची निवड करू शकतो.
- अस्वस्थ करणाऱ्या विचारांपासून तात्पुरतं मानसिक अंतर राखा. इतर लोक तुमच्या जागी असते तर (भूमिकांची अदलाबदल) त्यांनी काय केलं असतं असं स्वतःला विचारा. सतत 'का?' असा प्रश्न विचारण्याऐवजी तुमच्या मनाला ठोस कृती करण्याकडे वळवा. वर्तमानातील लहान, ठोस तपशिलांवर लक्ष एकवटा

आणि तुम्ही काय करू शकता असं विचारा. उपाययोजनांचा शोध न घेता फक्त समस्या ओळखणं म्हणजेच तक्रार करणं टाळा.

- ज्या वेळी आपण तीव्र भावनांमध्ये अडकलेले असतो, त्या वेळी आपण तणाव नियंत्रणात आणण्याचं एसीटी तंत्र वापरतो. तुमचं मन हे तुमच्यापासून वेगळी असलेली एखादी गोष्ट आहे आणि तुम्ही त्याचं निरीक्षण करू शकता अशी कल्पना करा.
- तुम्ही म्हणजे तुमचे विचार नाही, तर तुमच्या मनात विचार फक्त येत आहेत हे लक्षात ठेवा. विचारांना त्यांची उपयुक्तता सिद्ध करू द्या, म्हणजेच फक्त उपयुक्त विचारांनाच मनात स्थान द्या.

प्रकरण ३ : कठीण परिस्थितींना सहन करणं, संयम बाळगणं आणि... स्वतःला शांतचित्त करणं या कलेवर प्रभुत्व मिळवा

- तीव्र मनस्तापजनक व दुःखद क्षणांना किंवा अशा परिस्थितींना सहन करण्याची कौशल्यं आपल्याकडे असली पाहिजेत. ज्या वेळी आपण मनस्तापदायक किंवा दुःखद परिस्थितींमध्ये असतो त्या वेळी वर्तनाच्या जुन्या संरचनांमध्ये किंवा गबाळ्या, विध्वंसक गोष्टींमध्ये अगर आपोआपच परिस्थितीशी जुळवून घेण्याच्या पद्धतींमध्ये चटकन शिरणं सोपं असतं. मात्र परिस्थितीशी जुळवून घेण्याच्या या भ्रामक यंत्रणा आहेत.
- स्वतःला दिलासा देणं ही अटळ दुःख जितकं मोठं असतं त्याहून त्याला अधिक मोठं न करता, त्याला आहे तसं मान्य करून त्याचा स्वीकार करण्याची पद्धती आहे. ही गोष्ट म्हणजे लक्ष विचलित करणं किंवा टाळाटाळ करणं नाही, तर पंचेंद्रियांच्या साहाय्यानं वर्तमानात पाय घट्ट रोवून उभं राहणं आहे. मानसशास्त्रीय भाषेत याच तंत्राला 'ग्राऊंडिंग' असं म्हणतात.
- टीआयपीपी हे तापमान, तीव्र व्यायाम, नियंत्रित गतीचं श्वसन आणि स्नायूंच्या जोड्यांचं शिथिलीकरण (टेम्परेचर, इन्टेन्स एक्सरसाईज, पेस्ड ब्रीदिंग, पेअर्ड मसल रिलॅक्सेशन) याचं संक्षिप्त रूप आहे. या सगळ्या गोष्टींमुळे शारीरिक उत्तेजना कमी करण्यास मदत होते. थंड

पाणी, प्राणायाम, व्यायाम यांचा वापर करून तुमच्या मज्जासंस्थेतील भावनिक प्रणालीला (लिम्बिक सिस्टिमला) शांत करा.

- संपूर्ण स्वीकृती आचरणात आणा. याचा अर्थ जे घडत असतं ते तुम्हाला आवडतं असा नाही. याचा अर्थ तुम्ही वास्तवाशी लढा देण्याचं मान्य करत नाही इतकाच आहे. तुम्हाला जे वाटत असेल, त्या भावनेचा व परिस्थितीच्या वास्तवाचा स्वीकार करा. काय महत्त्वाचं आहे त्याची स्वतःला आठवण करून द्या.
- ॲक्सेप्ट्स म्हणजेच एसीसीईपीटीएस हे कृती, योगदान, तुलना, भावना, दूर सारणं, विचार आणि संवेदना (ॲक्टिव्हिटीज, कॉन्ट्रिब्यूट, कम्पॅरिझन्स, इमोशन्स, पुश अवे, थॉट्स आणि सेन्सेशन्स) यांचं संक्षिप्त रूप आहे. दीर्घकालीन मनस्तापाकरिता ते उपयुक्त नसलं तरी तात्पुरत्या स्वरूपातील मनस्तापाला किंवा अस्वस्थतांना सहन करण्यासाठी ते अधिक चांगली मदत करतं.
- चिंताग्रस्ततेचा विचार करता, आपल्याला काळजी न करण्यास जबरदस्तीनं भाग पाडणं हे आपलं उद्दिष्ट नाही, तर अधिक सक्षमपणे काळजी करणं हे आपलं उद्दिष्ट आहे. काळजी करण्याची वेळ निश्चित केल्यामुळे तुमचं तुमच्यावर सक्रिय नियंत्रण राहतं आणि तुम्हाला काळजीपासून अंतर राखून राहण्यास मदत होते.
- चिंतेचं निरीक्षण करा. तुम्ही तिला किती लांबणीवर टाकणार आहात ती वेळ, कालावधी आणि त्या वेळचा विषय या गोष्टी लिहून काढा. त्यानंतर ठरल्याप्रमाणे त्याची अंमलबजावणी करा.
- मानसिक नोंद करणं आणि लक्ष एकवटून दैनंदिन कामं करणं या गोष्टींमुळे तुम्हाला चिंताग्रस्ततेच्या क्षणांना विचार करण्याच्या संधींमध्ये रूपांतरित करता येतं.

प्रकरण ४ : स्टॉइक अमोर फाती तत्त्वज्ञानाच्या साहाय्यानं तुमच्या मानसशास्त्रीय साधनसंचाची गुणवत्ता वाढवा

- प्राचीन स्टॉइक तत्त्वज्ञांचं वर्तमानात जगण्यावर प्रभुत्व होतं.
- अमोर फातीचा स्टॉइक तत्त्वज्ञानातील दृष्टिकोन स्वीकारणं ही भूतकाळाशी असलेल्या तुमच्या नात्याचा पुनर्विचार करण्याची

एक पद्धत आहे. 'आपल्या नियतीवर प्रेम करणं' असा याचा ढोबळ अनुवाद करता येईल. जे घडेल त्याचा स्वीकार करणं आणि त्याहून कुठल्याही वेगळ्या गोष्टीची अपेक्षा न बाळगणं असा याचा अर्थ आहे. ते आचरणात आणण्यासाठी घटनांकडे शक्य तितक्या उदासीनपणे व तटस्थपणे पहा. त्यानंतर 'छान,' किंवा 'ठीक आहे' यांसारख्या साध्या मंत्रानं त्याला प्रतिसाद द्या. कृती आणि उपाययोजना यांच्यावर लक्ष एकाग्र करून आपल्याला प्रतिकूल परिस्थितींमध्ये बदल किंवा अगदी कायापालटही घडवून आणता येतो.

- नकारात्मक कल्पनाचित्र नजरेसमोर आणणं या स्वाध्यायात आपण जीवनात कोणत्या नकारात्मक गोष्टी घडू शकतील यांची तपशीलवार कल्पना करण्यावर अल्प वेळ व्यतीत करतो. यामुळे आपल्या दृष्टीनं महत्त्वाच्या असलेल्या गोष्टींविषयीच्या आपल्या मनातील कृतज्ञतेच्या आणि कौतुकाच्या भावनेचं पुनरुज्जीवन होतं. भविष्याला तोंड देण्यासाठी आपली तयारी होते आणि मानसिक लवचिकतेची निर्मिती होते.
- 'जर असं झालं तर' या तंत्राचा वापर करताना मनातील भीती लिहून काढली जाते आणि पुढील प्रश्न विचारला जातो, 'ही भीती प्रत्यक्षात उतरली तर काय होईल?' त्यानंतर सगळ्यात वाईट काय घडेल त्याचा आढावा घेतला जातो. ती गोष्ट सहन करण्याजोगी आहे आणि आपल्याला वाटते तितकी वाईट नाही हे स्वतःला दाखवून दिलं जातं. या तंत्राच्या वापराबरोबरच कोणत्या गोष्टी महत्त्वाच्या आहेत याची आठवण करून घेण्यासाठी 'मेमेन्टो मोरी' हे लॅटिन वाक्य लक्षात ठेवलं पाहिजे. 'आपण सगळेच जण मरणार आहोत', असा त्याचा अर्थ आहे.
- समस्याकेंद्रित विचारसरणी चुकीच्या गोष्टींना अधोरेखित करते, उपाययोजनाकेंद्रित विचारसरणी चुकीच्या गोष्टी कशा बरोबर करता येतील या गोष्टीला अधोरेखित करते. ती परिस्थितीत बदल घडवून आणण्यासाठी कोणत्या कृती करता येतील याचा विचार करते. विचाराला कृती करून समतोल केलं पाहिजे.

समस्येवर लक्ष एकवटलं असेल तर उपाययोजनांवरही ते एकवटून या प्रक्रियेत समतोल साधला पाहिजे.

- शांतता-प्रार्थना लक्षात ठेवा आणि तुम्ही काय बदलू शकता आणि काय बदलू शकत नाही ते ओळखण्यासाठी दोन स्तंभांचा स्वाध्याय करा. तुम्ही जे बदलू शकत नाही त्याचा स्वीकार करा, जे बदलू शकता त्या बाबतीत कृती करा.
- तुम्हाला काय हवं आहे आणि तुम्ही कशाला महत्त्व देता हे स्वतःला विचारा. त्यानंतर पुन्हा स्वतःला असं विचारा की : 'मी जे करत आहे, जो विचार करत आहे किंवा मला जे वाटत आहे, त्यामुळे मी महत्त्वाच्या गोष्टींच्या अधिक जवळ जात आहे का?'

प्रकरण ५ : विषारी सकारात्मकतेचा सापळा टाळा

- विषारी सकारात्मकता ही एक प्रकारची आकलनात्मक विकृती आहे. ते सकारात्मक आणि आशावादी दृष्टिकोनाचं अति सर्वसामान्यीकरण आहे. त्यात तुमच्या स्वतःच्या अनुभवाला नकार देणं, त्यात काटछाट करणं आणि त्याला अमान्य करणं यांचा समावेश होतो. शरमिंदेपणा, मौन, शांतता आणि निवाडा किंवा मतप्रदर्शन यांमुळे विषारी सकारात्मकतेत वाढ होते. सकारात्मकता ही गोष्ट विषारी नसते, तर आपल्या वास्तवाला नाकारणं ही गोष्ट विषारी असते. माणूस हा चांगल्या आणि वाईट अशा दोन्ही गोष्टी असलेला 'संपूर्ण' सजीव आहे.
- आपण वापरत असलेले वाक्प्रचार, शब्दसमूह यांचं निरीक्षण करून, मनस्तापांशी, अस्वस्थतांशी मैत्री करून, त्या प्रक्रियेत असताना संयम बाळगून, उत्पादक व अनुत्पादक नकारात्मकतेत फरक करून आणि आपण महत्त्व देत असलेल्या व जीवनात साध्य करण्याची इच्छा असलेल्या गोष्टींशी पुन्हा जोडले जाऊन आपण त्या 'संपूर्ण'चा स्वीकार करू शकतो. 'मी घेत असलेलाच अनुभव घेताना मी महत्त्व देत असलेल्या गोष्टींनाच महत्त्व देणारी व्यक्ती कसं वर्तन करेल?' असा प्रश्न स्वतःला विचारा.

- कृतज्ञतेची रोजनिशी लिहिणं व जवळ बाळगणं ही सकारात्मकतेच्या प्रामाणिक भावनांची निर्मिती करण्याची विलक्षण पद्धत आहे.
- चांगल्या भावना निर्माण करणं आणि नकारात्मक भावनांपासून सुटका करून घेणं असं करण्याऐवजी आपण भावनिक आत्मनियमनाला आचरणात आणू शकतो आणि आपल्यासमोर सातत्यानं उलगडत असलेल्या भावनिक अनुभवांवर जाणीवपूर्वक प्रभुत्व मिळवू शकतो.
- संदर्भ, आपली उद्दिष्टं आणि मूल्यं यांनुसार कोणतीही भावना ही चांगली किंवा वाईट ठरते. कोणत्या भावनेकडे कधी, कसं आणि किती काळापर्यंत लक्ष दिलं पाहिजे हे ठरवून आपण त्यांचं नियमन करू शकतो.
- भावनांचं जीवनचक्र असतं. आपण त्या चक्राच्या कोणत्याही टप्प्यावर त्यांचं व्यवस्थापन करू शकतो. घटना घडण्याआधी, घडल्यानंतर किंवा घडत असताना केव्हाही, लक्ष एकवटून, आकलनात्मक मूल्यमापनाच्या आणि अखेरीस आपल्या भावनिक प्रतिसादाच्या साहाय्यानं आपण ते करू शकतो. सर्वसामान्यपणे या जीवनचक्रात तुम्ही जितक्या लवकर हस्तक्षेप कराल तितक्या अधिक सहजपणे परिस्थिती बदलता येते.
- स्वतःला पुढील प्रश्न विचारा : 'मी समस्येविषयी ज्या पद्धतीनं विचार करत आहे, ती पद्धत सध्या माझ्यासाठी उपयुक्त आहे का?'

प्रकरण ६ : तरीही नकारात्मक विचारसरणी मुळातच येते कुठून?

- नकारात्मकतेच्या समस्येला आपण वेगवेगळ्या पातळ्यांवरून समजून घेऊ शकतो. यात शारीरिकपासून मानसशास्त्रीय आणि आध्यात्मिक, उत्क्रांतिविषयक किंवा सांस्कृतिक अशा अनेक पातळ्यांचा समावेश होतो. मानसशास्त्रीय आणि भावनिक पातळी बदलणं ही अत्यंत सोपी गोष्ट असते.

- नकारात्मकतेचा पूर्वगह ही उत्क्रांतीच्या प्रक्रियेशी संबंधित असलेली मानवी प्रवृत्ती आहे. तिच्यामुळे आपल्या पूर्वजांना जगण्याचा किंवा प्रतिकूल परिस्थितीत तग धरून राहण्याचा लाभ मिळाला. या प्रवृत्तीत सकारात्मक गोष्टींकडे दुर्लक्ष करून किंवा त्यांना कमी लेखून, नकारात्मक प्रेरकांची तत्काळ नोंद घेणं आणि त्यांच्यावर अतिशय तातडीनं लक्ष एकवटणं या गोष्टींचा समावेश होतो. जर आपल्याला तिची जाणीव असली तर वैयक्तिक नातेसंबंधांमधील आणि निर्णय प्रक्रियेतील तिचा परिणाम सौम्य करण्यासाठी आपण पावलं उचलू शकतो.
- जर आपोआप, नकळतपणे सकारात्मकतेचा शोध घेण्याच्या बाबतीत तुमच्या मेंदूवर तुम्ही अवलंबून राहू शकत नसाल तर, आपल्याला सकारात्मकतेकडे जाणीवपूर्वक लक्ष द्यावं लागेल. कृतज्ञतेच्या रोजनिशीचा वापर करा आणि सकारात्मक गोष्टींवर जाणीवपूर्वक लक्ष एकवटण्याची निवड करा.
- कोणताही माणूस हा एकाकी बेटासारखा अलिप्तपणे जगू शकत नाही. तुमच्या विशिष्ट विचार संरचना आणि सवयी यांचा तुमच्या भोवतालच्या लोकांच्या विशिष्ट विचार संरचनांशी आणि सवयींशी संबंध असतो. नाती या सहभागी संरचना असतात. विषारी व्यक्ती अशी कोणतीही गोष्ट अस्तित्वात नसते. फक्त विषारी संरचना, वर्तनं आणि नातेसंबंध अस्तित्वात असतात.
- सर्वच नातेसंबंध हे कधी ना कधी अवघड होऊ शकतात; परंतु विषारी नाती नकारात्मकतेची व्याप्ती वाढवतात आणि तिची पुनर्निर्मितीही करतात. अशा वेळी ही नकारात्मकता तिच्यात सहभागी असलेल्या सर्वांच्याच दृष्टीनं विध्वंसक व रोगट स्वरूपाची असते. विशिष्ट स्वतंत्र वर्तनाऐवजी पुनःपुन्हा समोर येत असलेल्या गतिशीलतांवर आणि संरचनांवर लक्ष एकवटा. जबाबदार व्हा. उत्तरदायित्व स्वीकारा आणि तुमचे मूलभूत महत्त्वपूर्ण विश्वास तुमच्या नातेसंबंधांमधून कशा प्रकारे दिसून येत आहेत असा प्रश्न स्वतःला विचारा.

- नातेसंबंधांमध्ये तुम्ही स्वतः विषारी संरचना आणत असाल तर तुमच्या वर्तनांची यादी तयार करा. ती कोणती कार्यं करत आहेत ते समजून घ्या. त्या संरचनांचा संदर्भांसह विचार करा आणि त्यानंतर अंतर्गत व बाह्य अशा दोन्ही प्रकारे त्यांच्यात बदल घडवून आणण्याची बांधिलकी पत्करा.

अनुवादिका परिचय

मीना शेटे-संभू
मो. ९८८१०९८४२३

शिक्षण - एम.एस्सी. एम.फिल.(वनस्पतिशास्त्र), एम.जे.सी. (पत्रकारिता), एन.डी. (डॉक्टर ऑफ नॅचरोपथी) शाळा-महाविद्यालयात कबड्डीची राज्यस्तरीय खेळाडू. एम. फिल करत असताना कोल्हापूरच्या राजाराम महाविद्यालयात दोन वर्षे लीव्ह व्हेकन्सीवर बॉटनी (वनस्पतिशास्त्र) विषयाची सीनिअर लेक्चरर म्हणून काम. दैनिक सकाळ (कोल्हापूर व पुणे) मध्ये २० वर्षे पत्रकारिता. शोध पत्रकारितेसाठी विविध रोटरी क्लबकडून सत्कार, सूर्यदत्ता इन्स्टिट्यूटचा पुरस्कार, स्वराज्य मित्र मंडळाचा जिजामाता पुरस्कार. 'पत्रकारितेतील स्त्री- पुरुष समानता' विषयावरील युरोपमधील चर्चासत्रासाठी आंतरराष्ट्रीय पत्रकार संघाकडून निवड. तेथील कामगिरीमुळे आंतरराष्ट्रीय पत्रकार संघाकडून दिल्ली, बेंगळुरू येथे झालेल्या त्यापुढच्या आंतरराष्ट्रीय चर्चासत्रांसाठीही निवड.

शिवाजी विद्यापीठात चार वर्षे पत्रकारिता विषयाच्या मानद प्राध्यापिका म्हणून काम. पत्रकार संघाच्या शोधनिबंध स्पर्धांमध्ये पारितोषिके. आकाशवाणी, दूरदर्शनच्या कार्यक्रमांमध्ये सहभाग. सन २०१०पासून आजतागायत विविध प्रकाशन संस्थांच्या १२८ इंग्रजी आणि ६ हिंदी अशा एकूण १३४ पुस्तकांचा आणि १७ इंग्रजी पुस्तिकांचा मराठीत अनुवाद.

सुमारे १५१ पुस्तकांचे संपादन. स्वतंत्र १० पुस्तकांचे, तसेच ३ इंग्रजी ई पुस्तकांचे लेखन. 'वैद्य, हकीम आणि डॉक्टर' या अनुवादित पुस्तकाला नाशिकच्या सार्वजनिक वाचनालयाचा राज्यस्तरीय स्वातंत्र्यवीर वि. दा. सावरकर पुरस्कार. पत्रकारिता आणि अनुवाद क्षेत्रातील कामगिरीबद्दल केंद्र सरकारच्या नेहरू युवा केंद्राचा आणि पं. नंदकिशोर कल्चरल सोसायटीचा पुरस्कार.

गुरू (कै.) पं. डॉ. सुजाताताई नातू यांच्या पदन्यास संस्थेत कथक विषयाचे तीन वर्षे अध्यापन. ज्येष्ठ नेते अण्णा हजारे यांच्यासाठी लोकपाल विधेयकाचे मराठीत भाषांतर. 'वनराई'च्या दिवाळी अंकांसाठी व इतर अंकांसाठी आणि अन्य संस्थांसाठीही गेली १४ वर्षे अनेक लेखांचा अनुवाद.

नुकतीच १६ जानेवारी २०२४ रोजी सखी सह्याद्री या सह्याद्री वाहिनीवरील कार्यक्रमात 'पत्रकारिता व अनुवाद' यासंदर्भात मुलाखत प्रसारित. १९ मार्च २०२४ रोजी ई-प्रसारण या ५० लाखांहून अधिक व्ह्यूअर्स असलेल्या आंतरराष्ट्रीय चॅनेलवर प्रामुख्याने अनुवादासंदर्भात मुलाखत प्रसारित. पुस्तकांच्या अनुवादाचे काम सन २०१०पासून अद्याप सातत्याने सुरू.